जग बदलताना

जागतिक नवरचनेचे अंतरंग

श्रीराम पवार

सकाळ प्रकाशन

ॐ सकाळ प्रकाशन

Jag Badaltana : Jagatik Nav-Rachanche Antarang
© Shriram Pawar

जग बदलताना : जागतिक नवरचनेचे अंतरंग
© श्रीराम पवार

प्रथम आवृत्ती	:	जानेवारी २०२५
प्रकाशक	:	सकाळ मीडिया प्रा. लि.
		५९५, बुधवार पेठ, पुणे - ४११००२
मुखपृष्ठ-मांडणी	:	प्रदीप खेतमर, आर्ट ॲडव्हर्टायझिंग
मुद्रणस्थळ	:	विकास प्रिंटिंग ॲण्ड कॅरिअर्स प्रा. लि.
		प्लॉट नं. ३२, एमआयडीसी, सातपूर, नाशिक
ISBN	:	978-93-48048-11-0
संपर्क	:	०२०-२४४० ५६७८ / ८८८८८ ४९०५०
		sakalprakashan@esakal. com

माझे ज्येष्ठ स्नेही, मार्गदर्शक
डॉ. यशवंतराव थोरात
यांना अर्पण...

कळा नवरचनेच्या...

एकविसाव्या शतकाच्या सुरुवातीपासून जगाच्या सवयींच्या रचनेत बदल होत जातील, असं सांगितलं जात होतं. जागतिक संरचना किंवा वर्ल्ड ऑर्डर या संकल्पनेचा विचार बहुधा जागतिक राजकारण अर्थकारण आणि भूराजकीय रचनेवरचं वर्चस्व कोणाचं या अंगाने केला जातो. मागचं शतक संपताना जगात काही नवं आकाराल येत होतं; त्यात दुसऱ्या महायुद्धानंतर सर्वार्थाने प्रगत झालेल्या पाश्चिमात्य देशांना आव्हान देता येईल, अशी प्रगती त्या परिघाबाहेरचे काही देश तरी दाखवू लागले होते आणि जगाच्या व्यवहारात, निर्णयप्रक्रियेत ते वाटाही मागू लागले होते. मागच्या शतकातील शेवटच्या दशकात अर्थकारणात मोठे बदल साकारत होते. त्याचबरोबर तंत्रज्ञानाच्या आघाडीवर व्यापक परिवर्तन होत होतं. नव्या शतकाच्या सुरुवातीलाच 'जागतिक व्यापार संघटनेत' (WTO) चीनचा समावेश झाला.

चीन एका अर्थाने जागतिक अर्थव्यवस्थेशी घट्ट जोडला गेला. त्यानंतर चीनने केलेली प्रगती थक्क करणारी होती. ती व्हावी यासाठी खुद्द अमेरिका प्रयत्न करत होती आणि पाश्चात्त्य देशांची त्याला साथ होती. यांतून पाश्चात्त्य भांडवलावर अधिक परतावा देणारी व्यवस्था उभी राहील आणि ते भांडवल चीनसारख्या देशात गेल्यानंतर तिथं होणारी आर्थिक प्रगती त्या देशात मोकळेपणा आणेल, हे चीनला हात देण्यामागचं धोरण होतं. चीनला रशियापासून बाजूला नेण्याचा प्रयोग त्याआधीच अमेरिकेने यशस्वी केला होता. याच काळात भारत, ब्राझिलसारखे देश आर्थिक प्रगती करत होते. रशिया सोव्हिएत संघ कोलमडल्याच्या धक्क्यातून सावरत पुन्हा पूर्ववैभवाची आस बाळगायला लागला होता. आफ्रिकी देशांत बदलांचं वारं वाहत होतं. यातून जगातील प्रभावाचा तोल पश्चिमेकडून पूर्वेकडे

"

किंवा ज्याला 'ग्लोबल साउथ' म्हणतात त्या भागाकडे (लॅटिन अमेरिका, आशिया, आफ्रिका आणि ओशनिया इ.) सरकत जाईल, असं सांगितलं जातं होतं. पाश्चात्त्यांची घसरण हा गृहीत धरलेला परिणाम होता. त्या बदल्यात पूर्वेंचा उदय की उर्वरित सर्वांचा उदय, असा एक चर्चेचा मुद्दा होता. मात्र या घसरणीच्या अंदाजातही अमेरिका आणि पाश्चात्त्यांची आर्थिक ताकद दीर्घकाळ जगाचं नेतृत्व करत राहिले; ते एकतर्फी नसेल इतकाच आशावाद होता.

एकविसाव्या शतकाची दोन दशकं उलटताना मात्र जागतिक रचना बदलत असल्याचं स्पष्टपणे जाणवायला लागलं. त्यात जुनं सारं सुटलेलं नव्हतं, नवं पूर्णतः समोर येत नव्हतं. यात एक घुसळण जगभर सुरू होती. याच घुसळणीतून अनेक बहुराष्ट्रीय संघटनं, व्यासपीठं तयार व्हायला लागली. अतिश्रीमंत देशांपलीकडे जगाच्या व्यवहारात इतर उदितमान अर्थव्यवस्थांना सामावून घेतलं पाहिजे, याची जाणीव व्हायला लागली..

'जी-२,' 'जी-७,' पलीकडे 'जी-२०'सारखं संघटन आधी आशियाई संकट आणि नंतर अमेरिकेतील 'सबप्राईम क्रायसेस'नंतर बळकट व्हायला लागलं, त्याचं कारणही हेच. जगासमोरचे प्रश्न दुसऱ्या महायुद्धानंतर अस्तित्वात आलेल्या संयुक्त राष्ट्रांपासून ते 'जागतिक बँक' 'आंतरराष्ट्रीय नाणेनिधी' यांसारख्या संस्था किंवा अगदी 'नाटो'सारखं संघटनही पुरतं सोडवू शकत नाही, पुरेसा प्रतिसादही देऊ शकत नाही, याची जाणीव नव्या बहुराष्ट्रीय प्रयोगांना वाव देणारी होती. यांतून शीतयुद्धानंतर प्रस्थापित झालेल्या व्यवस्थेला धक्के बसत होते. त्या व्यवस्थेत अमेरिका निर्विवाद नेतृत्व करत होती. जगाच्या कोणत्याही भागात हस्तक्षेप करण्याचा प्रयत्न करत होती. कोणाला फारसं विचारात न घेता अमेरिकेने इराकपासून अफगाणिस्तानपर्यंत युद्धं केली. त्याचा जगाच्या अर्थकारणावर परिणाम झाला; मात्र अमेरिकेसोबत फरफटत जाणं इतकंच त्या काळात उर्वरित जगाच्या हाती होतं

एकविसाव्या शतकाचं दुसरं दशक संपता संपता हे दिवस सरत चाललल्याची जाणीव ठळक झाली. अन्य देशांत एकतर्फी हस्तक्षेप आणि त्यातून येणाऱ्या ताणाला अमेरिकेतच विरोध सुरू झाला. चीनची प्रचंड विस्तारलेली अर्थव्यवस्था अमेरिकेपुढे दंड थोपटू लागली. चीन प्रगती करेल तसा मोकळा होईल, या धारणेला सुरुंग लागला होता. रशिया आपल्या भूमिका रेटायला लागला होता. या स्थितीत

नवी रचना द्विध्रुवीय की बहुध्रुवीय; जागतिकीकरणाच्या मूळ सूत्रांचा फेरविचार करायला लावणारी की त्याची पुढची आवृत्ती असणारी; व्यापारात संरक्षणवाद आणणारी की मुक्त व्यापाराला बळ देणारी; लोकशाही उदारमतवादाला बळ देणारी की विसाव्या शतकात या आघाडीवर झालेल्या प्रगतीला मागे खेचणारी; अधिक मुक्त, सर्वसमावेशक की अधिक एकारलेली असे अनेक आयाम चर्चेत येत राहिले.

जगातील त्या त्या वेळी घडणाऱ्या घडामोडींना येऊ घातलेल्या बदलांचे आयाम असतात. जागतिक रचना अचानक बदलत नाही. ती एक संथ पण निश्चितपणे पुढे जाणारी प्रक्रिया असते. त्यात राष्ट्रं आणि त्याचं नेतृत्व करणारे त्या त्या वेळचे नेते यांच्या धारणा, भूमिका यांना महत्त्व असतं. याच सूत्रांच्या आधारे जागतिक घडामोडींचा आढावा 'जग बदलताना : जागतिक नवरचनेचं आव्हान!' या पुस्तकात घेतला आहे. जग ज्या रितीने एकमेकांशी जोडलं जातं आणि भारत ज्या गतीने जागतिक अर्थव्यवस्थेचा भाग बनतो आहे, तो पाहता जगातील मोठ्या घडामोडींचा परिणाम भारतावर होणं आता अनिवार्य आहे. चीनच्या स्पर्धेच्या झळा अमेरिकेला भारताकडे खेचणाऱ्या ठरतात. युक्रेनच्या युद्धाने भारत-रशिया संबंधांचे आयाम बदलतात. पश्चिम आशियातील तणाव संघर्ष अर्थकारणात उलथापालथ घडवतात तेव्हा त्याचे परिणाम अटळ असतात; म्हणूनच जागतिक घडामोडींकडे दुर्लक्ष करताच येणार नाही, अशा काळात आपण वावरतो आहोत. अशा घडामोडींचा अर्थ व परिणाम समजून घेण्याचा आणि मांडण्याचा प्रयत्न या पुस्तकात समाविष्ट केलेल्या लेखांतून केला आहे.

येऊ घातलेल्या जागतिक रचनेचं स्वरूप केवळ पूर्वानुभवावर समजणं कठीण आहे. जागतिक रचनेतील बदल अनेकदा 'ग्रेट गेम' कल्पनेच्या आधारे मांडले जातात. यात दोन सत्तांमधील संघर्ष-स्पर्धा आणि त्या भोवतीचं जग अशी विभागणी केली जाते. शीतयुद्धाकडे याच रितीने पाहिलं जातं. या आधारावर चीन ज्या रितीने आंतरराष्ट्रीय स्तरावर दंड थोपटतो आहे, त्यातून येणारी रचना अमेरिका आणि चीन यांच्यातील स्पर्धेभोवती फिरणारी असेल, अशी मांडणी करणं म्हणजे जगाचा बदलता पोत लक्षात न घेण्यासारखं आहे.

शीतयुद्धात अमेरिका आणि सोव्हिएत संघ यांच्यात झालेल्या विभागणीत स्पष्टता होती. सोव्हिएत संघाला वगळून अमेरिका आणि मित्रपक्ष स्वतंत्रपणे व्यवहार

करत होते. दोन गटांत अगदीच किरकोळ आदान-प्रदान होत असे. भूराजकीयच नव्हे तर आर्थिकदृष्ट्याही उघड असे दोन गट साकारले होते. आता जागतिकीकरणाचा एक मोठा कालखंड उलटल्यानंतर चीन जगाच्या अर्थव्यवस्थेत खोलवर गेला आहे. जागतिकीकरणाच्या प्रक्रियेत चीनला लाभ झाला आणि त्या प्रक्रियेत चीन मोठा वाटेकरीही बनला. आता चीनला पूर्णतः वगळणं अशक्य बनतं आहे.

आंतरराष्ट्रीय उत्पादन, वितरणाची साखळी तूर्त तरी चीनखेरीज कल्पनेतही शक्य नाही. शिवाय अमेरिका-चीन यांच्याखेरीज अनेक देश जागतिक रचनेवर आपली मुद्रा उमटवायला सज्ज आहेत. त्यांना एकाच दिशेला ओढणं कठीण आहे. आपापल्या हितसंबंधांनुसार स्पर्धेतील दोन्ही मोठ्या शक्तींचा सहभाग असलेल्या निरनिराळ्या बहुराष्ट्रीय गटांतून जगाचं राजकारण आकारला येऊ घातलं आहे. या संभाव्य बहुध्रुवीय जगाची आव्हाने आधीच्या रचनेहून अर्थातच वेगळी असतील.

या पुस्तकात ज्या काळातील घडामोडींचं विश्लेषण केलं आहे, त्या काळात जगासमोर काही अनपेक्षित आव्हाने आली. कोविड-१९च्या संपूर्ण जगावर विपरीत परिणाम घडवलेल्या या साथीनंतर सावरणाऱ्या जगाला रशियाने युक्रेनमध्ये केलेलं आक्रमण आणि हमासच्या इस्रायलवरील हल्ल्यानंतर पॅलेस्टाईनमधील गाझापट्टी आणि पाठोपाठ लेबनॉनमध्ये इस्रायलने केलेल्या लष्करी कारवाईतून पश्चिम आशियातील ताण या दोन प्रश्नांचा मुकाबला जगाला करावा लागत होता. यातून काही नवी समीकरणं उभी राहत होती. याच काळात अमेरिकेचे अध्यक्ष जो बायडन यांनी अमेरिकी नेतृत्व टिकवण्यासाठीच्या प्रयत्नांना जगातील स्पर्धेला लोकशाहीवादी देश विरोधात एकाधिकार शाहीवादी देश असं स्वरूप देण्याचा प्रयत्न केला.

युक्रेन युद्धानंतर रशिया, चीन, उत्तर कोरिया काही प्रमाणात इराण अशी एक आघाडी तयार होताना दिसत होती; बायडन त्या विरोधात हा प्रयत्न करत होते. चीनचं आव्हान अमेरिकी मुत्सद्देगिरीसमोर आहेच, त्याची जाणीव आणि त्याला तोंड द्यावंच लागेल अशी मानसिकता अमेरिकेत अलीकडच्या काळात तयारही झाली आहे. मात्र त्यासाठीची बहुराष्ट्रीय आघाड्यांची रचना करण्याचा प्रयत्न बायडन प्रशासन करत असताना युक्रेन युद्धाच्या रूपाने एक अंदाज न आलेला संघर्ष अचानकपणे पुढे आला. अमेरिका आणि चीन यांच्यातील स्पर्धा म्हणजेच जागतिक राजकारणाचा पट नव्हे. तो उधळून लावू शकणारे अनेक खेळाडू जगाच्या

पाठीवर आहेत, याची जाणीव रशियाने युक्रेन युद्धाच्या निमित्ताने करून दिली. या युद्धाने दुसऱ्या महायुद्धानंतर पहिल्यांदाच युद्धाच्या झळा थेट युरोपाच्या दारात आल्या. पुतिन यांच्या रशियाला आपलं पूर्व युरोपातील एकेकाळचं वर्चस्व खुणावत असतं. सोव्हिएतकालीन वैभवाची आशा ते देशाला दाखवत असतात. त्यांनी क्रीमियाचा घास घेतला आणि जगाने काही काळ खळखळ करत ते जवळपास मान्य केलं. यातून पाश्चात्य प्रतिक्रियेचा अंदाज घेतलेल्या पुतिन यांना रशियाच्या भोवताली अमेरिकादि पाश्चात्त्यांचं अस्तित्व नको आहे. युरोपच्या सुरक्षा व्यवस्थेची फेरमांडणी करण्याकडे त्यांचा कल आहे. त्यात रशियाला न विचारता काही करता येणार नाही, हे त्यांना दाखवून द्यायचं होतं.

युक्रेनमधील बऱ्याच भागावर ते रशियाचा दावा सांगत होते. यातून युद्ध चिघळलं. या युद्धाचा रशिया झटपट निकाल लावेल, हा होरा खोटा ठरला. युक्रेनने रशियाला झुंजवलं, हा अमेरिकेने रचलेला एक धूर्त डाव होता. युक्रेनच्या मदतीला अमेरिका थेट सैन्य घेऊन जाणार नव्हती. त्यातून जागतिक युद्धाचा भडका उडेल, याची जाणीव बायडन यांना होती. त्यांनी युक्रेन पराभूत होणार नाही, अशा बेताने आर्थिक-लष्करी मदत 'नाटो' देशांच्या माध्यमातून सुरू केली. त्यामुळेच रशियाला या युद्धात दीर्घकाळ रोखण्यात झेलेन्स्की यांच्या युक्रेनला यश मिळालं. या काळात अमेरिकेने रशियावर प्रचंड आर्थिक निर्बंध लादले.

आर्थिक कोंडी करून हवं ते घडवायचं, या अमेरिकेच्या रणनीतीच्या मर्यादाही या काळात समोर येत होत्या; याचं कारण रशियाशी पूर्णतः आर्थिक संबंध संपवायला जगातील अनेक देश इच्छुक नव्हते. भारत, चीन यांसारख्या देशांना या काळात मोठ्या प्रमाणात रशियाकडून तुलनेत स्वस्त तेलाची आयात केली. रशियाची कोंडी करण्याच्या अमेरिकी प्रयत्नांविरोधात चीन रशियाला साथ देत होता. इराण, उत्तर कोरियाही रशियाचा कैवार घेत होते. 'नाटो सदस्य' असूनही तुर्कीचे एर्दोगन अमेरिकी प्रयत्नांना 'मम' म्हणत नव्हते. याचा एक परिणाम म्हणून युद्धाची कोंडी तयार झाली. रशिया युद्ध जिंकत नव्हता, पण रशियाला माघार घ्यायला लावणं शक्य नव्हतं. याचे जगाच्या अर्थकारणावर, ऊर्जा व्यापारावर मोठे परिणाम झाले. याचे लष्करी आणि भूराजकीय परिणामही मोठे आहेत. एक तर रशिया आक्रमण करू शकतो, याची जाणीव झालेले 'नाटो सदस्य' देश अमेरिकेवर निर्धास्त राहण्याच्या परंपरेतून बाजूला निघाले.

जर्मनी आणि जपान मोठ्या प्रमाणात लष्करी खर्चासाठी तरतूद करू लागले. हा दुसऱ्या महायुद्धानंतरचा मोठाच बदल होता. अमेरिकेला 'नाटो सदस्य' देशांत एकवाक्यता करण्यात याच काळात यश मिळालं. दुसरीकडे, रशिया चीनच्या निकट गेला. भारतासारख्या देशाला कोणत्याही देशाच्या अखंडतेवर आक्रमण मान्य नाही; पण रशियाचा थेट निषेधही करायचा नाही, अशी भूमिका घेत राहावं लागलं. ही युद्धाची वेळ नाही यांसारखी सुभाषितं सांगण्यापलीकडे आपल्या हाती काही नव्हतं. युद्धाचे काही नकारात्मक परिणाम होते. तसेच या काळात रशियाकडून प्रचंड स्वस्त तेल भारताला मिळत राहिलं. हा भारतीय अर्थकारणात दिलासाच होता.

रशियाशी भारताच्या या मैत्रीकडे अमेरिकेने दुर्लक्ष केलं; याचं कारण अमेरिकेची इंडो-पॅसिफिकमधील व्यापक रचना. तरीही भारत आपल्या बाजूने उभा राहत नाही, यावरची नाराजी तिथं होतीच. युक्रेन युद्धाची कोंडी फोडण्यात पुतिन आणि झेलेन्स्की हे दोन्ही नेते एकमेकांना कसलीही सवलत द्यायला तयार नाहीत, याचा वाटा मोठा होता. अमेरिकेतील निवडणुकीने या युद्धापुढे नवा प्रश्न साकारला. डोनाल्ड ट्रम्प यांचा या सगळ्यांकडे पाहण्याच्या दृष्टिकोन बायडन यांच्याहून निराळा आहे. युक्रेनला पराभूत होऊ द्यायचं नाही, यासाठी युद्ध लढवत ठेवण्यावर ते खर्च करतील, याविषयी शंका आहे. यातून रशियाच्या सोयीची तडजोड करायला ते युक्रेनला भाग पाडतात का, हा एक कळीचा मुद्दा तयार झाला.

या काळातील जगाला घोर लावणारा दुसरा संघर्ष साकारला तो पश्चिम आशियात. या भागातील कटकटीतून बाहेर पडायचा प्रयत्न अमेरिका बराक ओबामा यांच्या अध्यक्षीय कारकिर्दीपासून करतो आहे. इंधनासाठी या भागातील तेलावरचं अवलंबित्व संपल्यानंतर अमेरिकेत ही प्रक्रिया वेगावत होती. अमेरिकेच्या दृष्टीनं इस्रायली हितसंबंधांचं रक्षण करणं, इराणच्या कारवायांवर नियंत्रण ठेवणं याला महत्त्व आहे. इस्रायल आणि अरब देशांतील पॅलेस्टाईनच्या प्रश्नावरूनचा संघर्ष ही या भागातील कायमची समस्या आहे. पॅलेस्टाईनला मान्यता द्यायला इस्रायल तयार होत नाही आणि सातत्याने आपल्या वसाहती त्या दिशेने वाढवत नेतो; यातून पॅलेस्टाईनच्या भूमीत, खास करून गाझा पट्टीत हमाससारखं अतिरेकी संघटन तयार होतं. हमास, हिजबुल्लाह यांसारख्या संघटनांना तिथं इराण पाठबळ देतो. आणि अन्य अरब देश अमेरिकेचे मित्र असले

तरी पॅलेस्टाईन मुद्दा त्यांना सोडता येत नाही. यांतून अमेरिकेच्या पुढाकाराने अरब देशांशी इस्रायलसोबत 'अब्राहम ॲकॉर्ड' नावाने समझोते झाले. यातून पश्चिम आशियातील किमान इस्रायल-अरब ताण संपेल, अशी अमेरिकेची धारणा होती. इस्रायलसाठी पॅलेस्टाईन प्रश्नांपलीकडे अन्य अरब देशांशी आर्थिक तंत्रज्ञानविषयक सहकार्य करून या भागात हवं ते साध्य करायचा प्रयत्न होता.

या सगळ्याला हमासने इस्रायलवर केलेल्या हल्ल्याने कलाटणी मिळाली आणि हा भाग पुन्हा युद्धाच्या गर्तेत सापडला. इस्रायलने केलेले हल्ले भयानक होते. त्यातून हमाससोबत सामान्य पॅलेस्टिनींचं प्रचंड नुकसान झालं. तिथं मानवतेच्या भूमिकेतूनही पाहायला इस्रायल तयार नव्हता आणि अमेरिका त्यासाठी दबाव आणू शकली नाही. अमेरिकेतल्या निवडणुकीच्या काळाचा उपयोग आपल्याला हवं ते करण्यात अमेरिकी आडकाठी राहणार नाही, यासाठी वापरायचा प्रयत्न इस्रायलचे पंतप्रधान बेंजामीन नेत्यान्याहू यांनी केला. यातून हा संघर्ष गाझा पट्टीपलीकडे लेबनॉनमधील हिजबुल्लाह आणि इराणसोबतही सुरू झाला. या युद्धाचा परिणाम तेल किंमतीवर होणं स्वाभाविक होतं; तसाच तो या भागातून होणाऱ्या मालवाहतुकीवरही झाला. युक्रेन आणि पश्चिम आशियातील युद्धानं अमेरिका-चीन स्पर्धेबाहेरची संघर्षक्षेत्रं अधोरेखित होत होती. त्यातील निरनिराळ्या देशांच्या भूमिकांचा प्रभाव नव्या रचनेवर अनिवार्य आहे.

चीनचा वाढता प्रभाव आणि अमेरिका त्याची दखल कशी घेते, यावरही नव्या रचनेचा पोत अवलंबून असेल. चीनची आर्थिक ताकद मागच्या दोन दशकांत कमालीची वाढली आहे. अमेरिका आणि पाश्चात्त्य जगाशी प्रत्येक आघाडीवर चीन स्पर्धा करू पाहतो आहे. या स्पर्धेचा एक आयाम आर्थिक आहे. त्याला तंत्रज्ञानातील प्रगतीची जोडही आहे. तंत्रज्ञानात अमेरिका सर्वांत आघाडीवरचा देश असला तरी चीन वेगाने हे अंतर कापतो आहे. ते करताना जगातील रूढ नियम, कायद्यांची पत्रास चीन बाळगत नाही. यांतून चीन विकसित करत असलेलं तंत्रज्ञान आणि त्याचा परिणाम हाही विकसित जगासमोरचा एक मोठा मुद्दा आहे '५ जी' तंत्रज्ञानातील चिनी निर्यातीवर अनेक विकसित देशांनी निर्बंध आणेल ते यातूनच. चीनची वाटचाल अमेरिकाकेंद्री भूराजकीय रचनेला आव्हान देणारी. त्यात जमलं तर अमेरिकेला पर्याय देण्याकडे जाणारीही आहे; म्हणूनच ट्रम्प यांच्या पहिल्या अध्यक्षीय कारकिर्दीत अमेरिका मुक्त व्यापारापासून

दूर जाणारी 'संरक्षणात्मक' धोरणं राबवू पाहतच होती तेव्हा चीनचे अध्यक्ष मुक्त व्यापाराचा कैवार घेत होते. या वाटचालीत आधी आपल्या भोवताली संपूर्ण प्रभाव आणि पाठोपाठ जगात आपल्या प्रभावाचं जाळं विणत जाणं याला पर्याय नसतो. चीन या दिशेने सातत्याने पावलं उचलतो आहे. आपल्या शेजारी प्रभाव वाढवताना भारतीय हितसंबंधांची काळजी करायचं चीनला कारण वाटत नाही. यातूनच भारताच्या बहुतेक शेजाऱ्यांशी चीन गुंतवणुकीच्या माध्यमातून निकटचे संबंध तयार करू पाहतो आहे. याचा परिणाम म्हणून भारताच्या प्रभावक्षेत्रात लक्षवेधी स्पर्धा सुरू झाली आहे.

आपल्या सभोवती ताकदीचं प्रदर्शन करताना चीन जगाच्या व्यवहारातही आपले आग्रह रेटण्याच्या प्रयत्नात आहे. अमेरिकेने इस्रायल आणि अरब देशांत अब्राहम ॲकार्ड केले; तर चीनने सौदी आणि इराण यांच्यात चर्चा घडवायचा प्रयत्न केला. ही अमेरिकेच्या प्रभावक्षेत्रात चीनने उभ्या केलेल्या आव्हानाची एक झलकच होती. ब्रिक्स, एससीओ यांसारखी बहुराष्ट्रीय संघटने आणि अनेक बहुराष्ट्रीय व्यापार करारांतूनही चीन आपल्याला हवी तशी रचना करू पाहतो आहे. चीनचा सर्वांत महत्त्वाकांक्षी प्रकल्प आहे तो 'बेल्ट अँड रोड इनिशिएटिव्ह'. त्यातून अब्जावधी डॉलरची गुंतवणूक जगभरातील अनेक देशांत केली जात आहे. याचा लाभ त्या त्या देशांना पायाभूत सुविधांचं जाळं विस्तारताना होतो; तसेच त्या देशांत चीनचा प्रभाव तयार होतो.

चीनची गुंतवणूक सुटी येत नाही. त्यासोबत भूराजकीय प्रभावाचा चंचुप्रवेश झालेला असतो. चीनच्या या रचनेची आणि ती समजत असूनही अनेक देश त्यात सहभागी होत असल्याची दखल अमेरिका आणि विकसित जगाने तशी उशिराच घेतली. यांतून भारत, मध्य पूर्वेपासून युरोपात जाणाऱ्या अशाच पायाभूत सुविधांच्या जाळ्याच्या निर्मितीची कल्पना पुढे आली. मात्र चीन या आघाडीवर बराच पुढे गेला आहे. या स्पर्धेत लष्करी ताकद हा एक निर्णायक घटक असतो, याची जाणीव चीनला आहे.

२०४७पर्यंत जगातील सर्वांत समर्थ लष्कर उभे करण्याचे चीनचे प्रयत्न आहेत. या सगळ्याखेरीज चीन एक वैचारिक, धोरणात्मक आणि प्रशासकीय प्रारूपाचा पर्याय देऊ पाहतो आहे; जो अमेरिकेच्या पुढाकाराने जगात रुजत चाललेल्या उदारमतवादी लोकशाहीसमोरही आव्हाने आणू शकतो. चीनचे अध्यक्ष

शी जिनपिंग जाहीरपणे चिनी वैशिष्ट्यांसह समाजवादावर बोलताहेत; त्याची निर्यात करायचा चीनचा प्रयत्न असेल, हे उघड आहे.

लोकशाही व्यवस्था सर्व प्रश्न सोडवू शकत नाही, अशी मांडणी करत पर्याय पुढे ठेवायचा हा प्रयत्न असेल. हे आव्हान व्यापारातील नफा-नुकसानीपेक्षा अधिक गहिरं आणि कदाचित जगावर दीर्घकाळ छाप टाकणारं असेल. याचा मुकाबला अमेरिका आणि अन्य लोकशाहीवादी देश कसा करणार, हा आकाराला येणाऱ्या जागतिक रचनेतील एक कळीचा मामला असेल.

हे आव्हान केवळ चीन समर्थ होतो आहे यामुळे उभं ठाकलं नाही; तर ज्या उदारमतवादी लोकशाही आणि त्याला तोलणारी भांडवलशाही अर्थव्यवस्थेचं मॉडेल – विद्यमान जागतिक रचनेत सर्वांत प्रभावी असले तरी त्यांतील अनेक दोष या मॉडेललाच खिळखिळं करू पाहत आहेत – यामुळे उभं ठाकलं आहे. 'ब्रेक्झिट'पासून अमेरिकेतील ट्रम्प यांच्यासारख्या नेत्याचा उदय ते युरोपात अनेक उजव्या गटांना निवडणुकीत मिळणारं प्रचंड यश यांतून हे सूत्र अधिक स्पष्टपणे पुढे येत आहे. जगातील अनेक देशांत लोकशाही मार्गाने निवडणुकीतूनच परंपरावाद्यांना, पुराणमतवाद्यांना प्रसंगी फॅसिझमकडे झुकलेल्या प्रवृत्तींनाही बळ मिळतं आहे. त्यातून त्या त्या देशातील अन्यवर्ज्यक बहुसंख्याकवाद बळावतो आहे.

लोकशाही, उदारमतवाद, सर्वसमावेशकता या मूल्यांपुढे आव्हान उभे करणारे प्रवाह अनेक ठिकाणी डोकं वर काढताहेत. जागतिकीकरणाच्या भराच्या काळातील वाढती विषमता आणि त्यासाठी कोणाला शत्रू म्हणून पुढे ठेवण्याचं लोकानुनयवादी धूर्त राजकारण यांवर स्वार होत अनेक देशांत स्ट्राँगमन सिंड्रोम तयार झाला. कणखरपणाच्या आवरणाखाली लोकशाही मार्गाने निवडून आलेले नेते एकाधिकारशाहीकडे वाटचाल करू लागले. लोकशाही देशांतच लोकशाही मूल्यांवरचा विश्वास कमी होत जाणं आणि त्यातून आपले प्रश्न कोणीतरी कणखर नेता सोडवेल यावर भरवसा ठेवणं, हा वाढणारा ट्रेंड जगाच्या नव्या रचनेवर प्रभाव टाकू शकतो. युरोपात या प्रकारचे उजवीकडे झुकलेले नेते युरोपीय महासंघाच्या महास्वप्नावरही आक्षेप घेऊ लागले आहेत. येत्या काळात या प्रवाहांना रोखण्यात कसं किती यश येतं, याचाही नव्या रचनेवर परिणाम असेल.

एका बाजूला व्यापारातील स्पर्धा, दुसरीकडे लष्करी संघर्ष, दहशतवादाची बदलती रूपं, भूराजकीय वर्चस्वासाठीचा अमेरिका-चीन यांच्यातील संघर्ष आणि

त्यात भारत, जपान ब्राझिल, रशिया, जर्मनी, तुर्की आदी मध्यमशक्ती मानल्या जाणाऱ्या देशांची भूमिका यांतून झालेली गुंतागुंत कमी म्हणून की काय आर्टिफिशियल इंटेलिजन्ससारख्या तंत्रज्ञानातील सर्वव्यापी बदलांनी आणलेली संपूर्ण नवी आव्हाने या सगळ्याचा परिणाम जगाच्या बदलत्या रचनेवर होतो आहे. सवयीचं जग बदलतं आहे, ते बदलणार हे उघड आहे. मुद्दा त्याची दिशा कोणती, नवी रचना अधिक न्याय्य अधिक मानवतावादी असेल की अधिक विखुरलेली एकारलेली असेल हाच आहे. मधल्या काळातील जागतिक घडामोडी, त्यात काही भूमिका निभावणारे नेते, संस्था, संघटना बहुराष्ट्रीय मंच यांच्या भूमिका यांच्या आधारे ही दिशा शोधण्याचा प्रयत्न या पुस्तकातून केला आहे. पुस्तकातील लेख दैनिक *सकाळच्या* *सप्तरंग* पुरवणीत प्रसिद्ध होत असलेल्या लेखांतून निवडले आहेत.

या लेखनप्रवासात तसेच पुस्तकाच्या निर्मितीमध्ये सहयोग देणाऱ्या प्रदीप कुलकर्णी, विनायक लिमये, सकाळ प्रकाशनचे प्रमुख आशुतोष रामगिर, अंजली इंगवले यांना मनःपूर्वक धन्यवाद!

– श्रीराम जयसिंगराव पवार

अनुक्रमणिका

विभाग १
म हा खे ळ

जागतिक नवरचनेचे आव्हान

'पूर्वेचा उदय होतो आहे आणि पश्चिमेची घसरण', ही चर्चा बराच काळ सुरू आहे. पूर्व म्हणजे आशिया, असं मानलं जात होतं. आता चीन पूर्वेचं प्रतिनिधित्व करू पाहतो आहे. पश्चिमेची घसरण गृहीत धरली असली, तरी अमेरिका आणि युरोपीय देशांची साधनसामग्री, तंत्रज्ञानातील आघाडी, अमेरिकेचं सामर्थ्य पाहता हे इतकं सोपंही नाही. इथं स्पर्धा, संघर्ष अटळ आहे.

'पूर्वेचा उदय होतो आहे आणि पश्चिमेची घसरण', ही चर्चा बराच काळ सुरू आहे. यात, पूर्व म्हणजे आशिया, असं मानलं जात होतं. आता चीन पूर्वेचं स्पष्टपणे प्रतिनिधित्व करू पाहतो आहे आणि 'पूर्वेचा उदय म्हणजे चीनचा उदय', असं समीकरण मांडलं जात आहे. यात पश्चिमेची घसरण गृहीत धरली असली तरी अमेरिका आणि युरोपीय देशांची साधनसामग्री, तंत्रज्ञानातील आघाडी, अमेरिकेचं लष्करी आणि व्यूहात्मक सामर्थ्य पाहता हे इतकं सोपंही नाही. इथं स्पर्धा, संघर्ष अटळ आहे.

या संघर्षाचा एक महत्त्वाचा कोन भविष्यातील जगाची रचना उदारमतवादी लोकशाही सूत्रांभोवतीची असेल की, व्यक्तिस्वातंत्र्याला तुलनेत दुय्यम ठरवणारी आणि राज्यव्यवस्थेला सर्वोच्च प्राधान्य देणारी रचना बळजोर होईल हाच असेल. आर्थिक, लष्करी वर्चस्वापलीकडे वैचारिक अशी ही घुसळण आहे. जगण्याच्या

पद्धतीत, एका अर्थाने सांस्कृतिक धारणांचाही संघर्ष आहे. तो एकविसाव्या शतकाला आकार देऊ शकतो म्हणून या घडामोडी महत्त्वाच्या आहेत.

जगभरात एक घुसळण काही वर्षे सुरू आहे. आकाराला येत असलेली; पण निश्चित अंदाज येत नसलेली नवी जागतिक रचना कशी असेल? अमेरिकेचा कमी होणारा दबदबा, चीनचा वाढता प्रभाव यांभोवती याचं उत्तर शोधण्याचा प्रयत्न अनेक जण करतात. येणाऱ्या काळात या दोन बलाढ्य देशांच्या भूमिका जगाला वळण देणाऱ्या असतील, यात शंकेचं कारणच नाही. मात्र, ज्या रीतीने 'ग्रेट गेम सिद्धान्ता'च्या आधारे दोन देशांतील स्पर्धा आणि त्याभोवतीचं जग अशी मांडणी करण्याचा प्रयत्न होतो, तो बदलत्या काळाचं पुरतं आकलन करणारा नाही.

एका बाजूला अमेरिकेच्या रूपाने एकमेव महाशक्ती आणि तेच स्थान घेऊ पाहणाऱ्या चीनने उभं केलेलं आव्हान हे वास्तवच आहे; पण शीतयुद्धकालीन जगाची विभागणी नव्या काळात शक्यतेच्या कोटीतील नाही. एक तर, चीन जागतिक अर्थव्यवस्थेत वेगळा करणं शक्य नाही, इतपत गुंतला आहे; तसं सोव्हिएत संघाचं नव्हतं.

दुसरीकडे, दोन देशांतील स्पर्धेपलीकडे रशिया, भारत, ब्राझील, जपान यांसारखे अनेक देश स्पष्टपणे कुणाही एकाकडे न झुकता जगाच्या वाटचालीला वळण द्यायचा प्रयत्न करत आहेत. ज्यातून वरवर द्विध्रुवीय वाटलं तरी प्रत्यक्षात अनेक गटांत विभागलेले आणि त्यातही एकच देश निरनिराळ्या क्षेत्रांत, निरनिराळ्या गटांत भागीदार होईल, असं चित्र आकाराला येण्याची शक्यता अधिक आहे. यातला एक पैलू आहे तो मागच्या शतकाच्या उत्तरार्धात निर्विवादपणे उदारमतवादी लोकशाही हेच जगासाठी सर्वांत योग्य मॉडेल असल्याचं मानलं जात होतं. त्याला आव्हान उभं राहत आहे. तेही लोकशाही व्यवस्था मानणाऱ्या देशातून अंतर्गत आहे, तसंच बाहेरूनही आहे.

मोठ्या कालखंडावर प्रभाव

अमेरिकेचे अध्यक्ष जो बायडन आपल्या अध्यक्षपदाच्या कारकिर्दीत उदारमतवादी लोकशाही देश आणि एकाधिकारशाहीवादी सत्ताधारी असलेले देश अशी विभागणी करत होते. त्यांच्या पुढाकाराने आयोजिल्या गेलेल्या लोकशाही-परिषदेत हेच द्वंद्व अधोरेखित करायचा प्रयत्न झाला. ते अध्यक्ष झाल्यापासून या

प्रकारची मांडणी करत आहेत. यातून त्यांना चीनच्या विरोधातील अमेरिकेच्या स्पर्धेला वैचारिक, धोरणात्मक अधिष्ठान द्यायचं आहे, हे उघड आहे. त्याचबरोबर जे आव्हान सोव्हिएत संघाच्या काळातही इतकं ठोस नव्हतं ते चीनने जगासमोर – खासकरून लोकशाही व्यवस्थांसमोर – आणलं आहे.

त्यांचं सांगणं आहे, 'लोकशाही व्यवस्था प्रक्रियांवर भर देतात. यांतून येणारा वेळकाढूपणा लोकांना न्याय देणारा नसतो. त्यापेक्षा चीनने स्वीकारलेलं आणि चीनच्या मते लोकशाहीचं असलेलं मॉडेल अधिक कार्यक्षम आणि न्याय देणारं आहे.' शी जिनपिंग यांचा चीन केवळ आर्थिक आघाडीवर सर्वांत संपन्न व्हायचं किंवा केवळ सर्वांत बलाढ्य लष्करी ताकद बनणं; इतकंच त्याचं ध्येय नाही. ज्याला जिनपिंग अत्यंत स्पष्टपणे 'चिनी वैशिष्ट्यांसह समाजवाद' असं म्हणतात, तो पसरवायचा हे त्याचं ध्येय आहे. म्हणजेच हा लढा केवळ व्यापारातील वाट्याचा नाही, भू-राजकीय वर्चस्वापुरताही मर्यादित नाही, तो राज्यपद्धतींमधील आणि त्याआडून विचारसरणींचा संघर्ष आहे. त्याची सुरुवात मागच्या दशकातच झाली आहे. या दशकात या स्पर्धेचे पैलू जसजसे समोर यायला लागतील, तसतसा जागतिक रचनेला ठोस आकार मिळायला सुरुवात होईल. ज्याचा प्रभाव कदाचित या शतकातील बऱ्याच कालखंडावर राहील.

मुद्दा चीनच्या प्रतिवादापुरता नाही, तर लोकशाही-व्यवस्थांसमोरचं आव्हान समजून मुळात या व्यवस्थांनी आपलं घर शाकारण्याचा आहे. चीन-रशियासारखे बाह्य हल्ले या व्यवस्थेवर होणं स्वाभाविकच आहे. मात्र, लोकशाही-व्यवस्था आतून पोखरल्या जायला लागल्या आहेत आणि हे अमेरिकेसारख्या सर्वांत जुन्या लोकशाहीपासून ते भारतासारख्या सर्वांत मोठ्या लोकशाहीपर्यंत आणि ब्रिटनसारख्या लोकशाही संस्था स्थिर झाल्याचं मानलं जातं त्या देशापर्यंत – सर्वत्र लागू होतं. देशादेशांतील समाजांतर्गतचे ताण, त्यातून येणारा बहुसंख्याकवाद हे केवळ त्या त्या देशांतील लोकशाहीपुढचे अडथळे नाहीत, ते जागतिक रचनेत उलथापालथी करू शकतात.

मुकाबला करायचा कसा हाच प्रश्न

चीनचा आर्थिक आघाडीवरचा उदय फारसा आश्चर्याचा नाही. तसा तो व्हावा यासाठी सारा हातभार आता त्याचं ओझं वाटणाऱ्या पाश्चात्त्यांनीच लावला होता.

त्यात पुढाकार अमेरिकेचा होता. साहजिकच, अमेरिकेने नव्वदच्या दशकात उत्तरार्धात आणि एकविसाव्या शतकाच्या पहिल्या दशकात जी धोरणं राबवली, त्याचा सर्वाधिक लाभ चीनला झाला; तसा तो होणार हेही अमेरिकी मुत्सद्द्यांना माहीत होतंच. अंदाज चुकला तो, आर्थिक प्रगतीबरोबर राजकीय मोकळेपणाचा; म्हणजे उदारमतवादी जगाच्या मते, या समजातून अधिक लोकशाहीकडे जाणारी वाटचाल अनिवार्य असेल. कोणताही समाज जसा आर्थिकदृष्ट्या उन्नत होतो, तसा तो अधिक व्यक्तिस्वातंत्र्यवादी व्हायला लागतो, हे या समजामागचं तत्त्व. अमेरिकी मुत्सद्द्यांना अगदी सुरुवातीला सोव्हिएत संघाच्या विरोधात चीनला वापरता येईल का, हे पाहायचं होतं. त्यातून चीनशी जवळीक सुरू झाली. चीनचं एकाकीपण कमी होत गेलं. नंतर उदारमतवादी लोकशाही हेच आपल्या 'लाभाचं मॉडेल' आहे, याची खात्री असलेल्या भांडवलदारी व्यवस्थेने हे तत्त्व प्रमाण मानून चीनसाठी अधिक मोकळं धोरण स्वीकारायला अमेरिकेतील राज्यकर्त्यांना भाग पाडलं.

हे घडत असताना मांडणी हीच होती की, पैसा हाती आलेला चिनी मध्यमवर्ग अधिक खुलेपणाकडे जायला भाग पाडेल; हा अंदाज सपशेल चुकला. अर्थात, त्याआधी चीनशी केलेल्या दोस्तीचा तमाम पाश्चात्त्य भांडवलदारी व्यवस्थेलाही लाभ झालाच. स्वस्तात उपलब्ध मनुष्यबळ, कायद्यांची लवचीकता यांतून पाश्चात्त्य भांडवलावर अधिक परतावा देणाऱ्या उद्योगांची उभारणी आणि तुलनेत स्वस्त वस्तूंचा पाश्चात्त्य ग्राहकांना पुरवठा हे नफ्याचा गुणाकार करू पाहणारं सूत्र प्रत्यक्षात आणलं गेलं. ते आणताना चीनने जागतिक अर्थव्यवस्थेत खोलवर शिरकाव केला. याचा परिणाम म्हणून चीनचं आव्हान देणं कितीही डाचत असलं तरी चीनला पुरतं वगळता येत नाही. चीनचा मुकाबला करावा लागेल, यात आता अमेरिकेत दुमत नाही. आपला चीनविषयीचा अंदाज चुकला, हेही अमेरिकेतील धुरीण मान्य करू लागले आहेत. मुद्दा त्याचा मुकाबला करायचा कसा, हाच आहे. यात डोनाल्ड ट्रम्प यांनी अध्यक्ष असताना 'होऊ दे व्यापारयुद्ध' अशी भूमिका घेत आर्थिक आघाडीवर चीनची कोंडी करू पाहणारी कररचना हा स्पर्धेचा आधार बनवायचा प्रयत्न केला होता. बायडन हे आव्हान स्वीकारताना अनेक देशांच्या आघाडीतून त्याला भिडायचा प्रयत्न करत होते. ते करताना लोकशाहीवादी देश आणि एकाधिकारशाहीवादी देश अशी विभागणी ते करू पाहत होते.

व्यापक संघर्षाचे परिणाम

यांतून येणारा काळ अमेरिका आणि चीन यांच्यातील शीतयुद्धाचा असेल, अशी मांडणी होत असली तरी या स्पर्धेचं किंवा संघर्षाचं स्वरूप अमेरिका-सोव्हिएत संघाच्या स्पर्धेसारखं नसेल. शीतयुद्धाच्या काळात दोन स्पष्ट भाग असलेलं जग साकारलं होतं. त्यात देवाण-घेवाण अगदी जरुरीपुरतीच होती. चीनचं तसं नाही. चीनच्या उत्पादनांनी, सेवांनी अमेरिकेसह जगाच्या बाजारपेठा ओसंडून वाहताहेत.

अगदी कोरोनाकाळात आणि गलवानमध्ये चीनने केलेल्या आगळिकीनंतरही देशभर चीनविरोधी भावना असतानाही भारतात चीनबरोबरचा व्यापार वाढतच राहिला, हे पुरेसं बोलकं आहे.

चिनी भांडवल जगभर गुंतवणूक करत आहे. वितरणाच्या साखळीत चीनला बाजूला करता येणं सध्या तरी अशक्य आहे. अशा परस्परावलंबी व्यवस्थेत संघर्षाचे रस्तेही बदलतात; म्हणूनच यापुढच्या काळातील जगाचं स्वरूपही भिन्न असेल. त्यात अर्थकारण हा एक पैलू असेल आणि तो महत्त्वाचा आहेच. मात्र, लोकशाही की एकाधिकारशाही असा हा संघर्ष अधिक व्यापक म्हणून अधिक मोठे परिणाम घडवणारा असू शकतो.

'प्रगती करा, पण झाकून ठेवा', हा माओ-त्से-डेंगकालीन मंत्र चीनने कधीच सोडून दिला आहे. जिनपिंग यांचा चीन ठोसपणे 'आपली वेळ आली आहे,' हे सांगू लागला. त्यात कसलाही आडपडदा ठेवायची गरज आता चीनला वाटत नाही.

त्यामुळेच २०४९पर्यंत चीन हे जगातील सर्वांत ताकदवान लष्कर बनवणं असो की सर्वांत मोठी अर्थशक्ती बनवणं असो, ही स्वप्ने किंवा उद्दिष्टं जाहीरपणे सांगितली जात आहेत. चीनच्या या वाटचालीत अमेरिकेसारख्या सत्तांतराने फरक पडण्याची शक्यताही नाही. आर्थिक प्रगती पाश्चात्त्यांच्या मदतीने केली तरी पाश्चात्त्य शैलीच्या लोकशाही उदारमतवादाचं वारंही लागू नये, असा कडेकोट बंदोबस्त करण्यात चीनला यश आलं आहे. एकपक्षीय राजवटीची चौकट जिनपिंग यांच्या काळात आणखी घट्ट झाली आहे. त्यांचं नियंत्रण सर्वंकष आहे; म्हणूनच दोन वेळा अध्यक्ष होण्याची मर्यादा त्यांनी सहजपणे काढून टाकली.

तिसऱ्यांदा किंवा त्यांना हवा तितक्या काळासाठी ते पक्षाचे सरचिटणीस आणि देशाचे अध्यक्ष राहतील, हे जवळपास स्पष्ट आहे. चीनच्या प्रतिनिधी-मंडळासमोर त्यांनी 'चीन हा कोरोनाच्या सावटातून बाहेर पडणारा

पहिला देश आहे आणि सकारात्मक आर्थिक वाढ दाखवणाराही पहिला देश आहे, हा आम्ही स्वीकारलेला मार्ग, सिद्धान्त आणि संस्कृती यांच्यावरच्या आत्मविश्वासाचा परिणाम आहे,' असं सांगितलं होतं.

चीनमध्ये हा देश 'मिडल किंग्डम' (मूळ चिनी नावाच्या झोंगगुओच्या भाषांतरावरून चीनचे एक नाव. उत्कृष्ट भूमिका, सभ्यतेचे केंद्र किंवा अगदी वेगळे जग!) असल्याचा गंड सतत दाखवला जातो आहे. असा चीन जागतिक स्तरावर आपलं महत्त्व अधोरेखित करणार, हे उघड आहे. मात्र, ते करताना आहे त्या व्यवस्थेत तो आपलं वर्चस्व ठेवू पाहतो आहे की संपूर्ण जागतिक रचनाच बदलू पाहतो, हा मुद्दा असेल आणि इथं जिनपिंग यांचं नेतृत्व निर्णायक ठरेल.

विसाव्या शतकातील भूराजकीय स्थितीला अमेरिका, युरोप आणि जपानसारख्या देशांनी आकार दिला. त्यात आर्थिक विकासासाठीचं सहकार्य आणि मदत यांवर भर होता. चीन हेच प्रचंड प्रमाणात गुंतवणूक, तंत्रज्ञानातील प्रगती यांद्वारे एकविसाव्या शतकात करू पाहतो आहे. यात मुद्दा केवळ आर्थिक वर्चस्वाचा नाही. तिथं भविष्यात अमेरिकेऐवजी चीन इतकीच चीनच्या स्वप्नाची मर्यादा नाही. अर्थसामर्थ्याचा वापर करत संपूर्ण भूराजकीय चित्र बदलण्याकडे जाणारी ही वाटचाल असेल, अशीच चिन्हं आहेत. इथं आव्हान उदारमतवादी लोकशाही व्यवस्थांना आहे.

कितीही त्रुटी असल्या तरी दुसऱ्या महायुद्धानंतर हळूहळू आणि शीतयुद्धाच्या समाप्तीनंतर अधिक गतीने जागतिक रचनेला आकार दिला तो प्रामुख्याने उदारमतवादी लोकशाही देशांनी. यात मुक्त व्यापार, मानवी हक्कांना महत्त्व, व्यक्तिस्वातंत्र्याला प्राधान्य, राज्यव्यवस्थेचा राजकीय- सामाजिक रचनेत किमान हस्तक्षेप यांवर भर होता.

येणारे दशक महत्त्वाचे

आंतरराष्ट्रीय संस्थांची रचना अमेरिकेसह भागीदारांचे हितसंबंध राखतानाच या मूल्यांना उचलून धरण्यासाठी केली गेली होती. चीनच्या उदयासोबत राज्यव्यवस्थेला मध्यवर्ती मानणारी रचना बळकट करण्याचे प्रयत्न होऊ शकतात, ज्याला जिनपिंग 'चिनी वैशिष्ट्यांसह समाजवाद' म्हणतात. यात राज्यव्यवस्थेच्या मध्यवर्ती भूमिकेसमोर व्यक्तिस्वातंत्र्य गौण असेल. व्यापार, अर्थकारणावरही

राज्याचं नियंत्रण असेल. माहितीच्या आणि विचारांच्या मुक्त वहनाला मुरड घालणारी व्यवस्था यात असेल. अर्थातच, ती देशहितासाठी, लोकांच्या भल्यासाठी म्हणूनच सांगितली जाईल.

चीन हे एकपक्षीय राजवटीच्या चौकटीच करतो आहे. ते मॉडेल इतरांसाठीही योग्य असल्याचं सांगितलं जाऊ लागलं आहे. हे मॉडेल असो की नियमित निवडणुकांतून राबवलं जाणारं लोकशाहीचं मॉडेल, राज्यव्यवस्थेचं नियंत्रण देशहिताच्या आणि संस्कृतिरक्षणाच्या नावाखाली वाढवत नेण्याचा प्रवाह जगात अनेक ठिकाणी बळकट होतो आहे. यातील घुसळण येणाऱ्या दशकात जागतिक रचनेला आकार देऊ लागेल.

चुका दुरुस्त व्हाव्यात

चीन-रशियासारख्या उदारमतवाद्यांच्या मते, असहिष्णू आणि एकाधिकारशाहीची उदाहरणं असलेल्या देशांपलीकडे लोकशाही-देशांतच अंतर्गत आव्हानंही तयार झाली आहेत. त्याच्याकडे दुर्लक्ष करून ही स्पर्धा करणं लोकशाहीवाद्यांसाठी कठीण असेल. निरनिराळ्या देशांतील परंपरावाद्यांनी व्यापलेली 'स्पेस' हे उदारमतवादासमोरचं एक मोठं आव्हान आहे.

उदारमतवादी लोकशाही देशांतच संपूर्ण जगासाठी एकसारखी व्यवस्था, मूल्यं यांपेक्षा आपापल्या देशानुसार परंपरांचा अभिमान दाखवणारी मूल्यव्यवस्था अधिक महत्त्वाची असल्याचं ठसवलं जातं. जागतिकीकरणातून आलेली विषमता या प्रकारच्या 'नॅरेटिव्ह'ला स्वीकारण्याची शक्यता अधिक; याचं कारण, ते पसरवणारे कुणाला तरी शत्रू ठरवून देशातील साऱ्या प्रश्नांचं खापर फोडायचा प्रयत्न करतात. जसं अमेरिकेत डोनाल्ड ट्रम्प यांच्या काळात 'बाहेरून आलेले आणि अमेरिकेच्या नोकऱ्या पळवणारे', असा एक शत्रू शोधून काढला गेला.

उघड वंशवादी भूमिकाही मग लोकप्रिय ठरायला लागल्या. उदारमतवादाची राजधानी असलेल्या या देशात कृष्णवर्णीयांवरचे हल्ले आणि त्यांचं समर्थन करणं सामान्य बनायला लागलं. याच्या बुडाशी जागतिकीकरणातून भांडवल, श्रम, कौशल्याचं सहज वहन होण्यातून अमेरिकेतील नोकऱ्यांवर परिणाम होत होता हे कारण होतंच. याच जागतिकीकरणाचं नेतृत्व करताना अमेरिका महासत्ता झाली आणि अमेरिकेत समृद्धी आली, हेही खरंच आहे; जसं ते ब्रेक्झिटचा धक्का

पचवणाऱ्या ब्रिटनमध्येही खरंच आहे. यातून अस्वस्थ असलेल्या समाजाला सहजपणे भडकवता येतं. असा समाज भडकवून सत्तास्थाने मिळवता येतात आणि लोकशाहीतील निवडणुकीच्या मार्गांनंच सहिष्णुतेला चूड लावणारी व्यवस्था आणण्याकडे वाटचाल करता येते. तुर्कस्तानात रेसेप एर्दोगान (Recep Tayyip Erdogan), हंगेरीत व्हिक्टर ओर्बन (Viktor Orban), फिलिपिन्समध्ये रॉड्रिगो डिटेर (Rodrigo Duterte) किंवा ब्राझीलमध्ये जेर बोल्सनारो यांसारख्या नेत्यांचा उदय आणि त्यांची जनमानसावरची पकड लोकशाही राबवण्यात आलेल्या कमतरतांकडे निर्देश करणारी आहे. म्हणजेच मूल्यं उदात्त आहेत म्हणून पाळली जातातच असं नाही, त्यासाठी सतत आग्रह धरावा लागतो.

बायडन यांनी पहिल्या परराष्ट्र धोरणविषयक भाषणात जगातील लोकशाही आणि एकाधिकारशाही यांच्यातील टोकाचा संघर्षबिंदू आल्याचं जाहीर केलं होतं. यात लोकशाही मानणाऱ्या सर्वांनी चीनसोबत दीर्घकालीन व्यूहात्मक स्पर्धेसाठी एकत्र यायचं आवाहनही केलं होतं. 'ही लोकशाही व एकाधिकारशाही यांच्यातील उपयुक्ततेची लढाई आहे आणि लोकशाहीच उपयुक्त आहे हे सिद्ध करावं लागेल', असंही ते सांगत होते.

ते सांगतात त्यात तथ्य आहे; पण ते केवळ चिनी मॉडेल की अमेरिकी, इतकाच स्पर्धेचा मामला नाही. नव-उदार धोरणांनी आणलेली विषमता आणि लोकशाहीतलं उत्तरदायित्व केवळ तांत्रिकदृष्ट्या निभावणाऱ्या व्यवस्था यांतून सुरू झालेला भ्रमनिरास हा मुद्दा आहे.

जगभर कणखरतेचं चिलखत पांघरून येत असलेलं स्ट्राँगमन नेतृत्वाचं पीक हा याच प्रक्रियेचा भाग आहे. लोकशाही देशांतच मोठ्या संख्येने लोकांचा व्यवस्थांवरचा विश्वास उडत चालला असेल; अकार्यक्षमता, गैरव्यवहार यांनी या ग्रासल्या असतील तर व्यवस्था राबवण्यात काही तरी गंभीर असं चुकलं आहे.

लोकशाहीसाठीच्या जागतिक परिषदा आणि त्यांत लोकशाही मूल्यांचा उच्चरवात जागर करण्याने या चुका संपत नाहीत. त्या दुरुस्त केल्या तर चीन-रशिया किंवा लोकशाही-मॉडेलला आव्हान देऊ पाहणाऱ्या कोणत्याही व्यवस्थेचं आव्हान मानायचं कारण उरणार नाही.

(सप्तरंग, ९ जानेवारी २०२२)

■

'महाशक्ती' उदार जाहली कशासाठी?

'भारताने रशियाकडून 'एस – ४००' क्षेपणास्त्रप्रणाली खरेदी केली, तरी भारतावर आर्थिक निर्बंध लादणार नाही,' अशी कायदेशीर तरतूद अमेरिका करते. त्याच अमेरिकेने १९७०च्या दशकात चीनला चुचकारलं आणि बांगलादेश युद्धात भारताला विरोध केला. आंतरराष्ट्रीय संबंधांत चिरस्थायी असं काही नसतं, याचंच हे निदर्शक आहे. बदलत्या भूमिकेत भान असलं पाहिजे, ते चिनी आव्हानाचं!

आंतरराष्ट्रीय संबंधांत कायमचं - चिरस्थायी - असं काही नसतं. चीनबरोबरचं युद्ध संपता संपता भारताला लष्करी सामग्रीची मदत करू पाहणारी १९६०च्या दशकातील अमेरिका ही १९७०च्या दशकात सोव्हिएत संघाच्या विरोधातील शीतयुद्धात चीनला जवळ करू पाहत होती. बांगलादेशाच्या युद्धात भारत स्पष्टपणे विजयी होत असताना आपलं सातवं आरमार हिंद महासागरात धाडत होती. तीच अमेरिका आता, 'भारताने रशियाकडून 'एस-४००' क्षेपणास्त्र प्रणाली घेतली तरी भारतावर आर्थिक निर्बंध लादणार नाही,' अशी कायदेशीर तरतूद करते आहे.

जे निर्बंध नाटो सदस्य असूनही तुर्कस्तानला चुकले नाहीत, चीनवर लादले गेले, त्यातून भारताची सुटका अमेरिकेतील उभयपक्षी नेत्यांनी प्रचंड बहुमताने करावी, हे अणुकरारानंतरचं – भारत-अमेरिका यांचे संबंध दृढ होत असल्याचं – सर्वांत लखलखतं उदाहरण आहे. अर्थात, अमेरिका भारताच्या विरोधात भूमिका घेत

होती तेव्हाही आणि आताही भारताच्या बाजूने काही करते तेव्हा ती स्वतःच्या दीर्घकालीन हिताचाच विचार करते, यात शंका नाही. उभय देशांसमोर निरनिराळ्या संदर्भांत आणि वेगवेगळ्या कारणांनी सर्वांत मोठं आव्हान उभं ठाकलं आहे ते चीनचं. याचं भान या जवळ येण्यामागे आहे.

भारत आणि अमेरिका हे जगातले प्रमुख लोकशाही-देश आहेत. एक सर्वांत जुना लोकशाही देश, एक सर्वांत मोठा. स्वाभाविकच, या दोन देशांत अधिक निकटचे संबंध असायला हवेत. मात्र, दोन्ही देशांतील संबंधांचा इतिहास सांगतो की, निकट येता येता हे देश – म्हणजे त्या त्या काळात त्यांचं धोरण ठरवणारे नेते – थबकतात. याचं सर्वांत प्रमुख कारण असेल ते एकमेकांवरच्या विश्वासाचा अभाव. अमेरिकेला स्वातंत्र्याबरोबरच भारतासारखा साथीदार दक्षिण आशियात मिळाला असता तर अमेरिकी वर्चस्ववादाच्या चौकटीत ते हवंच होतं, जे भारताला मान्य नव्हतं. 'पुढारलेल्या देशांच्या मागं फरफटत जायचं नाही,' या सूत्राभोवती पंडित नेहरूंचं धोरण गुंफलेलं होतं. चीनच्या धोक्याविषयीचं त्यांचं आकलन चुकलं, तेही याच वैचारिक चौकटीतून. शीतयुद्धात अमेरिकेने पाकिस्तानला जवळ केलं. अमेरिकी धोरणकर्त्यांनी, 'भारत हा पाकिस्तानला वेठीला धरू शकतो' या काल्पनिक भीतीच्या छायेखाली पाकिस्तानला वाटेल त्या सवलती दिल्या. आणि, जमेल तिथं भारताची कोंडी करायचाही प्रयत्न केला. या वाटचालीचा परिपाक म्हणून भारत अधिकृतरीत्या अलिप्ततावादी असला तरी प्रत्यक्षात सोव्हिएत संघाकडे झुकलेला राहिला. नेहरू-केनेडी यांच्या काळात दोन देश जवळ येता येता थबकले. त्यानंतर ही दरी प्रचंड रुंदावली ती इंदिरा गांधी आणि रिचर्ड निक्सन यांच्या काळात. एका बाजूला शीतयुद्धातील रणनीतीत चीनला आपल्या बाजूला – किमान विरोधात जाऊ नये – अशा रीतीने हाताळण्याचा प्रयत्न निक्सन-हेन्री किसिंजर ही जोडगोळी करत होती. तो प्रयत्न त्यांनी यशस्वी केला आणि शीतयुद्धात सोव्हिएतवर मात करणारं एक हत्यार अमेरिकेच्या हाती गवसलं. याच काळात अमेरिकेचं नेतृत्व भारताचा जवळपास द्वेष करत होतं. उदारीकरणाच्या प्रक्रियेनंतर हे कंगोरे घासले जाऊ लागले. शीतयुद्ध संपल्याची पार्श्वभूमीही त्याला होतीच. तेव्हा अमेरिकी आणि पाश्चात्त्य भांडवलाला भारतीय बाजारपेठा खुणावू लागल्या होत्या. या वाटचालीत दोन्ही देशांतला सहकार्याचा सर्वोच्च बिंदू साकारला गेला तो अणुकराराच्या निमित्तानं. मनमोहन सिंग आणि जॉर्ज बुश यांनी

साकारलेला हा करार पुढे सातत्याने अधिक दृढ होत गेलेल्या द्विपक्षीय संबंधांची पायाभरणी करणारा होता.

भारताने अण्वस्त्रसज्ज व्हावं, हे अमेरिकेला अजिबातच मान्य नव्हतं. मात्र, भारताने अटलबिहारी वाजपेयी यांच्या राजवटीत अणुचाचण्या करून, कुणाला मान्य असो की नसो, 'आपण अणुतंत्रज्ञानात वाकबगार झालो आहोत,' हे जगाला दाखवून दिलं. त्याचबरोबर 'हे तंत्रज्ञान विध्वंसासाठी किंवा त्याचा प्रसार करण्यासाठी आम्ही वापरत नाही,' ही पोक्त भूमिकाही निभावली, जिचा विचार करणं अमेरिकेला भाग पडलं.

कारण, तोवर चीन हा अमेरिकेसमोर उभा राहू लागला होता. अमेरिकेच्या आशियाविषयक धोरणात आता चीन स्पर्धक बनत होता तेव्हा चीनशी स्पर्धा- संघर्ष हा भारत-अमेरिका जवळ येण्यातला समान धागा बनू लागला. अणुचाचण्यांनंतर अमेरिकेने लागू केलेले निर्बंध उठवले गेले. एवढंच नव्हे तर, अणुइंधनासाठीचा मार्गही मोकळा करणारं पाऊल टाकलं गेलं. त्याचा अर्थ केवळ अणुतंत्रज्ञानापुरता नव्हता. उद्योगापासून ते संरक्षणापर्यंत एका व्यापक पटावरची जवळीक साकारली जात होती. या जवळिकीला मैत्री म्हणावं की नाही, हे लगेचच पुरतं स्पष्ट होण्याची शक्यता नाही. याचं कारण, अनेक बाबतींत उभय देशांच्या भूमिका निरनिराळ्या आहेत. त्या तशा ठेवून उभयपक्षी सहकार्याचा विस्तार करणं हाच मार्ग असल्याचं एव्हाना दोन्ही देशांच्या धुरीणांनी समजून घेतलं आहे. हा प्रवास असाच सुरू राहिला तर या शतकातील आकार देणारं वळण उभयपक्षी सहकार्यातून साकारू शकतं. 'यू २ आय २' असेल, 'आयपीसीएफ' असेल किंवा अमेरिकेच्या काँग्रेसने 'कॅट्सा' (काउंटरिंग अमेरिकन ॲडव्हर्सरीज् थ्रू सँक्शन्स ॲक्ट) या अमेरिकी आर्थिक निर्बंध आणणाऱ्या ताज्या कायद्यातून भारताला दिलेली सवलत असेल, दिशा हीच दिसते आहे. अणुकराराने दोन देशांतील संबंधांचे 'आयाम' बदलले. त्याच धर्तीवरची घडामोड म्हणून 'कॅट्सा' कायद्यातून भारताला सूट देण्याकडे पाहिलं जातं आहे. याचं कारणच, एकमेकांना समजून घेण्याची प्रक्रिया दोन देशांत गतिमान होते आहे. आत मुद्दा अमेरिकेच्या किती जवळ जाणं भारताच्या लाभाचं इतकाच आहे. ज्यावर आपल्याकडचे मतभेद स्वातंत्र्यापासूनचे आहेत, तसंच जागतिक पातळीवर अमेरिकी आघाडीचा घटक न बनताही भारताला किती सवलती द्याव्यात, यावरचा अमेरिकी पेचही कायम आहे.

विश्वासाचा हा अभाव 'उभय देशांना एकमेकांशिवाय राहता येत नाही, एकमेकांचं होता येत नाही', अशा वर्तुळात फिरवत राहतो.

महत्त्वाचे वळण...

अमेरिकेच्या काँग्रेसने भारताला 'कॅट्सा'च्या काचातून वगळण्याचा कायदा मंजूर केला, हे उभय देशांतील संबंधांत एक महत्त्वाचं वळण आहे. हा कायदा अमेरिकेने, आपल्या देशाचे हितसंबंध जिथं दुखावले जातील तिथं संबंधित देशांवर कठोर निर्बंध लादण्यासाठी आणला आहे. रशिया, इराण आणि उत्तर कोरियाकडून शस्त्रसामग्री घेण्यावर निर्बंध आणणं, हा या कायद्यामागचा मूळ उद्देश. यातील उत्तर कोरिया किंवा इराण हे फार काही शस्त्रास्त्रं निर्यात करण्याची शक्यता नाही. मुद्दा उरतो रशियाचा. रशिया शस्त्रास्त्रांच्या उत्पादनात, त्यासाठीच्या तंत्रज्ञानात आजही जागतिक शक्ती आहे. अमेरिकेच्या तोडीस तोड अशी कामगिरी रशिया या क्षेत्रात करतो आहे. भारतासाठी पेच आहे तो रशियाकडून भारत परंपरेने मोठ्या प्रमाणात शस्त्रास्त्रखरेदी करतो; पण मग अमेरिकेच्या निर्बंधांचं पालन करायचं तर हे सारंच थांबवावं लागेल, जे परवडणारं नाही. खासकरून, रशियाने भारताला अत्याधुनिक अशी 'एस-४००' ही क्षेपणास्त्रविरोधी प्रणाली दिली आहे. त्या क्षेपणास्त्रांमधलं एक प्रत्यक्ष भारतात दाखल झालं आहे. आणखी चार येण्याची शक्यता आहे. जमिनीवरून आकाशात मारा करणारं हे अस्त्र अत्यंत प्रभावी आहे. त्याची अचूकता आणि सहजगत्या जागा बदलत मारा करण्याची क्षमता यांमुळे संरक्षणसज्जतेत त्याचं लक्षणीय महत्त्व आहे. भारताने ही प्रणाली रशियाकडून घेण्याच्या मुद्द्यावर भारताला सवलत देणे हे अमेरिकेसाठी स्वतःच स्वतःची लक्ष्मणरेषा ओलांडण्यासारखं आहे. ही प्रणाली चीनने आपल्याआधीच घेतली आहे. तुर्कस्ताननेही घेतली आहे. तुर्कस्तान नाटो संघटनेचा सदस्य असूनही अमेरिकेने या देशावर 'कॅट्सा'चा अवलंब करून निर्बंध आणले होते. चीनवरही ही प्रणाली, तसंच रशियन बनावटीची 'एसयू-३५' ही लढाऊ विमाने घेतल्याबद्दल निर्बंध आणले होते.

या पार्श्वभूमीवर अमेरिका भारताला सवलत देईल का, याला महत्त्व होतं. 'एस-४००' खरेदीतून माघार नाही,' ही भूमिका भारताकडून वेळोवेळी स्पष्ट केली गेलीच होती. ही कोंडी फुटण्याची सुरुवात झाली आहे ती, अमेरिकी काँग्रेसने

भारतापुरती सवलत देणारा बदल कायद्यात केल्याने. त्याला आता तिथल्या सिनेटची मान्यता घ्यावी लागेल, तसंच अमेरिकेच्या अध्यक्षांच्या संमतीने ही सवलत प्रत्यक्षात येईल.

मात्र, काँग्रेसने ३३० विरुद्ध ९९ अशा मतफरकाने दिलेली मंजुरी पाहता सिनेटची आणि अध्यक्षांची मान्यता या औपचारिकता उरल्या असल्याचं मानलं जातं. खासकरून, अमेरिकेचे अध्यक्ष जो बायडन ज्या प्रकारे 'लोकशाही देश विरुद्ध एकाधिकारशाही देश' अशी मांडणी सतत करत असतात, त्यात भारताशी जुळवून घेणं स्वाभाविक ठरतं.

व्यापारविषयक गरजा

हे निर्बंध लादणारा कायदा रशिया, इराण आणि उत्तर कोरिया यांना शह देण्यासाठी अमेरिकेने केला. तो केला तेव्हा तिथं डोनाल्ड ट्रम्प अध्यक्ष होते आणि त्यांना या प्रकारचा कायदा मान्य नव्हता. त्यामुळे अध्यक्षांचे आंतरराष्ट्रीय व्यवहारातील देवाण-घेवाणीचे अधिकार मर्यादित होत असल्याची त्यांची तक्रार होती. मात्र, हा कायदा आला तेव्हा रशियाच्या विरोधातील वातावरण तापलेलं होतं. रशियाने क्रिमियाचा घास घेतल्याची पार्श्वभूमी त्याला होती; तसंच ट्रम्प विजयी झाले त्या अध्यक्षीय निवडणुकीत रशियाने हस्तक्षेप केल्याचं सांगितलं जात होतं, यातून हा कायदा झाला. त्यानुसार बंदी असलेल्या तीन देशांशी व लक्षणीय लष्करी सामग्री खरेदी करणाऱ्या देशांशी अमेरिकी कंपन्यांना व्यवसाय करण्यास बंदी असेल, तसंच अमेरिकी बँक आणि चलनातील व्यवहारही या बंदीत आणले जातील. 'कॅट्सा'नुसारचे निर्बंध लागू झाले असते तर भारताला रशियाबरोबरच्या शस्त्रास्त्रखरेदीची रक्कम डॉलरमध्ये देता आली नसती आणि जगभरातील लष्करी सामग्रीची खरेदी डॉलरमध्येच होते. शिवाय, भारताला कोणतीही अमेरिकी शस्त्रास्त्रं, तंत्रज्ञान घेण्यावर निर्बंध आले असते. भारताने २०१८मध्ये रशियाकडून 'एस-४००' ही प्रणाली घेण्याचा करार केला तेव्हापासून या प्रकारच्या निर्बंधांची टांगती तलवार होती. भारतासाठी रशियाकडून 'एस-४००' घेण्याचं थांबवणं हे जवळपास अशक्य होतं. दुसरीकडे, अमेरिकेसह पाश्चात्त्य-भारत यांची जवळीक वाढते आहे, या पेचातून मार्ग काढताना भारताचं रशियन शस्त्रास्त्रांवरचं पारंपरिक अवलंबन आणि रशियाशी दीर्घकालीन दोस्तान लक्षात घेऊन अमेरिकेने भारताच्या

रशियन शस्त्रास्त्रखरेदीकडे दुर्लक्ष करावं, अशी भूमिका घेतली जात होती. अमेरिकेसाठी भारतावर निर्बंध आणायचे की दीर्घकालीन रणनीतीचा भाग म्हणून सवलत द्यायची, यात जसा वाढत्या व्यूहात्मक संबंधांचा भाग आहे तसाच तो हळूहळू का असेना भारताच्या संरक्षणसामग्रीत अमेरिकी शस्त्रास्त्रांचा आणि उपकरणांचा वापर वाढतो आहे, या घटकाचाही वाटा आहे. अमेरिकेला अंतिमतः भारत हा आशियातील व्यूहात्मक साथीदार म्हणून जसा हवा आहे, तसाच तो - भारताची शस्त्रखरेदी पाहता - एक प्रचंड क्षमता असलेला ग्राहक म्हणूनही हवा आहे. भारताने मागच्या दशकभरात २० अब्ज डॉलरची अमेरिकी शस्त्रास्त्रांची आणि उपकरणांची आयात केली आहे. टोकाचं पाऊल उचलून भारताला पुन्हा एकदा रशियावर आधुनिक शस्त्रास्त्रांसाठी पूर्णतः अवलंबून राहणारा देश बनवणं अमेरिकेच्या हिताचं नाही. इतिहासात यासाठीचा एक धडा अमेरिकेने घेतला आहे. चीन युद्धाच्या अखेरच्या दिवसांतच नेहरूंनी अमेरिकेकडे लष्करी सहकार्याची मागणी केली होती तेव्हा अमेरिकेचे तत्कालीन अध्यक्ष जॉन एफ. केनेडी यासाठी सकारात्मकही होते. अमेरिकेचं एक पथक मदत कशी करता येईल यासाठी येऊनही गेलं होतं. मात्र, याविषयीचा निर्णय प्रत्यक्षात येईतोवर केनेडी यांचा खून झाला. पुढे या वाटाघाटी अंतिम टप्प्यात येत असताना नेहरूंचं निधन झालं. लालबहादूर शास्त्री यांच्या काळातही यासाठी वाटाघाटी सुरू होत्या. मात्र, अमेरिकेतील वेळखाऊ प्रक्रियेच्या तुलनेत शास्त्री यांना तत्कालीन सोव्हिएत संघाने मिग विमानांसह हवं ते सारं देऊ केलं आणि त्यानंतर अनेक दशकं भारत हा सोव्हिएत संघाचा लष्करी सामग्रीसाठीचा मोठा ग्राहक बनला. इंदिरा गांधी यांच्या काळात रशियाबरोबरचे भारताचे संबंध आणखी दृढ झाले आणि निक्सन यांच्या कार्यपद्धतीचा परिणाम म्हणून अमेरिकेशी दुरावत गेले. अमेरिकेला भारताचं हे रशियावरचं अवलंबन संपावं असं आताही वाटतं. हे कायद्यातील दुरुस्तीसाठीच्या प्रस्तावातच म्हटलेलं आहे. ते होत असताना अर्थातच भारताने अशा खरेदीत अमेरिकेचा विचार करावा, ही अपेक्षा असेल. यापूर्वीच उभय देशांत आयसीईटी नावाचा करार झाला आहे. यात अत्यंत आधुनिक आणि अजूनही विकसित होत असलेल्या तंत्रज्ञानासाठी भारत-अमेरिकेने सहकार्य करावं, असं ठरलं आहे. आर्टिफिशियल इंटेलिजन्स, क्वांटम कॉम्प्युटिंग, बायोटेक आदी विषयांत हे सहकार्य अपेक्षित आहे. अर्थातच, हे तंत्रज्ञान अमेरिका विकसित करेल आणि

भारताने ते विकत घ्यावं अशीच यातील अपेक्षा. तेव्हा, अमेरिका निर्बंध आणण्याची शक्यता मावळते आहे. यात आपल्या मुत्सद्देगिरीचं कौतुक वगैरे ठीकच असलं तरी त्यात अमेरिकेचे बदलते प्राधान्यक्रम आणि त्यांच्या व्यापारविषयक गरजांचाही समावेश आहे, हे समजून घेतलं पाहिजे.

व्यूहात्मक स्वायत्तता महत्त्वाची

चीनच्या आर्थिक उदयानंतर हा देश अमेरिकेच्या वर्चस्वाला सर्व क्षेत्रांत आव्हान देऊ पाहतो आहे. अमेरिकी नेतृत्वाखालील जागतिक रचनेला चीन धक्के देऊ पाहतो आहे. याच काळात चीन हा भारताच्या सीमेवर कुरापती काढत, आशियात आपण सर्वश्रेष्ठ आहोत, असं सातत्याने सिद्ध करू पाहतो आहे. यातून उभय देशांसमोर चीनचं आव्हान थेट आहे. त्याला भिडताना भारताचे प्रदीर्घ काळचे रशियाशी संबंध लक्षात घेता 'एस-४००' या प्रणालीवरून तुर्कस्तानला आणि भारताला एकाच मापाने तोलणं अमेरिका टाळते आहे. कायद्यातील दुरुस्ती मांडणाऱ्या रोहन तथा रोह खन्ना यांनी चीनच्या आव्हानाचा उल्लेख स्पष्टपणे केला. अमेरिकेला या बदलत्या स्थितीत एका बाजूला भारतासारखा देश इंडो-पॅसिफिक क्षेत्रात व्यूहात्मक साथीदार म्हणून हवा आहे. दुसरीकडे, आर्थिक बाबींतही चीनने उघडलेल्या आघाड्या लक्षात घेता पर्यायी रचना करताना अमेरिकेला भारत आवश्यक वाटतो. भारत-अमेरिका-जपान-ऑस्ट्रेलिया या चार देशांचं 'क्वाड' नावाचं समीकरण अलीकडे मूळ धरू लागलं, याचं कारण यातच सापडेल. त्यासोबतच बायडन यांनी 'इंडो-पॅसिफिक इकॉनॉमिक फोरम'ची संकल्पना अलीकडेच मांडली. या संकल्पनेत भारत सहभागी आहे. पाठोपाठ बायडन यांच्या पश्चिम आशियाच्या ताज्या दौऱ्यात 'आय २ यू २' हे आणखी एक व्यासपीठ सक्रिय झालं आहे, ज्यात भारत-अमेरिका-इस्राईल-संयुक्त अरब अमिरात सहभागी आहेत. यातील इस्रायलला आणि अमिरातीला चीनचा धोका वाटत नाही. मात्र, त्यांच्यासमोरील आव्हानात अमेरिकेची साथ अत्यावश्यक आहे. तसंच युक्रेनयुद्धानंतर समोर आलेल्या स्थितीत पश्चिम आशियातील अन्नसुरक्षेसाठी भारतासारखा देश महत्त्वाची भूमिका बजावू शकतो, यातूनच या व्यासपीठावर अमिरातीची गुंतवणूक, इस्रायलच्या आणि अमेरिकेच्या खासगी कंपन्यांचं तंत्रज्ञान आणि भारतातील शेती यांच्या सहयोगातून अन्नसुरक्षेच्या मुद्द्याला भिडण्याचा प्रयत्न होतो आहे. यात अमिरात २.२ अब्ज डॉलर गुंतवणूक

भारतात करणार आहे. बायडन यांच्या मते, यातून भारतातील शेतीचं उत्पन्न तिपटीने वाढेल. अशा दाव्यांची अतिव्याप्तता बाजूला ठेवली तरी अमेरिका अनेक बाबतींत भारताशी संबंध वाढवते आहे. ते वाढवताना अर्थातच अमेरिकी हितसंबंध प्राधान्याचे आहेत. आर्थिक आणि चीनच्या विरोधातील व्यूहात्मक रचनेत अमेरिका भारताकडून अपेक्षा ठेवत असेल तर युक्रेनच्या युद्धात रशियाचा धिक्कार करणं असो किंवा रशियन शस्त्रास्त्रखरेदी असो, नाक दाबण्याचा पवित्रा शहाणपणाचा नाही, याचं भान 'कॅट्सा'तून वगळण्याच्या निर्णयात दिसतं. निर्बंध लादणं म्हणजे एका मोठ्या व्यापारसंधीची दारं बंद करणं आहे, हेही शस्त्रास्त्रांची निर्मिती आणि व्यापार करणाऱ्या अमेरिकेतील प्रभावी गटाला समजतं. भारत हा रशियाकडून अजूनही सर्वाधिक शस्त्रास्त्रं खरेदी करत असला तरी हे प्रमाण हळूहळू कमी होतं आहे आणि अमेरिकी सामग्रीचं प्रमाण वाढवण्याची संधी त्यात आहे. 'रोमिओ' आणि 'अपाचे' या लढाऊ हेलिकॉप्टर खरेदीतून अमेरिकी शस्त्रास्त्रं भारतात येण्याचं प्रमाणही लक्षणीयरीत्या वाढतं आहे. 'लॉकहीड', 'बोईंग' यांसारख्या कंपन्या भारतातील उद्योगांशी भागीदारी करू लागल्या आहेत. अमेरिकी लष्करी सहकार्यासाठी आवश्यक मानले जाणारे 'लिओमा', 'कॅमकासा' आणि 'बेका' हे तिन्ही करार प्रदीर्घ वाटाघाटीनंतर प्रत्यक्षात आले आहेत.

'कॅट्सा'तून भारताला सवलत देण्याला अशी मोठी पार्श्वभूमी आहे. ती उभयपक्षी एकमेकांची गरज अधोरेखित करते. भारताचं रशियावरचं अवलंबित्व कमी होत जावं, यासाठी अमेरिका दीर्घ प्रतीक्षा करू शकते. मुद्दा ते साधल्यानंतर अमेरिकेच्या जागतिक रचनेतील निर्णयप्रक्रियेचा भाग व्हायचं की व्यूहात्मक स्वायत्ततेचं तत्त्व - जे तत्त्व देशाच्या आंतरराष्ट्रीय संबंधांत मूलभूत मानलं गेलं आहे - त्यावर ठाम राहायचं, हा कधीतरी समोर येईलच असा मुद्दा आहे. व्यूहात्मक स्वायत्तता हे शीतयुद्धातही आपल्या निर्णयस्वातंत्र्यावर बंधने येऊ नयेत यासाठी स्वीकारलेलं मूल्य होतं. कोणत्या तरी टप्प्यावर यातील मर्यादा दोन्ही देशांना ठरवाव्या लागतील, तोवर दोन्हीकडून राजनयातील विजयाच्या आणि व्यूहात्मक उद्दिष्ट साधण्याची पावलं टाकल्याच्या घोषणा होत राहतील. तसंही आंतरराष्ट्रीय संबंधांत, दिसतं त्याहून बरंच काही दिसू नये, असा प्रयत्न असतोच.

(सप्तरंग, ४ जुलै २०२२)

'एससीओ'तील गारठा

'एससीओ' या संघटनेची सुरुवात चीनच्या पुढाकाराने झाली आहे. चीनच्या उद्दिष्टांशी सुसंगत वाटचाल व्हावी, असा प्रयत्न चीन करत राहणार. संघटनेचे मूळ सदस्य हे चिनी भांडवल, तंत्रज्ञान-बाजारपेठा आणि व्यूहात्मक सहकार्यावर अवलंबून आहेत. ही चिनी गुंतवणूक समजून न घेता भारताने तिथं जी काही भूमिका घेतली ती कशी 'गेमचेंजर' वगैरे आहे; हे सांगत राहणं अर्थहीन आहे.

उझबेकिस्तानातील समरकंद या ऐतिहासिक शहरात 'शांघाय सहकार्य संघटने'ची (एससीओ) बैठक झाली. या बैठकीकडे जगाचं लक्ष होतं. त्याला जागतिक घडामोडींची एक पार्श्वभूमी आहे. एक तर ही बैठक कोरोनाचं संकट कमी झाल्यानंतरची पहिलीच, म्हणून संबंधित देशांचे नेते व्यक्तिशः सहभागी होणार असलेली ही बैठक होती. चीनचे अध्यक्ष शि जिनपिंग तर कोरोनानंतर पहिल्यांदाच देशाबाहेर जात होते. मधल्या काळात जगभर प्रभाव टाकणाऱ्या रशिया-युक्रेन युद्धाने अनेक बदल आणले आहेत. सात महिन्यांनंतरही रशिया युद्ध जिंकू शकलेला नाही; उलट, मागं कसं यायचं यावरच विचार करायची वेळ येते आहे. याखेरीज, अमेरिकेच्या सिनेटच्या अध्यक्ष नॅन्सी पॅलोसी यांनी तैवानला भेट दिल्यानंतरचा अमेरिका-चीन यांच्यातला तणाव आणि तैवानच्या भवितव्याविषयी असलेली साशंकता अशा जागतिकदृष्ट्या महत्त्वाच्या घडामोडींची रेलचेलच या बैठकीच्या

आधी होती. जग, खासकरून अमेरिका आणि पाश्चात्त्य जग एका आर्थिक घसरणीच्या अवस्थेकडे जात आहे. मंदी नसली तरी मागणीचं आकुंचन, महागाई यांनी जग बेजार आहे. डॉलरभोवती फिरणाऱ्या जागतिक अर्थव्यवस्थेपासून मुक्ती देणारं पर्यायी मॉडेल काय, यावर निदान विचार तरी सुरू झाला आहे. या पार्श्वभूमीवर भारत, रशिया, चीन अशा जगाच्या व्यवहारांवर लक्षणीय प्रभाव टाकू शकणाऱ्या देशांसह पाकिस्तान आणि काही मध्य आशियाई देशांचा समावेश असलेल्या या परिषदेकडे पाहिलं जात होतं.

'एससीओ' या संघटनेची सुरुवात चीनच्या पुढाकाराने झाली आहे. साहजिकच, चीनच्या उद्दिष्टांशी सुसंगत वाटचाल व्हावी, असा प्रयत्न चीन करत राहणार. या संघटनेत चीनशिवाय रशिया, कझाकस्तान, ताजिकिस्तान आणि किर्गिझस्तान हे पाच मूळ सदस्य होते. यांतील चीन वगळता सारे पूर्वीच्या सोव्हिएत संघाचे भाग आहेत. चीनला या देशांमध्ये संबंध प्रस्थापित करणं, प्रभाव टाकणं यासाठी अशा व्यासपीठाची गरज वाटत होती. त्याचा पुरेपूर वापर चीनने केला. त्याचा परिणाम म्हणून रशियासह बाकी सारे या संघटनेचे मूळ सदस्य कमी-अधिक प्रमाणात चिनी भांडवल, तंत्रज्ञान-बाजारपेठा आणि व्यूहात्मक सहकार्यावर अवलंबून आहेत. ही चिनी गुंतवणूक समजून न घेता भारताने तिथं जी काही भूमिका घेतली ती कशी गेमचेंजर वगैरे आहे, हे सांगत राहणं अर्थहीन आहे.

या संघटनेत भारत आणि पाकिस्तान नंतर सहभागी झाले. रशियाने भारतासाठी आग्रह धरला, तर चीनने पाकिस्तानसाठी. या सहांशिवाय उझबेकिस्तानचीही संघटनेत भर पडली आणि आता आठ पूर्ण सदस्यांची संघटना तयार झाली आहे.

भारतात सर्वाधिक लक्ष पंतप्रधान नरेंद्र मोदी आणि चीनचे अध्यक्ष जिनपिंग यांची बैठक होते का, किमान अनौपचारिक बोलणं तरी होतं का, याकडे होतं. जगाचं लक्ष प्रामुख्याने रशियाचे अध्यक्ष व्लादिमीर पुतिन आणि जिनपिंग यांच्यातील संवादाकडे होतं. बैठकीतून रशिया आणि चीन कधी नव्हे इतके जवळ येताहेत, हे लख्खपणे दिसलं. त्याचबरोबर ते पूर्णतः एकसारखाच विचार करत नाहीत, हेही समोर आलं. या भागीदारीत चीनचा वरचष्मा आहे आणि रशियाचं स्थान तुलनेत दुय्यम राहील, हेही स्पष्ट होतं आहे. रशिया-चीन यांच्यातील जवळीक कसलीही मर्यादा नसलेली आहे, हे कितीही सांगितलं जात असलं तरी

रशियाच्या सुरात सूर मिसळून रशियाबरोबरचा पाश्चात्त्य ताण आपल्या दारात आणायची सध्या तरी चीनची इच्छा नाही, हे स्पष्ट आहे. कोरोनानंतर चीनने कितीही आव आणला तरी हा देश अद्याप चाचपडतो आहे. सारी आर्थिक ताकद, लष्करी सामर्थ्य जमेला धरलं तरी आजघडीला पाश्चात्त्यांना डिवचण्यात अर्थ नाही, हेही चिनी नेतृत्वाला समजतं आहे. यातून एक संतुलन निदान दाखवण्यापुरतं तरी ठेवण्याकडे कल दिसतो. पुतिन यांना सध्या तरी चीनइतका जवळचा साथीदार नाही. चीनचा पाठिंबा ही पुतिन यांची गरज आहे; खासकरून, युक्रेनयुद्धाची वाटचाल ज्या दिशेने चालली आहे ती पाहता, पुतिन यांना अशा मदतीची गरज सर्वाधिक आहे. पुतिन यांनी जाहीरपणे जिनपिंग यांना उद्देशून, 'तुमचे प्रश्न आणि चिंता समजते आहे; त्यावर आम्ही आमची भूमिका स्पष्ट करू,' असं सांगितलं ते रशियाच्या युक्रेनधोरणावर चीन पूर्ण खूश नाही, हे दाखवणारं आहे. दोन्ही देशांचा आणि नेत्यांचा विरोध आहे तो अमेरिकेच्या नेतृत्वातल्या जागतिक रचनेला.

पाश्चात्त्यांबाबत चीन सावध

विरोधाची कारणं निराळी असली तरी पाश्चात्त्यांचा प्रभाव असलेली रचना बदलण्याचा दोघांचा मनोदय समान आहे. 'एससीओ'चा मूळ उद्देशही पाश्चात्त्य प्रभावासमोर युरेशियाबरोबर काही नवं मॉडेल उभं करण्याचा होता. यातून या संघटनेला 'आशियातील नाटो' असंही म्हटलं गेलं. अर्थात, 'नाटो'सारखी लष्करी आघाडीची व्यवस्था 'एससीओ'मध्ये कधीच नव्हती. 'एससीओ'ची सुरुवातच 'पाश्चात्त्य वर्चस्ववादाच्या विरोधातील व्यासपीठ' अशी झाली असली तरी आता तसं स्वरूप राहावं, असं रशिया वगळता कुणालाच वाटत नाही. पाश्चात्त्य भांडवलशाहीतून येणारी गुंतवणूक, तिचे लाभ, जागतिक बाजारपेठेचे लाभ चीनला हवे आहेत; मात्र, पाश्चात्त्यांच्या उदारमतवादी लोकशाहीचं प्रशासकीय मॉडेल मान्य नाही. रशियाच्या पुतिन यांना सोव्हिएतकालीन प्रभावाची स्वप्ने पडतात. पूर्वीच्या सोव्हिएतमधील भाग रशियाच्या प्रभावक्षेत्रातच राहिला पाहिजे यावरच त्याचा भर असतो. भर आणि एकाधिकारवादी भूमिका यांना विरोध करणाऱ्या पाश्चात्त्यांना शह द्यायला त्यांना उभं राहायचं आहे. मात्र, म्हणून अमेरिकेसह पाश्चात्त्य आणि चीन- रशियाभोवती जमणारे देश यांच्यातील विभागणी, इतकी सोपी रचना आकाराला येऊ शकत

नाही. याचं कारण, अनेक देशांचे एकमेकांशी संबंध गुंतागुंतीचे आहेत, याची छाया 'एससीओ'च्या निमित्तानंही पाहायला मिळाली. रशिया-चीन यांनी जाहीरपणे एकमेकांची साथ निभावण्याची भूमिका कायम ठेवली असली तरी एका बाजूला रशियाला पाठिंबा देतानाच दुसरीकडे अमेरिकेने लादलेल्या निर्बंधांचं शक्य तिथं पालन चीन करत आहे, पाश्चात्त्यांना पूर्णतः डिवचायचं टाळतो आहे. याचं कारण, चिनी अर्थकारण हे पाश्चात्त्यांच्या उपभोगक्षमतेवरही आधारलेलं आहे.

युरेशियातील गुंतागुंत

रशियाने युक्रेनलाच युद्धासाठी दोष देणारी भूमिका जाहीर केली तरी चीन शांततेने प्रश्न सोडवायची भूमिका घेतो, यातून रशियाला मदत करायची आहे; मात्र, पाश्चात्त्यांना दुखवायचंही नाही, ही चीनसाठी आवश्यक संतुलनाची भूमिका आहे. ती चीनच्या मध्य आशियातील व्यूहात्मक गुंतवणुकीसाठी आवश्यकही आहे. 'एससीओ'मधील बहुतेक देश मध्य आशियातील सोव्हिएत युनियनचा भाग असलेले देश आहेत. त्यांच्या सीमा रशिया आणि चीन यांच्याशी जोडलेल्या आहेत. रशियाशी चांगले संबंध आणि एकत्रित युरेशियन भवितव्याच्या कल्पनेने ते रशियाशी जोडले गेले होते. मात्र, युक्रेनच्या युद्धानंतर रशियाच्या शेजारी देशांशी वर्तणुकीवर साशंकता तयार झाली आहे आणि या देशांत चीनची गुंतवणूक लक्षणीय आहे. कझाकिस्तान, किर्गिझस्तान, ताजिकिस्तान आणि उझबेकिस्तान या चारही देशांत चीनची लक्षणीय गुंतवणूक आहे. युरेशिया हा तुलनेत दुर्लक्षित भाग जगाच्या पटलावर एक महत्त्वाचा राष्ट्रगट म्हणून समोर येतो आहे. तिथं चीनला आर्थिक आणि व्यूहात्मक वरचष्मा ठेवायचा आहे. चारही देश चीनच्या 'रोड अँड बेल्ट इनिशिएटिव्ह'चे भागीदार आहेत. किर्गिझस्तानच्या परकी कर्जातील ४३ टक्के वाटा चीनचा आहे, तर उझबेकिस्तानच्या जीडीपीच्या तुलनेत १७ टक्के कर्ज चीनने दिलेलं आहे. हे सारे देश रशियाच्या युक्रेनवरील पवित्र्यावर अस्वस्थ आहेत. तेव्हा, रशियाला पाठिंबा देताना या देशांची चिंता चीन दुर्लक्षित करू शकत नाही. 'एससीओ' व त्या दरम्यान जिनपिंग आणि या देशांच्या प्रमुखांमध्ये झालेल्या बैठकांतून ही गुंतागुंत अधोरेखित झाली आहे. या वेळच्या परिषदेतून 'एससीओ'च्या व्यासपीठाद्वारे रशिया आणि चीन यांच्या एकत्रित

प्रभावाखालचं क्षेत्र असं युरेशियाचं स्वरूप बनवण्याच्या मार्गातील अडथळे आणि विसंगती समोर आल्या आहेत. अर्थातच, त्याला निमित्त रशियाच्या युक्रेनमधील हल्ल्याने पुरवलं आहे. आता रशियाचा कोणताच शेजारी अगदी निश्चिंत राहू शकत नाही. आणि, कुणाला पाश्चात्त्यांपासून तुटून राहायचीही इच्छा नाही.

कदाचित युरेशिया आणि प्रामुख्याने मध्य आशियातील देशांशी संबंधांत यातूनच भारताला संधी असू शकते. चिनी कर्जसापळ्याची चिंता सार्वत्रिक आहे, तसंच पाकिस्तान-अफगाणिस्तानमधील मूलतत्त्ववाद्यांचा उच्छाद, तुर्कस्तानसारख्या शेजारी देशाची कट्टरतेकडे सुरू असलेली वाटचाल, हे सारं मध्य आशियाई देशांसाठी चिंतेचं असू शकतं. याचं कारण, हे देश इस्लामी असले तरी ते कट्टरतेकडे जाणारे नाहीत. त्यांना कट्टरतावाद आणि त्यातून येणारा दहशतवाद आपल्या दारात नको आहे. यात या देशांना भारत अधिक जवळचा वाटू शकतो. साडेतीन अब्ज लोकसंख्या आणि सुमारे २५ टक्के जागतिक जीडीपीतील वाटा असलेल्या युरेशियाकडे लक्ष पुरवणं, तसंच हा गट पाश्चात्त्यांशिवाय असू शकतो; मात्र, पाश्चात्त्यांच्या विरोधातला नाही, याची दक्षता घेणं भारतासाठी गरजेचं बनतं.

ज्या बहुध्रुवीय जगाची कल्पना मागचा बराच काळ मांडली जाते आहे तीमधला हा गुंता आहे. ही कल्पना मांडणाऱ्या बहुतेक देशांना आपलं प्रभावक्षेत्र वाढवायचं आहे. मात्र, ज्यांच्यावर ते वाढवायचं त्यांना अनेक पर्याय उपलब्ध आहेत. म्हणजे, नेपाळसारखा देश एकाच वेळी भारत-चीनकडून भरघोस साह्य घेतो, तसंच या क्षेत्रातून बाहेर राहणं व्यूहात्मकदृष्ट्या परवडणारं नाही हे लक्षात आलेल्या अमेरिकेची मदतही घेतो. यातून एक विचित्र संघर्ष एका बाजूला आणि दुसरीकडे एक अनिवार्य संतुलनही साधलं जातं आहे. बहुध्रुवीय म्हणजे निरनिराळ्या जागतिक आणि प्रादेशिक ताकदींचा एकाच वेळी प्रभाव आणि त्यातून लाभ घेणाऱ्यांची रचना, अशी एक शक्यता यातून पुढे येते आहे.

ताणांचे व्यवस्थापन हेच आव्हान

चीन आणि पाकिस्तानशी भारताचे ताणलेले संबंध लक्षात घेता या तिन्ही देशांचे प्रमुख नेते समरकंदमध्ये एकत्र होते. मोदी यांनी तिथं जाण्यापूर्वी चीनशी लडाखलगत सीमेवर सुरू असलेल्या तणावात काही ठोस घडणं गरजेचं होतं. चीनने गलवानमध्ये भारतीय प्रदेशात घुसखोरी केली होती, हे एव्हाना स्पष्ट झालंच

आहे. घुसखोरीच्या आधीच्या स्थितीत उभय बाजूंनी सैन्य मागं नेलं जाणं हा यातील सन्माननीय तोडगा असू शकतो. 'एससीओ' परिषदेला जाण्यापूर्वी 'गस्तबिंदू पीपी १५' या ठिकाणापासून चीनने मागं जाण्यास वाटाघाटीत मान्यता दिली. असं काही ठोस घडल्याखेरीज चिनी अध्यक्ष असलेल्या मंचावर जाणं सोपं नव्हतं. साहजिकच, गलवानच्या संघर्षानंतरची ही अखेरच्या भागातील सैन्यमाघार उपयोगाची होती. आधीही डोकलाममधील ७३ दिवसांचा तणावही मोदी यांच्या चीन दौऱ्याआधी संपवण्यात आला होता. वरवर पाहता लडाखमधील ताजी घडामोड सरशीचं द्योतक मानली जाईलही ; मात्र, तपशिलात गेल्यानंतर तीमधल्या उणिवा समोर येतात, ज्यावर बोलायची सध्या तरी राज्यकर्त्यांची इच्छा दिसत नाही. गलवानमधील चिनी घुसखोरीनंतर चार वेळा सैन्यमाघारीची तडजोड झाली. यातील बहुतेक ठिकाणी चीनने सैन्य मागं घेताना आपल्याला अनुकूल स्थिती मात्र तयार करून ठेवली. म्हणजे, या संघर्षानंतर पहिल्यांदाच 'बफर-झोन' नावाचं प्रकरण लडाखच्या सीमेवर तयार होतं आहे, जे भारताच्या लष्कराला गलवानच्या संघर्षापर्यंत गस्त घालणं शक्य होतं, त्या भागात गस्तीला बंदी करणारं आहे, हे अनेक तज्ज्ञांनी दाखवून दिलं आहे. ज्या भागात बफर-झोन तयार झाले, तो भाग उभय बाजूंनी दावा केला जाणारा आहे, हे खरं आहे. मात्र, तो अधिकृतपणे भारताचा भाग आहे, असा आपला दावा आहे. आपण चीनबरोबरची जी सीमा मानतो, त्यात तडजोडीला नकार दिल्याने तर १९६२चं युद्धही झालं होतं. बफर-झोन झालेल्या भागात पूर्वी भारतीय सैन्य गस्त घालू शकत होतं. आत गलवान, पँगाँग, गोग्रा आणि हॉटस्प्रिंग या चारही ठिकाणी अशी पूर्वीसारखी गस्त घालण्यावर निर्बंध येणार आहेत. म्हणजेच, चिनी सैन्य मागं गेलं, एवढ्यावर समाधान मानावं लागत आहे. देप्सांगमध्येही असंच घडतं आहे, तरीही परराष्ट्र खात्याच्या आकलनानुसार, पीपी १५ वरच्या तडजोडीने सीमेवरचा एक प्रश्न कमी झाला.

या पार्श्वभूमीवर मोदी आणि जिनपिंग यांच्यात चर्चा होते का, याकडे लक्ष होतं. मात्र, 'एससीओ' परिषदेत दोघांत चर्चा नाहीच; अगदी औपचारिक हस्तांदोलनही झालं नसल्याचं सांगितलं जातं. याचाच अर्थ, उभय देशांतील संबंधांत ताण कायम आहे. या दौऱ्यात मोदी यांनी 'एससीओ'मधील देशांतील दळणवळणाचा मुद्दा पुढे आणला. मुक्त दळणवळण या सर्व भागाच्या हिताचं आहे, यात शंकाच नाही. मात्र, हे साकारताना संघटनेतील भारत, पाकिस्तान आणि

चीन यांच्यामधील ताणाचं आणि अविश्वासाचं काय हा मुद्दा उरतोच. या दौऱ्यात मोदी यांनी 'ही युद्धाची वेळ नाही,' हा सुविचार रशियाला ऐकवला. त्याचं बरंच कौतुक पाश्चात्त्यांकडून झालं, ते स्वाभाविक आहे. युक्रेनच्या युद्धापासून भारत एका बाजूला रशियाशी जुने नातं, दुसरीकडे रशियाच्या आक्रमणामुळे युक्रेनच्या सार्वभौमत्वावर होत असलेल्या आघाताला विरोध, असं किमान बोलण्यातलं संतुलन ठेवू पाहतो आहे. मोदी यांनी 'युद्धाची वेळ नाही' असं सांगणं असो की, चीनने आपली चिंता पुतिन यांना कळवणं असो, हा जगाच्या राजकारणात घ्यायच्या भूमिकांचा भाग आहे. शीतयुद्धानंतर साकारलेल्या कोणत्याही एका देशाकडे किंवा गटाकडे पुरतं झुकण्याचे दिवस संपल्याची ग्वाही देणाऱ्या या भूमिका आहेत. युक्रेनने खारकिव्हमध्ये रशियन सैन्याला हरवल्याची ताजी पार्श्वभूमीही या भूमिकेला होती. पुतिन यांनी दोन्ही मित्रदेशांचं म्हणणं ऐकताना, आपण करायचं तेच करू, हे लगेचच दाखवूनही दिलं. अगदी अण्वस्त्र वापराच्या इशाऱ्यापर्यंत रशियाची मजल जाणं, हे भविष्यात वाढून ठेवलेल्या ताणाकडे लक्ष वेधणारं आहे.

या परिषदेने जागतिक व्यवहारातील गुंतागुंतीची जाणीव करून दिली आहे. भारताला अमेरिकेचं सहकार्य हवं आहे आणि त्यासाठी 'क्वाड'सारख्या व्यासपीठाचा वापर इंडो-पॅसिफिक भागात करायचा आहे. चीनला 'क्वाड' हे खुपणारं प्रकरण आहे. 'नाटो'चा आशियाई अवतार' म्हणून चीन 'क्वाड'कडे पाहतो. चिनी कल्पनेतील आशियाई शतकात चीनचा वरचष्मा हा देश गृहीत धरतो, जे भारताला किंवा अमेरिकादि पाश्चात्त्यांना मान्य होण्यासारखं नाही. भारत, चीन या दोन्ही देशांना मध्य आशियातील देशांशी व्यापार आणि व्यूहात्मक जवळिकीत रस आहे, रशियाला दोघांनाही सांभाळायचं आहे. अमेरिकेला भारत 'क्वाड'मध्ये हवा असला तरी पाकिस्तानला लष्करी सज्जतेसाठी मदत करताना त्यात भारताच्या चिंतेची दखल घ्यावीशी वाटत नाही. अलिप्ततावादाकडून सर्वांशी जवळिकीकडे - नॉनअलाइनमेंट टू ऑल अलाइनमेंट - अशी मांडणी भारताच्या संदर्भात केली जात असली तरी तीत किती ताण आहेत, याचं दर्शन या घडामोडी दर्शवतात. त्या ताणांचं व्यवस्थापन हेच पुढचं आव्हान. जगातील नेते एकत्र येतात ; मात्र, संबंधात मोकळेपणा नाही, असा थिजलेला काळ हे जागतिक रचना बदलत असतानाचं लक्षण आहे. 'एससीओ'तील गारठा तेच दाखवतो.

(सप्तरंग, २५ सप्टेंबर २०२२)

युरोपातील उजवं वळण

एखाद्या देशाच्या पंतप्रधानपदी महिला येते, लोकांचा लक्षणीयरीत्या पाठिंबा मिळवून निवडणूक जिंकते, ही एरवी कौतुकाची बाब आहे. इटलीत पहिल्यांदाच जॉर्जिया मेलोनी यांच्या रूपाने महिला पंतप्रधानपदी येतेय आणि हा बदल संपूर्ण युरोपातील अस्वस्थतेत भर टाकणारा ठरतो आहे. मेलोनी यांच्या विजयाने आणलेलं इटलीतलं अतिउजवं वळण युरोपसमोर अनेक आव्हानं उभं करणारं आहे.

एखाद्या देशाच्या पंतप्रधानपदी महिला येते, लोकांचा लक्षणीयरीत्या पाठिंबा मिळवून निवडणूक जिंकते, ही एरवी कौतुकाची बाब. इटलीत पहिल्यांदाच जॉर्जिया मेलोनी यांच्या रूपाने महिला पंतप्रधानपदी येते आहे आणि हा बदल संपूर्ण युरोपातील अस्वस्थतेत भर टाकणारा ठरतो आहे. मेलोनी यांच्या विजयाने आणलेलं इटलीतलं अतिउजवं वळण युरोपसमोर अनेक आव्हाने उभं करणारं असेल, तसंच युरोपात ज्या प्रकारची खदखद सुरू आहे त्याचं ते निदर्शकही आहे. युरोपची वाटचाल दीर्घकाळ साधारणतः एका दिशेने सुरू होती. आर्थिकदृष्ट्या खुल्या धोरणांच्या बाजूने जागतिकीकरणाची पाठराखण करत आणि कौशल्यं, भांडवलाच्या मुक्त वहनाला पाठिंबा देत युरोपीय देशांची वाटचाल सुरू आहे. यात या देशांच्या आर्थिक भरभराटीची बीजंही होती. आर्थिकदृष्ट्या असं भांडवलशाहीला तोलणारं, तर सामाजिक-राजकीयदृष्ट्या

मात्र उदारमतवादी लोकशाहीवादी सर्वसमावेशकतेकडे झुकलेलं हेच युरोपचं वातावरण राहिलं. यात होणारे बदल नव्या जागतिक रचनेकडे बोट दाखवताहेत. ती एका बाजूला ज्या प्रकारचा भांडवलशाही विकास दुसऱ्या महायुद्धानंतर अमेरिका आणि पश्चिम युरोपीय देशांच्या पुढाकाराने साकारला आणि शीतयुद्धाच्या समाप्तीनंतर जवळपास तो जगाचा मार्केटमंत्र बनला, त्यासमोर आव्हानं उभी राहत आहेत, तर दुसरीकडे ज्या मूल्यव्यवस्थेवर पाश्चात्त्यांची राजकीय व्यवस्था उभी आहे तिला धक्के बसत आहेत. आपल्या देशापुरतं पाहणारे, त्यातही वंश-धर्म आदींविषयी अंमळ अधिकच ममत्व असणारे, परिणामतः त्या त्या देशात बहुसंख्याकवाद प्रोत्साहित करणारे नेते आणि प्रवाह बळकट होताहेत. युरोपमध्ये हे राजकीय उजवं वळण स्थिरावण्याची चिन्हं मेलोनी यांचा विजय दाखवतो आहे. युरोपीय महासंघाच्या स्वप्नावर ब्रेक्झिटनंतरचे आणखी आघात होणार काय एवढ्यापुरते त्याचे परिणाम नाहीत, तर हे वळण जगाच्या नव्या रचनेत नवे ताण आणणारं म्हणूनही लक्षवेधी आहे.

उदारमतवादी मूल्यांपासून फारकत

उदारमतवादी लोकशाहीमूल्यांपासून फारकत घेत वेगळी ओळख, अस्मिता अशा आधारांवर राजकारण करू पाहणाऱ्यांची युरोपात सरशी होऊ लागणं हा पाश्चात्त्य देशांमध्ये घनघोर चर्चेचा मामला बनत आहे. इटलीची निवडणूक आणि तिथं कुणाचं सरकार आलं याला तसं जगाच्या लेखी फार प्रचंड महत्त्व असत नाही. याचं कारण, हा देश युरोपात मोठा असला तरी तो महाराष्ट्राहून निम्म्या लोकसंख्येचा आहे आणि राजकीयदृष्ट्या अस्थिरता तिथं नवी नाही. मागच्या दहा वर्षांत या देशाने बारा सरकारं पाहिली आहेत.

साहजिकच, आघाड्या तयार होणं, तुटणं, त्यातूनच नव्या आघाड्यांनी जन्म घेणं हे तिथल्या राजकारणात नित्याचं आहे. मात्र, या वेळच्या तिथल्या निवडणुकीकडे जगभरातील निरीक्षकाचं लक्ष होतं ते मेलोनी यांच्या पक्षाची कामगिरी कशी होईल याकडे. याचं कारण, हा पक्ष अस्मितेवर आधारलेलं राजकारण अत्यंत ठोसपणे करतो आहे. दुसऱ्या महायुद्धात मुसोलिनीचा पाडाव झाला. हिटलर-मुसोलिनी यांचा फॅसिझम पराभूत झाला. वर्चस्ववादावर नव्हे तर समानतेवर आधारलेलं जग उभं करण्याची कल्पना अधिक मोलाची मानली गेली.

हिटलर-मुसोलिनी यांचा वारसा निखंदून काढण्याची पावलं टाकली गेली. त्या युद्धातील जेते, पराभूत आणि तटस्थ अशा सगळ्यांनीच फॅसिझम नाकारला होता. दुसऱ्या महायुद्धानंतर जगाच्या क्षितिजावर अमेरिका महाशक्ती म्हणून उदयाला आला आणि अमेरिकेच्या पुढाकाराने युरोपातील बहुतेक देश नव्या जगाची रचना करत होते. त्यात फॅसिझमला कोणत्याच स्तरावर स्थान नव्हतं.

फॅसिझमला आणि अस्मितादर्शकतेला विरोध

एका बाजूला अमेरिकेच्या नेतृत्वात साकारलेला लोकशाहीचा पुरस्कार करणारा अवकाश फॅसिझमला, अस्मितादर्शक वर्चस्ववादी राजकारणाला नाकारत होता, तर दुसरीकडे सोव्हिएत संघाच्या नेतृत्वात साकारलेला समाजसत्तावादी अवकाशही फॅसिझमला स्पष्ट नकार देत होता. उरलेल्या अलिप्ततावाद्यांत बहुतांशी नवस्वतंत्र राष्ट्रं असल्याने त्यांचा फॅसिझमला आणि अस्मितादर्शक राजकारणावर राष्ट्र-उभारणीला विरोध होताच. यातून वंश-धर्म-प्रदेश-भाषा यांवरच्या – ज्याला 'आयडेंटिटी पॉलिटिक्स' असं म्हटलं जातं – धारणांच्या उतरणीचा तो काळ होता. त्याला निर्णायक विरोध करणारे युरोपीय देशच होते. ७५ वर्षांनी त्याला तडे देणाऱ्या घडामोडी युरोपात साकारताहेत. त्या जग अधिक गुंतागुंतीचं, अधिक अस्थिर बनवणाऱ्या ठरू शकतात.

जर्मनीने लष्करावरचा खर्च मोठ्या प्रमाणात वाढवणं, स्वीडनसारख्या देशांना 'नाटो'चं सदस्य व्हावंसं वाटणं, युक्रेनचं युद्ध, फ्रान्समध्ये उजव्यांना मिळणारा प्रतिसाद, ब्रिटनने ब्रेक्झिटद्वारे दाखवलेलं वळण, अमेरिकेत डोनाल्ड ट्रम्प सत्तेवरून गेले तरी ट्रम्पवाद संपला नसल्याचं वास्तव, हंगेरी-पोलंड यांसारख्या देशांत रुजलेलं उजवं वळण, ब्राझीलसारख्या देशाची याच दिशेने झालेली वाटचाल, तुर्कस्तान धर्मनिरपेक्षतेकडून अधिक इस्लामी ओळख दाखवण्याकडे करत असलेली वाटचाल, आणि आता यातच अतिउजव्या मेलोनी यांचं इटलीत सत्तेवर येणं घडतं आहे, म्हणून इतक्या दूरवरच्या इटलीची दखल घेणं गरजेचं बनतं.

मेलोनी यांचा 'ब्रदर्स ऑफ इटली', मॅटिओ साल्विनी यांचा 'नॉर्दर्न लीग' आणि माजी पंतप्रधान सिल्विओ बेर्लूस्कोनी यांचा 'फ्रोझा इटालिया' या तीन पक्षांच्या आघाडीने ४३ टक्के मतांसह इटलीच्या निवडणुकीत बाजी मारली. हे तिथं

जवळपास अपेक्षित होतं. इटलीची निवडणूक प्रक्रिया ही थेट निवडणूक आणि प्रमाणबद्ध प्रतिनिधित्व यांचं मिश्रण म्हणून गुंतागुंतीचीही आहे. एक तृतीयांश जागा लोक थेट निवडून देतात, तर उरलेल्या दोन तृतीयांश जागा पक्षांना त्यांना मिळालेल्या मतांच्या प्रमाणात दिल्या जातात. मेलोनी यांचा प्रचाराचा धडाका, त्यांना मिळणारा प्रतिसाद, काही वर्षांत केवळ चार टक्क्यांपासून ते २५ टक्क्यांपर्यंत लोकांची पसंती मिळवण्यातलं त्यांचं यश यांतून त्या पंतप्रधानपदासाठी आघाडीवर असतील, असा कयास होता; त्यावर निवडणुकीने शिक्कामोर्तब केलं.

इटलीत डावे-उजवे, मध्यममार्गी, अतिउजवे असे अनेक प्रवाह राजकारणात आहेत. त्यांच्यातल्या आघाड्या हेच सत्तासंपादनाचं साधन बनलं आहे. मात्र, प्रदीर्घ काळात ज्यांची मतं आणि सारा प्रवास उघडपणे अतिउजवा आहे अशा कुणालाही इटलीत पंतप्रधानपदापर्यंत मजल मारता आली नव्हती. मेलोनी यांच्या रूपाने ते घडतं आहे. मेलोनी यांच्या विजयावर युरोपातील उजव्यांकडून येणाऱ्या स्वागताच्या प्रतिक्रिया बोलक्या आहेत. यात 'इटलीत कणखर, देशभक्तांचं, निर्णायक आणि सार्वभौम सरकार येतं आहे,' याविषयी आनंद व्यक्त केला जातो आहे. ही विशेषणं मिरवणाऱ्यांचा युरोपमध्ये प्रभाव वाढतो आहे, हे तमाम उदारमतवाद्यांचं दुखणं आहे.

एकसंध युरोपपुढे आव्हान

सह-अस्तित्वापायी प्रसंगी झळ सोसण्याची तयारी असलेल्या एकसंध युरोपच्या स्वप्नापुढे हा बळजोर होणारा प्रवाह आव्हान उभं करतो आहे. त्यांचा सगळा भर हा आपला देश प्रथम; त्याहीपलीकडे कोणत्या तरी समूहाला खलनायक बनवणारा, आपल्या परंपरेच्या-संस्कृतीच्या नावाखाली इतरांना दुय्यम ठरवू पाहणाऱ्या वर्चस्ववादाभोवती प्रचारव्यूह रचण्यावर असतो, जो अशांततेला निमंत्रण देणार ठरू शकतो.

मेलोनी यांचा इटलीतील उदय अनेकांसाठी धक्का देणारा आहे. याचं कारण, त्यांच्या राजकीय प्रवासात आहे. जर्मनीसाठी हिटलर आणि इटलीसाठी मुसोलिनी हा नको असलेला इतिहास आहे. मात्र, इटलीत मुसोलिनीच्या विचारांच्या कमी-अधिक जहाल आवृत्त्या अध्येमध्ये समोर येत असतात. मुसोलिनीच्या पक्षाचे दुसऱ्या महायुद्धानंतर जे वारसदार उरले, त्यांच्यातून जे राजकीय प्रवाह पुढे

साकारले, त्यांचा वैचारिक वारसा चालवणाऱ्यांत मेलोनी यांचा समावेश केला जातो. सत्तेकडे जाताना त्यांनी लोकांच्या स्व-ओळखीविषयीच्या संवेदनशीलतेचा खुबीने वापर केला. यात गरजेनुसार उलटसुलट भूमिका घेणं त्यांना वर्ज्य नाही. बहुतेक लोकानुनयवादी नेत्यांप्रमाणे भीती पसरवून मतांचं एकत्रीकरण करण्यावर त्यांचा भर राहिला. कधी तरी त्यांनी 'मुसोलिनी हा काही वाईट माणूस नव्हता, त्याने देशाच्या भल्याचंच काम केलं,' असं सांगितलं होतं.

अलीकडे निवडणुकी दरम्यान मात्र त्यांनी 'मुसोलिनी वाईट होता' यावर 'होय' असं उत्तर दिलं. पंतप्रधान होताना फॅसिस्ट मुळांची चर्चा त्यांना नको असेल तर स्वाभाविक आहे. त्यांचा युरोपीय महासंघाविषयीचा दृष्टिकोनही तिथं गांभीर्याने घेतला जातो आहे. युरो या समान चलनावर पूर्वी त्यांनी आक्षेप घेतला होता. कोरोनानंतरच्या आर्थिक कोंडीतून युरोपीय संघातील देशांनी मिळून मार्ग काढावा, त्यात सर्वांत अशक्त देशांना अधिकची मदत करावी, या धोरणावर त्यांनी 'युरोपातील देशांनी स्वतंत्रपणे एकत्र यावं, त्याचा आधार ख्रिश्चनएकता हा असावा,' असं मत व्यक्त केलं होतं. युरोपीय महासंघ पोलंडला आणि हंगेरीला अकारण त्रास देत असल्याचंही त्यांचं मत होतं. निवडणुकीत हा सूर काहीसा खाली आला तरी त्यांची मूळ मतं बदलतील ही शक्यता कमी.

अस्मितांना गोंजारणारे 'नॅरेटिव्ह'

मेलोनी यांचा भर अस्मितेशी संबंधित मुद्द्यांना हवा देण्यावर आहे. त्यांच्या आधीचे पंतप्रधान द्राघी हे तंत्रज्ञ आणि युरोपला आर्थिक संकटात मार्ग दाखवणारे म्हणून ओळखले जातात. मात्र, या काळात महागाईशी आणि कोरोनाशी संबंधित कारणांमुळे जो रोष लोकांत पसरला त्यावर मेलोनी यांचा पक्ष स्वार झाला; म्हणजेच लोकांचा राग त्यांना भेडसावणाऱ्या मुद्द्यांवर असतो. त्या मुद्द्यांना थेट उत्तर न सांगता अस्मितांना गोंजारणारं 'नॅरेटिव्ह' पुढे करून सत्ता घेता येते, हे आणखी एका देशात वास्तव बनतं आहे. युरोपातील अनेक देशांत स्थलांतरितांच्या प्रश्नावर अस्वस्थता आहे. हे स्थलांतर प्रामुख्याने मुस्लिमांचं आहे आणि त्याला आवर घातला पाहिजे, असं सांगणाऱ्यांचा आवाज तिथं वाढतो आहे.

मेलोनी याविषयी अत्यंत कडवी भूमिका घेणाऱ्यांतील आहेत, जी सहज लोकप्रिय होणारीही आहे. यात स्थलांतरितांना आश्रय देण्याची भूमिका घेणारे,

याला लोक विरोध का करतात हे समजून घेण्यात कमी पडत आहेत, हेही कारण आहे. मेलोनी यांनी इटलीतील पारंपरिक कौटुंबिक मूल्यांच्या प्रतिनिधी असल्याची प्रतिमा तयार केली. जगभर आपापल्या इतिहासाविषयीच्या, संस्कृतीविषयीच्या सोईच्या आकलनावर आधारलेली आस्था उफाळून येत असल्याचा सध्याचा काळ आहे. त्यात नकळत श्रेष्ठत्वगंडही जोपासला जातो आणि उघडपणे असं करणारे लोकप्रिय बनण्याची शक्यताही वाढते; इटलीत हेच घडलं. आपलं आई असणं, ख्रिश्चन असणं याचा राजकारणासाठी अत्यंत उघड वापर त्या करत होत्या.

कृतक अस्मितेशी संबंधित

'मी जॉर्जिया, मी एक महिला, मी एक आई, मी इटालियन आणि मी ख्रिश्चन', हे त्यांचं प्रचारसूत्र होतं. त्यावर रिमिक्स संगीतही बनवलं गेलं. 'युरोपीय महासंघातील नोकरशहा आमची ओळख संपवायचा प्रयत्न करत आहेत,' हा त्यांचा आक्षेप. 'ओळख पुसणाऱ्यांच्या विरोधात तलवार उपसली पाहिजे,' हा त्यावरचा उपाय लोकप्रिय ठरणं स्वाभाविकच. याच प्रकारच्या कथित कणखरपणाची भुरळ जगभरात पडते आहे. याचं कारण, त्यात खऱ्या प्रश्नांना भिडायचं नसतं.

कृतक अस्मितेशी संबंधित आणि कुणाला तरी खलनायक ठरवणाऱ्या मुद्द्यांवर लोकांना चिथावत राहायचं असतं. भय पेरून मतांची बेगमी करण्याचं हे राजकारण आहे. त्यात मेलोनी धर्म-देव-देश-कुटुंब या सगळ्याचा खुबीने वापर करत होत्या. आपण गुलाम-ग्राहक बनायचं की स्वतंत्र ओळख असलेला समाज, ही त्यांची विचारणा होती.

त्या स्वतःला अमेरिकेतील रिपब्लिकन, ब्रिटनमधील हुजूर, इस्रायलमधील लिकूड या पक्षांशी जोडतात. प्रत्यक्षात त्यांना हंगेरीचे व्हिक्टर ओर्बन, रशियाचे पुतिन, फ्रान्सच्या मरीन ली पेन हे नेते अधिक जवळचे आहेत. क्रीमिया रशियाने हस्तगत केला तेव्हा रशियावरील निर्बंधांना विरोध करणाऱ्यांत मेलोनी होत्या. आता युक्रेन युद्धात मात्र त्यांनी युक्रेनची बाजू जाहीरपणे तरी घेतली आहे; म्हणजेच चलनी काय हे त्यांना समजतं. त्यानुसार भूमिका वाकवण्यातही त्या तरबेज आहेत.

इटलीतील उजव्यांच्या विजयाने 'एक युरोप'च्या कल्पनेसमोर नवी आव्हाने तयार होतील. जागतिकीकरणात असे गट तयार होणं आणि जग एकमेकांत अधिकाधिक मिसळत सीमा धूसर होतील इतकं ते एकत्र येणं किंवा सार्वभौमत्वाच्या कल्पनाही पातळ होतील आणि लोक जागतिक नागरिक बनण्याला प्राधान्य देतील, असा जो स्वप्नविलास होता त्याला तडे जाण्याचा काळ आहे.

मेलोनी ब्रेक्झिटच्या धर्तीवर इटलीला युरोपीय महासंघातून बाहेर नेण्यासारखं पाऊल उचलण्याची शक्यता कमी; मात्र, युरोपीय महासंघाच्या अधिकारांना त्या आव्हान द्यायला लागतील. महासंघाने इटलीला २०० अब्ज युरोचं साह्य दिलं आहे, त्यासाठी न्यायव्यवस्था आणि नागरी सेवांत सुधारणांच्या अटी घातल्या आहेत. मेलोनी यांच्या राजकारणासाठी त्या मान्य होणाऱ्या नाहीत. तिथंच सुरुवातीचा संघर्ष येऊ शकतो. युरोपीय संसदेत इटली हंगेरी-पोलंडसह एकत्रितपणे जर्मनी-फ्रान्सच्या धोरणांना विरोध करू शकतो. हे सारं युरोपातील अस्वस्थतेत भर टाकणारं असेल. सारं जग आर्थिक आघाडीवर चाचपडत असतानाच्या काळात हे घडतं आहे.

युक्रेन युद्धाची व्याप्ती वाढण्याची शक्यता दिसते आहे आणि युरोपातील अनेक देशांत मूळच्या उदारमतवादी चौकटीला धक्के देणारे नेते, राजवटी उदयाला येताहेत.

(सप्तरंग, ९ ऑक्टोबर २०२२)

चर्चा म्हणू नये थोडकी !

इंडोनेशियातील बाली इथं 'जी-२०' गटाच्या बैठकीत ना युक्रेनच्या युद्धाविषयी काही सर्वसहमती दिसली ना जगासमोरच्या आर्थिक संकटासंदर्भात काही ठोस पावलं उचलली गेली. तरीही अमेरिकेचे आणि चीनचे अध्यक्ष एकमेकांशी बोलायला लागले, हेही ताण कमी करणारं आहे. तसंच भारताच्या पंतप्रधानांनी चीनच्या अध्यक्षांशी हस्तांदोलन करून चार औपचारिक शब्द बोलणं प्रतीकात्मक असलं; तरी महत्त्वाचं आहे.

इंडोनेशियातील बाली इथं 'जी-२०' गटाच्या बैठकीत ना युक्रेनच्या युद्धाविषयी काही सर्वसहमती दिसली, ना जगासमोरच्या आर्थिक संकटासंदर्भात काही ठोस पावलं उचलली गेली. अन्नसुरक्षा, ऊर्जा सुरक्षा, शांतता, समृद्धी, सर्वांचा विकास यांवरची नेत्यांची भाषणं 'सर्वांचं भलं व्हावं', असा नेहमीसारखा राग आळवणारी होती. थेट ठोस म्हणावं असं फारसं या परिषदेतून समोर आलं नसलं तरी अमेरिकेचे आणि चीनचे अध्यक्ष एकमेकांशी बोलायला लागले, हेही ताण कमी करणारं. तसंच भारताच्या पंतप्रधानांनी चीनच्या अध्यक्षांशी हस्तांदोलन करून चार औपचारिक शब्द बोलणं प्रतीकात्मक असलं तरी महत्त्वाचं. युक्रेनवर तोडगा काढणं सोपं नाही; मात्र, रशियाची कोंडी करत राहण्यातून युरोपचा ताप कमी होत नाही. या वास्तवाच्या खडकावर रशियाविरोधाची नौका आदळली आहे, याचे

संकेत नक्कीच 'जी-२०' परिषद देत होती; म्हणूनच त्या आघाडीवरही 'तोडगा निघू शकतो' इतका आशावाद जागवला जाणं हेही यशच. अखेरीस आंतरराष्ट्रीय संबंधांत सध्या ज्या प्रकारचा ताण आहे त्यात जगातील दोन तृतीयांश लोकसंख्या आणि ८० टक्के अर्थव्यवहार अशा दोन्ही अंगाने दादा असलेले देश एकमेकांशी मतभेदांच्या मुद्द्यांवर चर्चा करताहेत, हेही कमी नाही. 'जी-२०'चं अध्यक्षपद भारताकडे आलं असताना या चर्चेचा परीघ विस्तारत संघर्षाचे मुद्दे कमी करत जाणं, हे यजमान म्हणून भारतापुढेच आव्हान असेल.

'जी-२०' या जगातील शक्तिशाली राष्ट्रगटाची बैठक होताना सर्वाधिक लक्ष होतं ते अमेरिकेचे अध्यक्ष जो बायडन आणि चीनचे अध्यक्ष शी जिनपिंग यांच्यातील चर्चेकडे. जागतिक व्यवहारावरील प्रभावासाठीची या दोन देशांतील स्पर्धा स्पष्ट आहे. अमेरिकेच्या एकतर्फी वर्चस्वाचा शीतयुद्धोत्तर काळ सरला आहे आणि नव्या आकाराला येणाऱ्या रचनेत चीन हा तगडा प्रतिस्पर्धी म्हणून उभा राहिला आहे. या स्पर्धेतून उभय देशांच्या संबंधांत आलेला ताणही उघड आहे. हा ताण संघर्षाकडे घेऊन जाणार काय, अशा वळणावर हे देश उभे असताना दोन देशांच्या सर्वोच्च नेत्यांतील संवाद कोणती दिशा दाखवणार याला महत्त्व आहे.

तैवान आणि युक्रेन युद्धातील चीनची भूमिका हे दोन देशांतील मतभेदाचे सर्वांत मोठे मुद्दे. मात्र त्यापलीकडे बहुतेक क्षेत्रांत या दोन देशांत चढाओढ आहे. व्यापारात एकमेकांवर निर्बंध आणण्यातून झालेली सुरुवात आता स्पर्धेकडून संघर्षाकडे जाण्याच्या वाटेवर असताना उभय नेते हे तापमान कमी करायचा प्रयत्न करतात, हे स्वागतार्हच. कोरोनाच्या निर्बंधांनंतर तब्बल तीन वर्षांनी जिनपिंग 'जी -२०' गटाच्या बैठकीसाठी गेले आणि बायडन हे अमेरिकेच्या अध्यक्षपदी आल्यानंतर उभय नेते पहिल्यांदाच प्रत्यक्ष भेटत होते.

अमेरिकी मुत्सद्द्यांचे गृहीतक कोलमडले

अर्थात, बायडन यांच्यासाठी जिनपिंग नवे नाहीत. बायडन उपाध्यक्ष असताना आणि जिनपिंग चीनचे नियोजित अध्यक्ष बनले असताना २०११मध्ये दोघांची भेट झाली होती. तोवर दोन देशांतले संबंध एकमेकांना समजून घेण्याच्या अवस्थेत होते. अमेरिकेच्या मदतीनेच प्रचंड आर्थिक विकास साधलेला चीन जागतिक स्तरावर आपलं अस्तित्व शोधू पाहत होता. त्या भेटीनंतर बायडन यांनी पुढच्या

तीस वर्षांसाठी उभयपक्षीय संबंधांतला आशावाद बोलून दाखवला होता. जिनपिंग हे व्यवहार्य आणि स्पष्ट भूमिका घेणारे नेते असल्याचं त्याचं मत बनलं होतं, जे उभयपक्षीय संबंधांत उपयुक्त असल्याचा त्यांचा निष्कर्ष होता. दशकानंतर तो आशावाद मावळला आहे. चीनचा आर्थिक उदय चीनला जागतिक व्यवस्थेत अधिक जोडून घेईल, त्याचा परिणाम म्हणून चीन अधिक मोकळा होईल, हे अमेरिकी मुत्सद्द्यांचं गृहीतक मागच्या दहा वर्षांत कोलमडलं आहे. चीन अमेरिकी वर्चस्वासमोर आव्हान बनून उभा आहे आणि तसा तो बनण्यामागं जिनपिंग यांच्या धोरणांचा वाटा सर्वाधिक आहे.

साहजिकच, दशकापूर्वीची सकारात्मकता संपली आहे. त्याची जागा एकमेकांविषयीच्या संशयाने घेतली आहे. या पार्श्वभूमीवर परिषदेसाठी बालीला जाताना दोन्ही नेते आपापल्या देशात अधिक स्थिर बनले होते. चीनच्या नुकत्याच झालेल्या कम्युनिस्ट पक्षाच्या अधिवेशनात जिनपिंग यांना अध्यक्षपदाची तिसरी टर्म मिळण्याबरोबरच त्यांचं पक्षावरचं आणि पर्यायाने देशावरचं नियंत्रण अधोरेखित झालं. माओंनंतरचे ते चीनमधले सर्वांत प्रभावी नेते बनले आहेत आणि त्यांचा म्हणून जगाकडे पाहण्याचा दृष्टिकोन आहे, त्यात तडजोड न करण्याची भूमिकाही आहे. त्यातील सर्वार्थाने समर्थ चीनचं स्वप्न अमेरिकेच्या प्रभावाला विरोध करणारं आहे. देशात पक्कं बस्तान बसलेले जिनपिंग अधिक आत्मविश्वासाने जागतिक व्यासपीठांवर वावरणार, हे उघड आहे.

याच वेळी अमेरिकेतील मध्यावधी निवडणुकांत अनेक तज्ज्ञांचे अंदाज चुकवत बायडन यांच्या पक्षाने चांगली कामगिरी बजावली. डोनाल्ड ट्रम्प आणि त्यांचे सहकारी बायडन यांना धक्का देतील, असं वातावरण असताना बायडन यांनी लक्षणीय पाठिंबा राखला. याचा परिणाम म्हणून तेही अधिक आत्मविश्वासाने 'जी-२०' गटाच्या बैठकीला जाणार, हे उघड होतं. दोन्ही देशांत भूराजकीय वर्चस्वापासून व्यापार, तंत्रज्ञान ते विचारसरणीपर्यंतचा संघर्ष सुरू झाला आहे. बायडन यांनी 'लोकशाही देश' आणि 'एकाधिकारशाही देश' अशी सुरू केलेली विभागणी ही याच प्रवासाचा भाग आहे. या स्थितीत दोन नेत्यांतील बैठकीत मतभेदाचे मुद्दे कसे हाताळले जाणार, याला महत्त्व होतं.

'संवाद' हीसुद्धा प्रगतीच!

भारताकडे 'जी-२०'चं अध्यक्षपद आहे, ते यशस्वी करायचं तर सर्व देशांचा सहयोग आवश्यकच असतो. तेव्हा आपल्या भूमिका, आग्रह कायम ठेवून हात पुढे करत राहणं आणि संवादाच्या संधीही साधण्यात चुकीचं काहीच नाही. भारताकडे 'जी-२०' चं अध्यक्षपद येतं आहे ते एका अत्यंत आव्हानात्मक काळात, जेव्हा जगातील आर्थिक वाढीचा वेग खालावला आहे, अनेक आघाड्यांवर स्पर्धा-संघर्षाचं रूप घेते काय, असं वाटण्यासारखी अवस्था आहे. अशा वेळी जगातील एका सामर्थ्यशाली गटाच्या परिषदेचं यजमानपद लाभणं, ही संधी आहे आणि आव्हानही !

बायडन आणि जिनपिंग यांच्यात तीन तास बैठक झाली. या बैठकीतून सारे मुद्दे निकालात निघण्याची अपेक्षा कुणाचीच नसेल; मात्र, आपापल्या भूमिका ठासून सांगतानाच किमान एकमेकांशी चर्चेची तयारी दाखवणं उभयपक्षी तणावाचं व्यवस्थापन करण्यात मदत करणारंच ठरेल. दोन देशांत कदाचित संघर्षाचा मुद्दा बनेल तो तैवानचा. तैवान हे चीनचं जुनं दुखणं आहे. अमेरिकेने 'एक चीन' धोरण मान्य केलं असलं तरी तैवानला मदत करायचं थांबवलेलं नाही. तैवानला अमेरिका मोठ्या प्रमाणात लष्करी मदतही करते. साहजिकच, चीनची कितीही इच्छा असली तरी हाँगकाँगप्रमाणे विरोध मोडून तैवानला चीनशी एकात्म करणं, हे तितकं सोपं

नाही. अमेरिकी प्रतिनिधिगृहाच्या सभापती नॅन्सी पेलोसी यांच्या तैवानभेटीनंतर या मुद्द्यावरचा तणाव कमालीचा वाढला होता. चीनने तैवानच्या अवकाशात लढाऊ विमान धाडून ताकदीचं प्रदर्शनही केलं होतं. चिनी कम्युनिस्ट पक्षाच्या अधिवेशनातही तैवानवरच्या चिनी हक्काचा पुनरुच्चार करताना, प्रसंगी बळाचा वापर चीन करू शकतो, हेही स्पष्ट करण्यात आलं होतं.

बायडन-जिनपिंग भेटीच्या वेळी, चीनकडून तैवानमध्ये कोणताही हस्तक्षेप सहन केला जाणार नाही, ती लक्ष्मणरेषा आहे, असं स्पष्टपणे सांगण्यात आलं होतं; तर बायडन यांनी 'एक चीन' हे धोरण मान्य करतानाच, तैवानला लष्करी मदत सुरूच राहील, हे पारंपरिक धोरण अधोरेखित केलं. म्हणजेच, उभय बाजू आपापल्या भूमिकेवर कायम आहेत, ज्यातून अंतिम तोडगा शक्य नाही. मात्र, भेटीचा परिणाम म्हणून तैवानचं बळाने एकात्मीकरण चीन तूर्त तरी करणार नाही, ही शक्यता अधिक. साहजिकच, जगाला ग्रासणारा एक संघर्ष टळू शकतो. तेच भेटीचं ठोस फलित. हा दिलासा महत्त्वाचा; पण यातून चीन आपला इरादा बदलेल, याची शक्यता नाही.

ऐतिहासिक भूमिका अधोरेखित

चीनचे तत्कालीन पंतप्रधान चाऊ-एन-लाय यांनी भारतासोबतची सीमा चिनी आकलनानुसार ठरवणारे नकाशे पंडित नेहरूंकडे मांडले होते. ज्याला नेहरूंनी नकार दिला होता व त्यातून १९६२चं युद्धही झालं. गलवानमधील संघर्षातही याच नकाशांभोवती चिनी धोरण फिरतं आहे, याचं दर्शन घडत होतं; म्हणजेच, चीन सहा दशकांनंतरही आपला हेका सोडत नाही. त्याच चाऊ-एन-लाय यांनी, निक्सन हे चीनशी जवळीक साधत होते तेव्हा 'तैवान हा चीनचा भाग आहे,' असं स्पष्टपणे बजावलं होतं. अमेरिकेने 'चीन एकच आहे आणि तैवान नावाचं वेगळं स्वतंत्र राष्ट्र नाही,' हे मान्य केलं. मात्र, तैवानच्या किमान संरक्षणासाठी आवश्यक ती लष्करी सामग्री पुरवत राहण्याची भूमिकाही ठरवली. आता जिनपिंग आणि बायडन याच ऐतिहासिक भूमिका अधोरेखित करत आहेत.

याच तैवानभोवती आतापर्यंत किमान तीन वेळा चीनच्या आक्रमकतेला शह देण्यासाठी अमेरिकेने मोठ्या प्रमाणात विमानवाहू जहाजं आणली होती. मतभेद कायम असले तरी त्यातून प्रत्यक्ष लष्करी संघर्ष आतापर्यंत टाळण्यात उभय देश

यशस्वी ठरले. तीच वाटचाल पुढे राहण्याचा मुद्दा आहे. बायडन-जिनपिंग यांच्यातल्या चर्चेने तेवढं साधलं तरी पुरेसं आहे. अमेरिका आणि चीन यांच्यात व्यापारावरचे निर्बंध, तंत्रज्ञानाचं हस्तांतर, अमेरिका तंत्रज्ञानावर आणत असलेले निर्बंध, तापमानवाढीवरच्या उपाययोजनांत असलेले मतभेद आदी मुद्देही भूराजकीय संबंधांखेरीज पेचाचे आहेत. चीनला आपल्या भोवताली अमेरिकेचं प्रभावक्षेत्र मान्य नाही. तैवानच्या आखातापासून दक्षिण चिनी समुद्रापर्यंत अमेरिकी नौदलाचा वावर हा यातला एक भाग. भारत-ऑस्ट्रेलिया-जपानशी इंडो-पॅसिफिक भागात अमेरिका करत असलेलं सहकार्य ही चीनला रोखणारी खेळी आहे, असं चीनचं आकलन आहे. यातील कोणत्याच मुद्द्यावर तूर्त काहीच ठोस घडलं नसलं तरी संवाद सुरू होणं हीसुद्धा प्रगतीच. अमेरिकेचे परराष्ट्रमंत्री अँटनी ब्लिंकेन चीनभेटीला जाणार आहेत. तब्बल चार वर्षांनी दोन देशांतील वरिष्ठ पातळीवरची चर्चा सुरू होते आहे.

'जी-२०' बैठकीसमोर सर्वांत मोठं आव्हान रशियाच्या युक्रेनवरील आक्रमणाने आणलं आहे. एकतर युरोपच्या दारात हे युद्ध सुरू आहे. त्यात युक्रेनने तग धरला आणि रशियाचं लक्षणीय नुकसान झालं असलं तरी युद्धाच्या झळांनी युक्रेन होरपळला आहे आणि जगालाही त्याची झळ बसली आहे. 'जी-२०' बैठकीत यावरचं मंथन अपेक्षितच होतं. ब्रिटनचे पंतप्रधान ऋषी सुनक यांनी, 'रशियाने युक्रेनमधून बाहेर पडणं सध्याच्या जगात सर्वांत मोठा बदल करणारी गोष्ट असेल,' असं सांगितलं ते खरंच आहे. मात्र, हे घडवणं सोपं नाही. या युद्धानंतरच्या जगातील विविध देशांच्या भूमिकाही एव्हाना स्पष्ट झाल्या आहेत. त्यात युक्रनेला आपलं युद्ध स्वतःच लढावं लागलं. मात्र, अमेरिका आणि युरोप हे युक्रनेला शस्त्रास्त्रांसह आर्थिक मदत करताहेत. चीनचा कल रशियाकडे आहे. मात्र, युद्धात थेट मदत चीन करणार नाही. भारतासारखे काही देश 'युद्ध मान्य नाही'; मात्र, त्यासाठी रशियाचा निषेध करण्यापर्यंत जाणार नाहीत, आर्थिककोंडीच्या प्रयत्नांतही सहभागी होणार नाही, अशा भूमिकेत आहेत.

'युद्ध तातडीने संपावे…'

या साऱ्याचं प्रतिबिंब 'जी-२०' मध्ये पडणं स्वाभाविक होतं. 'युद्ध तातडीने संपावं यासाठी 'जी-२०' देशांनी पुढाकार घ्यावा,' अशी अपेक्षा युक्रेनने व्यक्त करताना,

युध्द संपवण्याचा फॉर्म्युलाही मांडला. त्यात रशियाने सैन्य मागं घ्यावं, युक्रेनला त्यांच्या भूभागाच्या एकात्मतेची खात्री द्यावी आणि युद्धातील नुकसान भरून द्यावं, अशा मागण्या आहेत, ज्या रशिया मान्य करणं शक्य नाही. या युद्धाने जगातील महागाईच्या आगीत तेल ओतलं आहे. इंधनदरवाढीस हे युद्ध कारण ठरतंच आहे; मात्र, जीवनावश्यक वस्तूंच्या – खासकरून धान्याच्या – किमती वाढण्यात युद्धाचा वाटा मोठा आहे. जगाच्या अन्नसुरक्षेसमोर प्रश्न तयार होऊ शकतात, अशी या युद्धाची व्याप्ती आहे.

युक्रेन हा जगातील एक मोठा अन्नधान्य उत्पादक देश आहे. तिथून होणारी निर्यात युरोपातील बऱ्याच भागांत अन्नपुरवठा करणारी असते. ही निर्यात रशियाने रोखल्याने टंचाईचं भयानक संकट समोर आलं होतं. मधल्या काळात रशियाने दोन कोटी टन धान्य निर्यात करण्यास मान्यता दिल्याने हा प्रश्न काहीसा हलका झाला असला तरी रशियाने दिलेली ही सवलत मर्यादित काळासाठी होती. ती संपल्यानंतर काय, हा मुद्दा जगासमोर आहे. भारताने 'युद्ध करायचा हा काळ नाही,' ही भूमिका आधीच घेतली आहे. भारताने रशियाचा निषेध केला नसला तरी 'युद्ध नको' हे भारत स्पष्ट करतो आहे. तीच भूमिका पंतप्रधान नरेंद्र मोदी यांनी 'जी-२०' बैठकीत मांडली. 'युद्धबंदीच्या आणि मुत्सद्देगिरीच्या मार्गानंच हा प्रश्न सोडवला पाहिजे,' असं त्यांनी सांगितलं.

सुरक्षेचा अर्थव्यवस्थेवर परिणाम

'युक्रेनचं सार्वभौमत्व आणि एकात्मता टिकली पाहिजे; मात्र, युद्धखोर ठरवून रशियाची कोंडी करणं मान्य नाही,' अशी काहीशी भूमिका भारत घेत राहिला. भारताच्या या भूमिकेवर आधी बोटचेपेपणाची टीकाही झाली. मात्र, कोंडी फोडताना असा मध्यम मार्ग स्वीकारणारं कुणी असावंही लागतं; म्हणूनच आता या युद्धात रशियाशी वाटाघाटी करताना तुर्कस्तानखेरीज भारत वजन वापरू शकतो, असं इतरांना वाटतं. त्याचा परिणाम म्हणून भारताच्या पंतप्रधानांच्या विधानांना पाश्चात्त्य जगात महत्त्व दिलं जातं.

अर्थात, युद्ध संपवणं हे आपल्या हाती नाही, याची जाणीव जगातील नेत्यांना आहे. याची झलक युद्धाविषयीच्या एकत्रित भूमिकेतही दिसेल. एकतर 'बहुतेक सदस्य देश युद्धाचा निषेध करतात,' ही शब्दयोजनाच 'एकमत नाही' हे दर्शवते.

'काळ युद्धाचा नाही आणि लवकरच युद्ध संपावं', असा आशावाद व्यक्त करणं एवढाच त्यामागचा हेतू होता; म्हणूनच, सुरक्षाविषयक प्रश्नांवर मार्ग काढणं, हे काही 'जी-२०' गटाचं काम नाही. मात्र, सुरक्षेचे मुद्दे जगाच्या अर्थव्यवस्थेवर परिणाम घडवतात, याची नोंद परिषदेने केली. प्रत्यक्षात, 'युद्ध संपावं' या सदिच्छेपलीकडे परिषदेतून या आघाडीवर तरी काही हाती लागलेलं नाही. परिषद सुरू असतानाच पोलंडमध्ये क्षेपणास्त्र आदळलं. नंतर ते युक्रेनकडूनच चुकून घडल्याचं समोर आलं असलं तरी युक्रेनचं युद्ध कधीही हाताबाहेर जाऊ शकतं, याची झलकही दिसली.

संधी आहे आणि आव्हानही

'जी-२०' बैठक सुरू असतानाच हवामानबदलावरची २०० देशांचा सहभाग असलेली परिषद इजिप्तमध्ये सुरू होती आणि तापमानवाढीवर नियंत्रणाचं जे लक्ष्य ठरवून घेतलं होतं ते 'जी-२०' देश मान्य करणार की त्यात फाटे फोडले जाणार, असा मुद्दा होता. 'जी-२०' परिषदेत एकमताने हे लक्ष्य अधोरेखित करण्यात आलं. बैठकीच्या निमित्ताने जगातील महत्त्वाचे नेते मधल्या काळात आलेल्या साचेबद्धपणातून बाहेर पडायचा प्रयत्न करताना दिसले. चीनच्या अध्यक्षांनी बायडन यांच्याबरोबरच अन्य युरोपीय देशांच्या नेत्यांशी चर्चा करायची संधी साधली. यातील कॅनडाचे अध्यक्ष जस्टिन ट्रुडो यांच्याबरोबरचा त्यांचा अनौपचारिक संवाद चांगलाच गाजतो आहे. आधीची चर्चा माध्यमांत कशी गेली, यावरून ते चक्क कॅनडाच्या अध्यक्षांना सुनावताना दिसतात. त्याला जमेल तितकं उत्तर ट्रुडो यांनीही दिलं. मात्र, यातून जिनपिंग हे सगळ्यांनाच संदेश देऊ पाहत होते, असं मानलं जातं.

गलवानने मैत्रीदृश्याला तडा

भारताचे पंतप्रधान नरेंद्र मोदी यांनी ब्रिटन, ऑस्ट्रेलिया, फ्रान्स, इटली, सिंगापूर आणि जर्मनीच्या नेत्यांशी या परिषदेच्या निमित्ताने चर्चा केली. यातील ब्रिटनचे पंतप्रधान ऋषी सुनक यांच्यासमवेतच्या चर्चेतून भारताशी ते मुक्त व्यापार करार करायला इच्छुक असल्याचं पुढे आलं. खरं तर हा करार आधीच व्हायचा होता; मात्र, ब्रिटनमधील अस्थिरतेमुळे तो पुढे जातो आहे. सुनक यांची त्यासाठी तयारी

असली तरी सर्व गोष्टींवर सहमती नाही, हेही या बैठकीतून स्पष्ट झालं. मोदी यांनी जिनपिंग यांच्याशी केलेलं हस्तांदोलन आणि अनौपचारिक संवाद हा सर्वांत लक्ष्यवेधी होता. याचं कारण, दोन देशांत गलवानमधील चिनी घुसखोरीनंतर ताणलेले संबंध. त्याआधी दोघांमध्ये अनेकदा भेटी झाल्या, गळामिठ्या, झुल्यावर झुलणं असलं सारं काही झालं होतं. मात्र, गलवानने त्या मैत्रीदृश्याला तडा दिला. त्यानंतर अलीकडेच झालेल्या 'शांघाय सहकार्य परिषदे'त उभय नेते एकत्र होते. मात्र, त्यांनी एकमेकांशी संवाद टाळलाच; पण औपचारिक एकत्र येणंही टाळलं होतं. त्या पार्श्वभूमीवर हा संवाद लक्ष वेधणारा.

आता त्यावर जे मोदी चीनला 'लाल आँखे' दाखवायचा सल्ला आधीच्या सरकारला देत होते, त्यांच्याच कारकीर्दीत 'चीनने घुसखोरी केल्यानंतरही कसलं हस्तांदोलन करताहेत,' असं विचारताही येईल. हा त्यांनीच तयार केलेल्या प्रतिमाव्यूहाचा परिणाम; पण विरोधातला नेता आणि सत्ता चालवणारा नेता यात फरक असतोच. शिवाय, पुढच्या वर्षासाठी भारताकडे 'जी-२०'चं अध्यक्षपद आहे, ते यशस्वी करायचं तर सर्व देशांचा सहयोग आवश्यकच असतो. तेव्हा आपल्या भूमिका, आग्रह कायम ठेवून हात पुढे करत राहणं आणि संवादाच्या संधीही साधण्यात चुकीचं काहीच नाही.

भारताकडे 'जी-२०' चं अध्यक्षपद येत आहे ते एका अत्यंत आव्हानात्मक काळात, जेव्हा जगातील आर्थिक वाढीचा वेग खालावला आहे, अनेक आघाड्यांवर स्पर्धा-संघर्षाचं रूप घेते काय, असं वाटण्यासारखी अवस्था आहे. अशा वेळी जगातील एका सामर्थ्यशाली गटाच्या परिषदेचं यजमानपद लाभणं, ही संधी आहे आणि आव्हानही.

(सप्तरंग, २० नोव्हेंबर २०२२)

अरबस्तानात 'रिश्तों में ट्विस्ट'

अचानक चीनच्या मध्यस्थीने सौदी अरब आणि इराणमधील शांतता करार प्रत्यक्षात आला. यातून दोन्ही देशांत एकमेकांचे दूतावास पुन्हा सुरू होतील, इस्रायल आणि अरब देशांत 'अब्राहम अकॉर्ड'मधून नवी रचना अमेरिका आणू पाहते आहे, हे आखातातील 'रिश्तें' बदलत असल्याचं द्योतक होतं, तर चीनच्या नव्या हालचालींनी 'बदलते रिश्तों में ट्विस्ट' अशी घडामोड घडत आहे.

चीनच्या अध्यक्षपदी शी जिनपिंग यांची तिसऱ्यांदा निवड झाल्यानंतर त्यांच्यासमोरील आव्हानांचा पाढा वाचला जात असतानाच अचानक चीनच्या मध्यस्थीने सौदी अरब आणि इराणमधील शांतता करार प्रत्यक्षात आला. यातून दोन्ही देशांत एकमेकांचे दूतावास पुन्हा सुरू होतील, राजदूत नियुक्त केले जातील आणि दोन देशांत सर्वसाधारण संबंध तयार करण्याची पावलं टाकली जातील. कोरोनानंतर अनेक संकटांनी ग्रासलेला आणि अमेरिकेच्या निर्बंधांचा मारा सहन करावा लागत असलेला चीन जागतिक वर्चस्वाच्या स्पर्धेत ताकदीने उतरत असल्याचं हे निदर्शक.

जगात प्रभाव वाढत असल्याच्या 'बोलाच्या कढी'हून प्रत्यक्ष प्रभाव वाढवणं म्हणजे काय याचं उदाहरणही, म्हणूनच आपल्यासाठी दखलपात्रही. इस्रायल आणि अरब देशांत 'अब्राहम अकॉर्ड'मधून नवी रचना अमेरिका आणू पाहते आहे,

हे आखातातील 'रिश्तें' बदलत असल्याचं द्योतक होतं; तर चीनच्या नव्या हालचालींनी 'बदलते रिश्तों में ट्विस्ट' अशी घडामोड आणली आहे.

पश्चिम आशियातील देशांमध्ये एकमेकांत आणि बड्या शक्तींशी संबंधांत होत असलेले बदल समजून घेण्यासारखे आहेत. सौदी अरब आणि इराण हे एकमेकांशी अनेक ठिकाणी अप्रत्यक्ष लढणारे देश एकत्र येण्याची शक्यता हा एक बदल. त्यासोबतच इराणच्या विरोधात सर्व अरब देश एकत्र येण्याच्या योजनेला खीळ बसणं हा आणखी एक. या भागात अमेरिका महत्त्वाची शक्ती असेलच; पण म्हणून चीनला दूर ठेवायचं कारण नाही, ही नवी भूमिका अमेरिका-चीनमध्ये भूराजकीय स्पर्धेची नवी आघाडी उघडणारी, हा आणखी एक मोठा बदल. सौदीच्या राजपुत्रांवरचा यूएईचा प्रभाव कमी होतो आहे, हा आणखी एक. अरब देश इस्रायलशी जुळवून घेण्याच्याच वाटेने जातील, असं वाटत असताना तसंच घडेल आणि 'इस्रायलला मनमानी करता येईल असं नाही,' असे संकेत देणं, हा त्याशिवायचा बदल. सौदी आणि इराण यांनी चिनी मध्यस्थी स्वीकारण्यातून असे अनेक बदल येऊ घातले आहेत जे 'चीनचा जागतिक सुरक्षा आणि व्यूहात्मक दृष्टिकोन डावलता येणार नाही,' हे दाखवणारेही आहेत.

चीनचा उदय थेट आव्हान

चीनच्या अध्यक्षपदी जिनपिंग यांची अधिकृतपणे तिसऱ्यांदा निवड झाली. चीनच्या अध्यक्षपदाचा प्रतीकात्मक मोठपणाखेरीज फार अर्थ नाही. मात्र, चिनी कम्युनिस्ट पक्षाचे सरचिटणीस आणि चीनच्या लष्करी समितीचे अध्यक्ष या पदांवर जिनपिंग यांची आधीच निवड झाली असल्याने ही तिसरी निवड अपेक्षितच होती. जिनपिंग यांनी देशाची सूत्रं हाती घेतल्यानंतर कम्युनिस्ट पक्षाचं देशातील नियंत्रण अधिक पक्कं करण्यावर भर दिला, जो पाश्चात्त्यांच्या अपेक्षांवर पाणी टाकणारा होता. मागची दहा वर्षं त्यांनी ज्या प्रकारे चीनचं नेतृत्व केलं त्यातून एक आत्मविश्वासाने भरलेला आणि 'जागतिक रचनेत आता आपलं म्हणणं इतरांनी ऐकलं पाहिजे,' असा काळ आल्याची ग्वाही देणारा चीन उभा राहिला. त्याआधी आर्थिक आघाडीवर भरारी घेणाऱ्या चीनचं जगाला कौतुक होतं.

पाश्चात्त्यांना (नव्या परिभाषेतील 'ग्लोबल नॉर्थ') ते अंमळ अधिकच होतं. त्या साऱ्यांना जिनपिंग यांच्या नेतृत्वाखालच्या चीनचा उदय घोर लावणारा

ठरायला लागला. शीतयुद्धानंतर स्थिर झालेल्या जागतिक रचनेला आणि त्यातील अमेरिकी वर्चस्वाला जिनपिंग हे थेट आव्हान देऊ लागले आणि त्यातून नव्या शीतयुद्धसदृश वातावरणाकडे जग निघालं. जिनपिंग यांचा जागतिक अजेंडा पुरेसा स्पष्टही झाला आहे आणि तो प्रत्यक्षात आणताना त्यांना अमेरिकेशी संघर्ष करावा लागला तर अशा संघर्षाची तयारी आणि खुमखुमीही असलेला नेता ही जिनपिंग यांची ओळख बनते आहे.

म्हणूनच, युक्रेनचं युद्ध आणि त्यानिमित्ताने रशियाने आणलेलं आव्हान जमेला धरूनही, येणाऱ्या काळात जिनपिंग यांचा जगाकडे पाहण्याचा दृष्टिकोन आणि अमेरिका व सोबतचं पाश्चात्त्य जग यांच्यातील स्पर्धा-संघर्ष अटळ आहे. या दोन दृष्टिकोनांतील स्पर्धेची चुणूक – पश्चिम आशियात इराणला वगळून एक रचना करण्याच्या प्रयत्नात अमेरिका असतानाच – इराण आणि सौदी अरब यांच्यात समझोता घडवून चीनने दाखवून दिली आहे.

अमेरिकेचे वर्चस्व बहुपेडी

आर्थिक आणि व्यूहात्मक आघाडीवरही आता अमेरिका चीनला काही सवलती देण्याची शक्यता कमी कमी होत चालली आहे. तेव्हा मंदावलेल्या अर्थकारणात लोकांचा विश्वास कायम ठेवून जागतिक स्तरावर हवी तशी मुशाफिरी करायची महत्त्वाकांक्षा बाळगणाऱ्या जिनपिंग यांच्या कसोटीचा काळ त्यांच्या तिसऱ्या अध्यक्षीय कारकिर्दीसमोर वाढून ठेवला आहे. मात्र, या काळात चीन बचावात्मक होण्याची कसलीही चिन्हं नाहीत, हे पश्चिम आशियातील चीनच्या पुढाकारातून समोर येतं. अमेरिकेचे अध्यक्ष जो बायडन हे जगाची विभागणी 'लोकशाहीवादी विरुद्ध एकाधिकारशाहीवादी' अशी करू पाहताहेत. यात उघडपणे त्यांचा रोख रशिया, चीन, उत्तर कोरिया, इराण या देशांच्या दिशेने प्रामुख्याने आहे. याचा आर्थिक आणि वैचारिकदृष्ट्याही प्रतिवाद करण्याची तयारी चीन दाखवतो आहे.

इराण आणि सौदी अरब या पश्चिम आशियातील महत्त्वाच्या सत्तांमध्ये समन्वय घडवून आणण्याची खेळी याच रणनीतीचा भाग म्हणून पाहिली पाहिजे. चीनला अमेरिकेच्या नेतृत्वाखालील सध्याच्या जागतिक रचनेला आव्हान द्यायचं आहे, हे काही लपून राहिलेलं नाही. मात्र, अमेरिकेचं हे वर्चस्व बहुपेडी आहे, त्यात केवळ लष्करी आणि आर्थिक घटकांचा समावेश नाही. त्यापलीकडे

जगभरातील राजनैतिक आघाड्या घडवण्या-बिघडवण्यातला अमेरिकेचा सहभाग तितकाच महत्त्वाचा आहे. सामर्थ्यसंपन्न होत चाललेल्या चीनला रोखताना अमेरिका एका बाजूला आर्थिक निर्बंधांसारख्या आयुधांचा वापर करताना इंडो-पॅसिफिक क्षेत्रात चीनच्या प्रभावाला शह देण्याचा खेळ खेळते आहे.

आर्थिक आणि व्यूहात्मक आयुध

पश्चिम आशियात अमेरिकेचा प्रभाव निर्विवाद आहे. या तेलसंपन्न देशांवरचा प्रभाव हे अमेरिकेच्या आर्थिक आणि व्यूहात्मक वाटचालीतलं महत्त्वाचं आयुध राहिलेलं आहे. अलीकडेच इस्त्राईलसोबत संयुक्त अरब अमिरातीचा 'अब्राहम अकॉर्ड' नावाने ओळखला जाणार करार प्रत्यक्षात आणून अमेरिकेने आपल्या चालीची दिशा दाखवली होती. त्याच क्षेत्रात या 'अब्राहम करारा'ने जर इस्त्रायलला दिलासा मिळाला असेल तर या ताज्या 'सौदी-इराण करारा'ने इस्त्रायलचा तीळपापड होईल, अशी चाल चीनने केली आहे. ओबामा यांच्या अध्यक्षीय कारकिर्दीपासून पश्चिम आशियातील घडामोडींतून हळूहळू लक्ष कमी करत आशियावर केंद्रित करण्याकडे अमेरिकेची पावलं चालली होती. मात्र, चीनच्या 'बेल्ट आणि रोड इनिशिएटिव्ह'च्या पलीकडे विस्तार करू पाहणाऱ्या पश्चिम आशियातील या पावलांनी पुन्हा हा भाग चर्चेत येतो आहे.

नव्या प्रतिमा निर्मितीचा प्रयत्न

युक्रेन युद्धात चीन रशियासोबत आहे; मात्र, अमेरिकेचा युक्रेनला असलेल्या थेट पाठिंब्याइतका नाही. रशियाचा दबदबा पुरता संपू नये, इतपत वजन चीन रशियामागे टाकत राहील. अशा युक्रेन युद्धात शांततेचा तोडगा द्यायलाही चीन पुढे येतो आहे. पाठोपाठ आता 'सौदी-इराण करारा'त चीनने पुढाकार घेतला. यातून चीनचा इरादा 'शांततेसाठी प्रयत्न करणारी जबाबदार शक्ती', अशी प्रतिमा पुढे ठेवण्याचा दिसतो आहे.

जगाच्या व्यवहारात चीन अधिक आत्मविश्वासाने लक्ष घालतो आहे, याची चुणूक दिसू लागली आहे. युक्रेन युद्धात अमेरिका उघड युक्रेनच्या मागं उभा राहिला आहे. चीन रशियासोबत आहे; मात्र, अमेरिकेच्या युक्रेनला असलेल्या थेट पाठिंब्याइतका नाही. रशियाचं नाक कापलं जावं, ही अमेरिकेची अपेक्षा. चीनला युक्रेन हरला-जिंकला यात फार रस नाही. रशियाचा दबदबा पुरता संपू नये, इतपत वजन चीन रशियामागं टाकत राहील. अशा युक्रेन युद्धात शांततेचा तोडगा द्यायलाही चीन पुढे येतो आहे. भारतात नुकत्याच झालेल्या 'जी-२०' देशांच्या परराष्ट्रमंत्र्यांच्या बैठकीदरम्यान चीनचे परराष्ट्रमंत्री किन गंग यांनी असा तोडगा पुढेही केला. पाठोपाठ आता 'सौदी-इराण करारा'त चीनने पुढाकार घेतला. यातून चीनचा इरादा 'शांततेसाठी प्रयत्न करणारी जबाबदार शक्ती', अशी प्रतिमा पुढे ठेवण्याचा दिसतो आहे.

या करारातून सौदी अरब आणि इराण हे उभय देश आपले दूतावास पुन्हा सुरू करतील. २०१६मध्ये एका इराणी शिया धर्मनेत्याला सौदीने मृत्युदंड दिल्यानंतर इराणमधील निदर्शनात सौदीच्या दूतावासावर चाल केली गेली. तेव्हापासून दोन देशांतले राजनैतिक संबंध गोठलेले राहिले. आताचा करार घडवण्यात चीनचे मावळते परराष्ट्रमंत्री वँग यी यांचा महत्त्वाचा सहभाग होता. त्यांनी या करारानंतर, चीन प्रामाणिकपणे मध्यस्थ यजमानाची भूमिका निभावत असल्याचं सांगितलं आणि जगातील अशा संघर्षक्षेत्रात एक महत्त्वाची शक्ती म्हणून चीन सकारात्मक जबाबदारी निभावेल, अशी पुष्टीही जोडली. आता इथं मुद्दा तयार होतो, चीनचा अशी जबाबदारी निभावण्याचा इरादा आणि अमेरिकेची अशा संघर्षक्षेत्रातील आतापर्यंतची भूमिका यात विसंवाद असेल, तिथं काय होईल, हा. अगदी ताज्या करारातही इराण आणि सौदी जवळ येतील, हे अमेरिकेच्या पश्चिम आशियाच्या आणि मुस्लीम जगाविषयीच्या दृष्टिकोनाशी सुसंगत प्रकरण नाही.

अमेरिका आणि चीन नवं शीतयुद्ध

'अब्राहम करारा'पाठोपाठ पश्चिम आशियातील अनेक देशांनी इस्त्रायलसोबत किमान संबंध सुरू करणं आणि भारत, इस्त्रायल, अमेरिका आणि संयुक्त अरब अमिरात यांच्यातील 'आयटूयुटू' संवाद यातून एक नवं वास्तव साकारत होतं; ज्यात सौदीही कालांतराने सहभागी होईल, अशी अपेक्षा होती. त्यातून मुस्लीमजगाची विभागणी पश्चिम आशियातील अरब देश, जे अमेरिकेशी सुसंगत भूमिका घेतात आणि इस्त्रायलशी संघर्षापिक्षा पॅलेस्टाईनचा पाठिंबा कायम ठेवून समन्वयाची क्षेत्रं शोधू पाहतात, अशांचा गट आणि इराण, मलेशिया, तुर्कस्तान, पाकिस्तान अशा देशांचा गट अशी विभागणीची शक्यता मांडली जात होती. ती अजूनही पुरती संपलेली नाही. मात्र, त्यात 'सौदी-इराण करारा'ने नवा आयाम आणला आहे, जो बदलत्या जागतिक रचनेत एक महत्त्वाचा संदेश देणारा आहे.

शीतयुद्धोत्तर रचना बदलताना अमेरिका आणि चीन यांच्यात नवं शीतयुद्ध हे पुढचं वास्तव बनेल, अशी मांडणी केली जाते. मात्र, अमेरिका आणि सोव्हिएत संघातील संघर्षाचं शीतयुद्ध आणि चीनशी अमेरिकेची होऊ घातलेली स्पर्धा यांत

अंतर आहे. आता जग थेट दोन गटांत विभागलं जाईल, ही शक्यता नाही. एकाच वेळी परस्परविरोधी गटांत राहून आपले हितसंबंध राखणं, हा कदाचित या नव्या रचनेतील मंत्र असेल. सौदी हा अमेरिकेचा निकट सहकारी म्हणून राहतानाच चीनशी जवळीक साधू शकतो, हे याचंच द्योतक. अमेरिकेचा प्रभाव कमी होताना आणि चीन ती जागा घेईल इतका सशक्त नसताना, या प्रकारच्या गरजेनुसारच्या आघाड्या हा बदलत्या रचनेचा आधार बनतील, हीच शक्यता अधिक.

लक्षणीय घडामोडींचं वळण

सौदीचे अमेरिकेशी दीर्घकालीन सहयोगाचे संबंध आहेत आणि इराणसोबत अमेरिकेची अलीकडची वाटचाल संघर्षाची आहे. इराणसोबतचा अणुकरार अमेरिकेने डोनाल्ड ट्रम्प यांच्या काळात धुडकावला. करार प्रत्यक्षात आणण्यात खपणाऱ्या अमेरिकेच्या साथीदारांनाही हा निर्णय धक्कादायक होता. अमेरिकेतील सत्ताबदलानंतरही इराणसोबतच्या संबंधात फार सुधारणा झालेली नाही. किंबहुना, अणुकरारावरची बोलणी अलीकडेच फिसकटली होती. अलीकडेच बायडन यांनी सौदीची राजधानी रियाधला भेट दिली तेव्हा युक्रेन युद्धाच्या पाश्‍वभूमीवर रशियाला शह देण्याच्या योजनेचा भाग म्हणून 'सौदीने तेलाच्या किमतींवर नियंत्रण ठेवण्यात पुढाकार घ्यावा', ही अमेरिकेची अपेक्षा होती, ती सौदीने धुडकावली.

दुसऱ्या बाजूला, जिनपिंग यांनी रियाधला भेट दिली तेव्हा उभय देशांत 'बेल्ट अँड रोड इनिशिएटिव्ह'च्या विस्तारावरील चर्चेसह २५ सामंजस्य-करार झाले. यातून ४०० अब्ज डॉलरची गुंतवणूक तेल आणि पायाभूत सुविधांत होऊ शकते. चीन आपलं प्रभावक्षेत्र विस्तारतो आहे, त्यासाठी गांभीर्याने हालचाली करतो आहे, हे यातून स्पष्ट होतं. याचा अर्थ, अमेरिकेचा पश्चिम आशियातील प्रभाव संपेल आणि लगेच ती जागा चीन घेईल, असा अजिबात नाही. मात्र, अमेरिकेच्या निर्विवाद प्रभावक्षेत्रात एक प्रतिस्पर्धी पहिल्यांदाच ताबकदीने उभा राहू पाहतो आहे, जे जागतिक रचनेला नवा आकार देण्याच्या काळात लक्षवेधी आहे.

इराण आणि सौदी या दोन्ही प्रादेशिक शक्ती आहेत. त्यांचे भोवतालच्या भागातील प्रभावक्षेत्रावरून मतभेदही आहेत. या दोन देशांतील संबंधात अनेक चढ-उतार आले आहेत. इराणमधील धार्मिक क्रांतीनंतर सौदीचे संबंध ताणलेले

राहिले. ते नव्वदच्या दशकात सुधारण्यास सुरुवात झाली. १९९५ ते २००६ हा काळ दोन देशांतील चांगल्या संबंधांचा काळ होता, त्यात काही महत्त्वाचे करारही झाले. त्यांचा उल्लेख चीनने मध्यस्थी केलेल्या ताज्या करारातही झाला आहे. एका अर्थाने त्या काळाकडे जायची किमान तयारी दोन देश दाखवत आहेत.

याचा अर्थ असा नाही की, त्यांच्यातील स्पर्धा किंवा संघर्षही लगेचच संपेल. याचं कारण, दोघांचे हितसंबंध अनेक बाबतींत परस्परविरोधी आहेत. इराण हा शिया पंथीयांचा, तर सौदी हा सुन्नींचं प्रतिनिधित्व करणारा देश आहे, हेही कारण आहेच; तसंच इराण, लेबनॉन, येमेन, सीरिया अशा अनेक ठिकाणी हे देश अप्रत्यक्षपणे एकमेकांच्या विरोधात बळ अजमावत राहिले आहेत. त्यातून बाहेर पडणं इतकं सोपं नाही. म्हणजे, ताज्या करारानंतर या दोन देशांतील संघर्षाची धार कमी होण्याची अपेक्षा आहे. मात्र, इराण येमेनमधील ज्या हाऊटी गटांना पाठिंबा देतो तो काढून घेतला जाणं तूर्त शक्य नाही.

कालांतराने इराणच्या पाठिंब्यावर लढणाऱ्या बंडखोरांसोबत येमेनला समझोता करता आला तर येमेनमधील युद्धातून सन्माननीयरीत्या बाहेर पडणं सौदीला हवंच असेल. या भागातील मुस्लीम देशांसाठी इस्रायलशी संबंध हे नेहमीच आव्हान राहिलं आहे. बदलत्या काळात इस्रायललाच नकार शक्यतेच्या कोटीतील नाही; मात्र, इस्रायलच्या अधिकाधिक आक्रमक अशा पॅलेस्टाईनविरोधी धोरणाचा पुरस्कार करणंही शक्य नाही.

'मेड इन आशिया'

'अब्राहम करारा'तून सौदी दूर राहील, त्याचं हेच महत्त्वाचं कारण. 'सौदी-इराण करारानंतर इस्रायलसाठी इराणी अणुप्रकल्पांवर सौदी हवाईक्षेत्रातून हल्ल्यांची कल्पना सोडावी लागेल. या कराराने चीनचा पश्चिम आशियातील प्रभावाच्या संघर्षात थेट शिरकाव झाला आहे, तसा तो होताना अमेरिकेच्या पुढाकाराने इराणला वगळून ज्या प्रकारची या भागातील सुरक्षेची रचना करण्याचा प्रयत्न सुरू आहे, त्यात नवं वळण येऊ शकतं. इराणच्या विरोधातील अरब देशांची मोट बांधण्याच्या प्रयत्नांतही ही घडामोड खोडा घालणारी आहे. हा करार साकारताना, इराक आणि ओमाननेही मदत केल्याचं, तो जाहीर होताना सांगितलं गेलं. हे सारंच अमेरिकी व्यूहाला शह देण्याच्या चिनी प्रयत्नांना या भागात बळ मिळत असल्याचं

द्योतक आहे. हा करार 'मेड इन आशिया' असल्याची इराणची टिप्पणी लक्षवेधी आहे. या भागात अमेरिकेखेरीज कुणी तरी पुढाकार घेऊन काही लक्षणीय घडवू शकतं, हेच मोठं वळण आणणारं आहे. आखाती देशांतील तेलावरचं अमेरिकी अवलंबन कमी झालं आहे. मात्र, चीनचं अवलंबन कायम आहे, या घटकाचाही वाटा नव्या घडामोडीत आहे. चीन आपले हितसंबंध सांभाळण्यासाठी आपल्या अगदी शेजारच्या भूभागाबाहेर प्रभावक्षेत्र वाढवत जाईल, ते थेट अमेरिकेपुढचं आव्हान असेल. अरबस्तानात आणखी एक बदल होतो आहे तो संयुक्त अरब अमिरात (यूएई) आणि सौदीच्या संबंधात. सौदीच्या राजपुत्रांसाठी यूएईचे अध्यक्ष मार्गदर्शकाची भूमिका बजावत होते. हे दोन नेते आणि म्हणून देशही निराळ्या दृष्टिकोनातून या प्रदेशांच्या स्थैर्य, सुरक्षा आणि आर्थिक हितसंबंधांकडे पाहू लागले आहेत, अशी चिन्हं हा करार अधिक गडद करतो.

धक्का देणारे वास्तव

भारतासाठी ही घडामोड निश्चितच दखलपात्र ठरते. सौदी आणि इराण या दोन्ही देशांशी भारताचे प्रदीर्घ आणि चांगले संबंध आहेत आणि या भागातील स्थैर्य भारतासाठी स्वागतार्हच आहे. त्या दृष्टीने दोन संघर्षरत देशांत समझोता चांगलाच ; मात्र त्याला आणखी एक आयाम आहे तो चीनच्या मध्यस्थीचा आणि त्यासोबतच चीनने सुरू केलेल्या या भागातील नव्या खेळाचा, जो भारतीय हितसंबंधांशी सुसंगत असण्याची शक्यता कमी. अलीकडच्या काळातील आपल्या परराष्ट्र धोरणातील लक्षणीय यश आहे ते एका बाजूला इस्रायलशी संबंध वाढवताना अरब देशांशी जवळीकही वाढवत नेण्यात. हे करताना आपलं धोरण अमेरिकेच्या पुढाकाराने आखाती देशांतील सुरक्षा व्यवस्थेची घडी बसवण्याशी बव्हंशी सुसंगत राहिलं आहे. 'आयटूयुटू'मधील आपला सहभाग इस्रायलसोबत आहे.

नव्या कराराने आणि त्याच वेळी इस्रायलमध्ये अधिक आक्रमक धोरणावर भर दिला जाऊ लागल्याने अरब देशांना इस्रायलशी संबंध वाढवण्याचा फेरविचार करावा लागू शकतो. तिथं एकाधिकारशाही राजवटी असल्या तरी इस्रायलविषयीची तिथल्या जनतेतील संवेदनशीलता तिथल्या शेखांनी दृष्टीआड करण्यासारखी नाही. सौदीच्या राजपुत्रांची नोव्हेंबरमधील भारतभेट रद्द झाली. त्यानंतर अलीकडे 'रायसिना डायलॉग'साठीच्या प्रमोशनल व्हिडिओमध्ये इराणमधील निदर्शनांचं

फूटेज समाविष्ट केल्यानंतर इराणी परराष्ट्रमंत्र्यांनी भारतदौरा रद्द केला. तेच देश चीनच्या पुढाकाराने टोकाचे मतभेद मागं टाकायचा प्रयत्न करतात हे, 'जग आपलं ऐकू लागलं' असा गाजावाजा आपल्याकडे केला जात असल्याच्या काळात धक्का देणारं वास्तव आहे.

(सप्तरंग, १९ मार्च २०२३)

∎

इराकी गोंधळाची 'विशी'

अमेरिकेच्या इराकवरील हल्ल्याला वीस वर्ष होत असताना मुळात युद्ध करायची तरी गरज होती का, असाच प्रश्न उपस्थित होतो. अमेरिकेने इराकचे हुकूमशहा सद्दाम हुसेन यांना जगासाठी घातक ठरवलं. मग ब्रिटनच्या साथीने इराक पादाक्रांतही केला; पण म्हणून इराकमध्ये लोकशाहीप्रस्थापनेचा जो पवित्र हेतू सांगितला जात होता, तो साध्य झाला असं घडलं नाही.

अमेरिकेने इराकवर हल्ला सुरू केला दिनांक २० मार्च २००३ रोजी. १ मे २००३ रोजी अमेरिकेचे तत्कालीन अध्यक्ष जॉर्ज बुश यांनी 'कामगिरी फत्ते झाली, म्हणजे अमेरिकेचा विजय झाला,' असं जाहीर केलं. वीस वर्षांनंतर त्या अमेरिकी आक्रमणाचे आणि अमेरिकी विजयाचे नेमके परिणाम काय, हे तपासलं जात आहे. मुळात, युद्ध करायची तरी गरज होती का, असाच प्रश्न उपस्थित केला जात आहे. या युद्धाने अमेरिकेच्या जगातील एकतर्फी मनमानीचा कळस गाठला गेला. तो काळ सर्वार्थाने अमेरिकेच्या जागतिक वर्चस्वाचा होता. अमेरिकेशी जुळवून घ्या किंवा गप्प बसा, असाच माहौल त्या वेळी होता. अमेरिकेने इराकचे हुकूमशहा सद्दाम हुसेन यांना जगासाठी घातक ठरवलं. त्यांची राजवट उलथवणं हाच जगाला वाचवण्याचा मार्ग असल्याचं अमेरिकेनेच ठरवलं आणि मग ब्रिटनच्या साथीने इराक पादाक्रांतही केला; पण म्हणून इराकमध्ये लोकशाहीप्रस्थापनेचा जो पवित्र

हेतू सांगितला जात होता तो साध्य झाला, असं घडलं नाही. लोकशाही अशी निर्यात करता येत नाही, हे अमेरिका नंतरही शिकत गेली. यासंदर्भात सर्वांत मोठा धडा दिला तो अफगाणिस्तानने. इराक काय किंवा अफगाणिस्तान काय, अमेरिकेची प्रचंड लष्करी आर्थिक आणि राजनैतिक ताकद जमेला धरूनही अमेरिकी उद्दिष्ट साध्य न होता त्या त्या भागात एक गोंधळलेलं अराजक मागं ठेवणाऱ्या त्या कृती ठरल्या. इराकची या युद्धाने वाताहत केली. अमेरिकेच्या आणि इराणच्या पाठिंब्यावर लढणाऱ्या हत्यारबंद गटांना मोकळं रान मिळालं. पश्चिम आशियातील अनिश्चिततेत या युद्धाने भर टाकली.

काही काळ अमेरिकेच्या वर्चस्वाचा डंका झडला आणि अमेरिकेला कारवाईसाठी संयुक्त राष्ट्रांच्या अनुमतीचीही गरज उरली नसल्याचं अमेरिकी अहंकार सुखावणारं वातावरणही तयार झालं. मात्र, त्याच काळात अमेरिकी वर्चस्वाला शह देणारी बीजं रोवली जात होती. दहशतवादाच्या नव्या लाटेला बळ मिळत होतं. यात लाभ झालाच असेल तर संघर्षातच संधी शोधणाऱ्या शस्त्र-उत्पादक कंपन्यांचा आणि त्यांची विक्री करणाऱ्या लॉबीचा. अमेरिकेच्या याच दादागिरीच्या काळात चीन ताकद कमावत होता आणि व्लादिमीर पुतिन यांच्या नेतृत्वाखाली रशिया पूर्ववैभवाची स्वप्ने पाहू लागला होता. वीस वर्षांनंतर या दोन्ही देशांनी अमेरिकेच्या वर्चस्वाला निरनिराळ्या रीतीने; पण निश्चितपणे आव्हान दिलं आहे. आणि अमेरिका ठरवेल ती पूर्व या शीतयुद्धोत्तर काळातील सूत्राला छेद देणारं वास्तवही या दोन दशकांत साकारलं आहे.

तीनही कारणे तकलादू

आधुनिक जगात युद्ध लादायचं तर कुणाला तरी खलनायक ठरवावं लागतं. एखादा नेता, हुकूमशहा, लष्करशहा, एखादा हत्यारबंद गट, एखादं राष्ट्र आणि हे घटक जगाच्या सुरक्षेला धोका बनले असल्याचं सांगणं, हा युद्धाला मान्यता मिळवण्याच्या योजनेचा भाग असतो. इराकच्या युद्धात हेच मॉडेल वापरलं गेलं. सद्दाम यांची कारकीर्द अशांततेला आणि अराजकाला जबाबदार असल्याचं अमेरिकेने ठरवलं. त्या काळात अमेरिकेची री ओढणं हेच परराष्ट्र धोरण बनलेल्या ब्रिटनने 'मम' म्हणणं स्वाभाविक होतं. सद्दाम यांचं राज्य शियांवर आणि कुर्दांवर अन्याय करत होतं, हे खरंच आहे. सद्दाम हे हुकूमशहाच होते आणि लष्करी बळावर कायम राज्य

करू पाहणाऱ्या एकाधिकारशाही वृत्तीचे ते निदर्शक होते; पण म्हणून इराकवर आक्रमण करून अराजकाच्या परमावधीचा प्रारंभ करणं हाच मार्ग होता काय, हा मुद्दा उरतो; ज्यावर मागची दोन दशकं जगातले विद्वान खल करताहेत. आक्रमण केलं त्या काळात, इराकमध्ये लष्करी कारवाई का आवश्यक आहे, याची ढीगभर कारणं अमेरिकेकडून आणि ब्रिटनकडून दिली जात होती.

'युद्ध आधी मनात घडतं; मग रणांगणात,' असं म्हणतात. इराकवर आक्रमण करणं आणि सद्दाम यांची सत्ता उलथवणं, हे अमेरिकेतील मुत्सद्दी आणि वरिष्ठ अधिकारी यांच्या मनात आधी पक्कं झालं होतं. त्यासाठीची कारण परंपरा तयार करणं हे त्यानंतर घडलं होतं, हे आता उघड झालं आहे म्हणूनच युद्धासाठी म्हणून सांगितली गेलेली सारी कारणं तकलादू आणि बिनबुडाची होती, हेही काळाच्या ओघात स्पष्ट झालं आहे. काही कारणं तर चुकीची होती यावर अमेरिकेने आणि ब्रिटननेही शिक्कामोर्तब केलं आहे.

युद्धासाठी म्हणून प्रामुख्याने तीन कारणं सांगितली गेली. सद्दाम यांच्या राजवटीने सामूहिक संहारासाठीची अस्त्रं तयार केली आहेत, ज्यांचा वापर सद्दाम करू शकतात. ही अस्त्रं दहशतवाद्यांना दिली जातील आणि त्यातून नवं संकट तयार होईल आणि सद्दाम यांची सत्ता उलथवून तिथं लोकशाही प्रस्थापित केली तर त्या भागात उदाहरण घालून दिल्यासारखं होईल. ही तिन्ही कारणं तकलादू असल्याचं सिद्ध झालं आहे. एकतर युद्धात सद्दाम यांचा पाडाव झाला तरी त्यांनी कुठंही रासायनिक किंवा जैविक अस्त्रांचा वापर केला नव्हता. युद्धानंतर झालेल्या तपासण्यांमध्ये, अशा प्रकारची अस्त्रं कुठंही आढळली नाहीत किंवा तशी बनवण्याची क्षमता असल्याचंही दिसलं नाही. 'आपण अशी अस्त्रं बनवू शकतो असा आव सद्दाम आणत होते ते इतरांना धाक घालण्यासाठी. अमेरिकेने मात्र अशी अस्त्रं असल्याची ठोस माहिती असल्याचं युद्ध सुरू करताना सांगितलं होतं. अमेरिकेचे अध्यक्ष, ब्रिटनचे पंतप्रधान आणि युद्धाला पाठिंबा देणारे सारे जण एकाच सुरात बोलत होते.

अमेरिकेचा प्रयोग असफल

बुश यांनी 'इराकने अशी हत्यारं बनवली आहेत, अण्वस्त्रं मिळवण्याचा त्यांचा प्रयत्न आहे आणि या वेळीच सद्दाम यांना रोखलं पाहिजे; अन्यथा अमेरिकेच्या

आणि जगाच्या सुरक्षेसमोर धोका उभा राहील,' असं सांगितलं होतं. टोनी ब्लेअर यांनी तर 'सद्दाम हुसेन ४५ मिनिटांत देशातीलच शिया लोकसंख्येवर या अस्त्रांचा मारा करतील,' असं भाकीत केलं होतं. मात्र, अशी कोणतीही अस्त्रं इराकमध्ये सापडली नाहीतच; पण अमेरिकेच्या सिनेटमध्ये 'इराक सर्व्हे ग्रुप'चे प्रमुख डेव्हिड के. यांनी 'अशा अस्त्रांचा साठा इराकमध्ये नाही,' असा निर्वाळा दिला. ज्यासाठी युद्ध केलं ते कारणच तोंडावर आपटलं होतं. 'अशी शस्त्रास्त्रं नाहीत,' असं ब्रिटनच्या संसदेत ठेवण्यात आलेल्या एका अहवालाद्वारेही कालांतराने स्पष्ट झालं. दुसरा युक्तिवाद होता तो, सद्दाम हे दहशतवाद्यांना मदत करून अमेरिकेवर हल्ला करतील असा. याला पार्श्वभूमी होती ८ सप्टेंबरच्या अमेरिकेवरील लादेनप्रणित हल्ल्याची. हा हल्ला घडवून आणणाऱ्या 'अल् कायदा'शी सद्दाम यांचे संबंध आहेत, असंही सांगितलं जात होतं. लादेनला मदत करतील अशा इराणशी आणि पॅलेस्टाईनशी संबंधित हत्यारबंद गटांना सद्दाम यांनी ताकद दिली, हे खरंच होतं. मात्र, त्यांचा 'अल् कायदा'शी कोणताही संबंध कधीच सिद्ध झाला नाही.

अमेरिकेवरील 'अल् कायदा'च्या हल्ल्यानंतर दहशतवादाच्या विरोधातील युद्ध अमेरिकेने सुरू केलं आणि दहशतवादाला साथ देणाऱ्यांची सैतानी आघाडी तयार झाल्याचं जाहीर केलं. या आघाडीला सद्दाम यांचा मोठा आधार आहे, असं बुश यांचं निदान होतं. 'अल् कायदा'शी संबंध आणि सामूहिक संहाराची शस्त्रास्त्रं या दोन्ही युक्तिवादांत तथ्य नसल्याचं समोर आल्याने अमेरिकी गुप्तहेर यंत्रणा नेमकी काय माहिती पुरवत होत्या, असा प्रश्न तयार होतो. तिसरा मुद्दा होता, इराकमध्ये लोकशाही प्रस्थापित करण्याचा आणि त्यातून या भागात संदेश देण्याचा. युद्धानंतर निवडणुका होऊन सरकारं चालत राहिली. सद्दाम यांच्या राजवटीहून अधिक मुक्त; किमान आशादायी वातावरण तयार झालं. मात्र, संपूर्ण लोकशाही प्रस्थापित झाली, असं सांगणं धाडसाचं ठरावं. शिवाय, या अमेरिकी प्रयोगाचा पश्चिम आशियातील एकाधिकारशाही राजवटींवर काही परिणाम झाला, असंही नाही.

युद्धाचा उत्पात असमर्थनीय

युद्ध जिंकल्यानंतर सद्दाम यांच्या 'बाथ' पक्षावर बंदी घातली गेली. इराकी लष्कर बरखास्त करण्यात आलं. आणि, इराकमधील शिया-सुन्नी आणि कुर्द या तिन्ही गटांच्या प्रतिनिधींना सत्तारचनेत स्थान मिळेल अशी घटनात्मक व्यवस्था झाली.

लष्कर बरखास्त करण्याचा परिणाम असा झाला की, प्रशिक्षित सैनिक अन्य हत्यारबंद संघटनांच्या आयतेच हाती लागले. इराकमधील अस्वस्थतेचा फायदा उठवत 'अल् कायदा'हूनही अधिक घातक अशा 'इसिस'ची उभारणी झाली. तिला इराकमध्ये प्रतिसाद मिळत होता. इराक आणि सीरिया या कोसळलेल्या राष्ट्रांच्या पोकळीतच 'इसिस'चा भस्मासुर फोफावला म्हणजेच दहशतवाद संपवायचा म्हणून लढल्या गेलेल्या युद्धातून दहशतवादाची आणखी एक खतरनाक आवृत्ती जन्माला येत होती.

व्यूहात्मक उद्दिष्ट

शिवाय, इराक-अफगाणिस्तान-सीरियात आपली ताकद वापरणारी अमेरिका पाकिस्तानातील दहशतवाद्यांच्या नंदनवनाकडे मात्र दुर्लक्ष करते, हा दुटप्पीपणाही उघड झाला. मध्य पूर्व अर्थात पश्चिम आशियात नवी घडी बसवण्याचं व्यूहात्मक उद्दिष्टही अमेरिकेच्या आक्रमणामागं होतं. युद्धात इराकचं खच्चीकरण झाल्याचा परिणाम इराणचा दबदबा वाढण्यात झाला, जे अमेरिकेला कधींच नको होतं. ज्या इराणचा प्रभाव आधी लेबनॉनमध्ये हिजबुल्लाह गटांपुरता मर्यादित होता त्या इराणचा प्रभाव येमेन, सीरिया, लेबनॉन, इराक असा विस्तारत गेला. अमेरिकेच्या नेतृत्वाखालील जागतिक रचनेत भांडवलशाहीला मुक्त वाव आणि उदारमतवादी लोकशाहीचा पुरस्कार यांवर भर दिला जात होता. आपल्याशी सुसंगत राज्यपद्धतीचा अमेरिकी आग्रह हा इराकप्रमाणेच, अमेरिकेने हस्तक्षेप केला त्या अन्य अनेक ठिकाणी कोसळलाच; पण त्यातून आकाराला येत चाललेली नवी स्थिती अमेरिकेच्या नेतृत्वाखालच्या जागतिक रचनेलाच पर्याय देऊ पाहते आहे. म्हणजेच, व्यूहात्मकरीत्या अमेरिकेला इराकयुद्धाने काही हाती लागलं असं नाही. लोकशाही मूल्यांचा आणि मानवतावादी भूमिकांचा, उदारमतवादाचा वगैरे अमेरिका आणि अमेरिकी कारवाईचे समर्थक उदो उदो करत असत. मात्र, ज्या रीतीने अबू गरीबच्या तुरुंगात कैद्यांशी व्यवहार झाल्याचं समोर आलं आणि ज्या रीतीने इराकमधील अत्याचार पुढे आले, त्यातून या मूल्यवाद्यांचं पितळही उघडं पडलं होतं.

या युद्धाने केलेली हानी भयावह होती. अमेरिकी हल्ल्यात इराकमधील सुमारे दोन लाख नागरिक बळी पडले. स्टेडियमचं कब्रस्तान केलं जाण्याची वेळ इराकी लोकांनी पाहिली. सद्दाम यांच्या फौजेतील ४५ हजार सैनिक ठार झाले,

त्यांना मदत करणाऱ्या हत्यारबंद गटांचे किमान ३५ हजार सैनिक बळी पडले. अमेरिकेचे ४६०० सैनिक आणि युद्धात निरनिराळ्या कामांत मदत करणारे ३६०० कंत्राटी लोक बळी पडले. या युद्धात अमेरिकेने ६८ लाख कोटी रुपये अधिकृतपणे ओतले. इराकमधील अनेक शहरं उद्ध्वस्त झाली. युद्धात सद्दाम यांचा पाडाव आणि पाठोपाठ त्यांना दिलेला मृत्युदंड या बाबी अमेरिकी विजयाचं प्रतीक म्हणून गाजवल्या गेल्या. मात्र, २० वर्षांनंतर एक हुकूमशाही सत्ता उलथवण्यासाठी युद्धाने घडवलेला उत्पात समर्थनीय मानायचा का, असा प्रश्न उभा आहे. या प्रश्नाचं उत्तर ज्यांनी द्यायला हवं ते ते देण्याची शक्यता नाही. युद्धाच्या काळात अमेरिकेच्या धोरणनियोजन विभागात संचालक असणारे रिचर्ड हास यांनी युद्धानंतर 'हे युद्ध का घडलं, याचं उत्तर या जन्मात मिळण्याची शक्यता नाही,' असं म्हटलं होतं.

लोकशाही लादता येत नाही, हा जसा इराकच्या युद्धाचा आणि त्यानंतरच्या इराकच्या वाटचालीचा धडा आहे; तसाच, 'एका धर्माचं म्हणून राष्ट्र एकसंध, स्थिर राहतं' हा गैरसमज आहे, हाही एक धडा आहे. इराक हा मुस्लीम देश आहे. मात्र, तिथला सारा सत्तेचा, वर्चस्वाचा संघर्ष शिया, सुन्नी आणि कुर्द या गटांतला आहे. हा संघर्ष सद्दाम यांच्या हयातीत होता. सद्दाम यांना संपवल्याने तो संपला नाही आणि युद्धाला दोन दशकं झाल्यानेही त्यात काही ठोस तोडगा निघत नाही. म्हणजेच, केवळ 'एक धर्म' या आधारावर राष्ट्र उभं राहतंच असं नाही. धर्माच्या पोटातील वांशिक अस्मिता टोकदार झाल्या की धार्मिक अस्मितेचं पांघरूण तोकडे पडायला लागतं. धर्मराष्ट्राची असोशी असलेल्या सर्वांसाठी हाही एक धडाच.

इराक-भारत संबंध सौहार्दाचे

इराकच्या युद्धाच्या वेळी, भारताने थेट युद्धात सहभागी व्हावं, अशी अमेरिकेची आणि ब्रिटनची अपेक्षा होती. अटलबिहारी वाजपेयी यांच्या सरकारने सहकार्य करण्याच्या अपेक्षा तयार केल्या; मात्र, प्रत्यक्षात भारतीय सैन्य पाठवण्याचं टाळलं. सैन्य पाठवावं की नाही यावरून भारताच्या धोरणकर्त्यांत आणि परराष्ट्र व्यवहारातील तज्ज्ञ विश्लेषकांत टोकाचे मतभेद होते. खरं तर इराक आणि भारत यांच्यातील संबंध दीर्घकाळ सौहार्दाचे होते. १९९१च्या आखाती युद्धातही सद्दाम यांनी कुवेतवर आक्रमण केल्याबद्दल भारताने सद्दाम यांचा थेट धिक्कार केलेला नव्हता. इराकमधून तुलनेत स्वस्त मिळणारं तेल आणि काश्मीरप्रश्नी बहुतेक अरब

देश भारताला न आवडणारी भूमिका घेत असताना इराक सातत्याने भारताच्या भूमिकेची करत असलेली पाठराखण; शिवाय, आखातात अडकलेल्या भारतीयांची सुरक्षा यांतून तेव्हाच्या विश्वनाथ प्रतापसिंह यांच्या सरकारने आणि इंद्रकुमार गुजराल यांच्या सरकारने हीच भूमिका कायम ठेवली. सन २००३ मधल्या इराकयुद्धाच्या वेळी मात्र, भारताने सैन्य पाठवावं, यासाठी अमेरिकेकडून विनंतीवजा दबाव सुरू झाला. भारताचा जागतिक पातळीवरील घडामोडींत प्रभाव वाढवण्यासाठी अमेरिकेची मागणी मान्य करावी, असं अनेक तज्ज्ञ विश्लेषक सुचवत होते. मात्र, सरकारने आधी, इराकमधील लष्करी कारवाईने भारत अस्वस्थ असल्याचं पत्रक जाहीर केलं आणि पाठोपाठ संसदेने, लष्करी कारवाई आणि इराकमधील सत्तापालटाची भूमिका अमान्य असल्याचा ठराव केला. सामूहिक विध्वंसाची शस्त्रास्त्रं म्हणजे रासायनिक, जैविक अस्त्रं किंवा अण्वस्त्रं असल्याचा संशय युद्धामागं होता. त्यावर वाजपेयी यांनी 'अशा शस्त्रास्त्रांविषयी संयुक्त राष्ट्रांच्या माध्यमातूनच निर्णय घेतला पाहिजे; एकतर्फी कारवाईने संयुक्त राष्ट्रांवरच ओरखडा उमटवल्यासारखं होईल, ज्याचा अत्यंत घातक परिणाम जागतिक रचनेवर होईल,' अशी भूमिका संसदेत मांडली.

नैतिकतेच्या आधारावर भूमिका

अमेरिकेला मदत करावी, असं वाजपेयी यांच्या पक्षातील अनेकांना वाटत होतं. लालकृष्ण अडवानी यांच्या याच काळातील अमेरिकादौऱ्यानंतर अमेरिकी मुत्सद्द्यांना भारताचा युद्धातील सहभाग निश्चित वाटत होता. वीस हजार भारतीय जवानांना पाठवण्याचं नियोजनही तयार होतं. मात्र, वाजपेयी यांनी सर्वसहमतीने निर्णयाची भूमिका घेतली. सोनिया गांधींशी झालेल्या चर्चेत त्यांनी जवान पाठवण्यास स्पष्ट विरोध केला. डावे पक्ष युद्धाच्या विरोधातच होते. युद्धात भाग घ्यावा असं वाटणाऱ्या मंडळींना, यातून अमेरिका-भारत सहकार्याचं पर्व सुरू होईल, ज्याचा भारताला दीर्घकालीन लाभ होईल, असं वाटत होतं. मात्र, अंतिमतः युद्धापासून दूर राहण्याची भूमिका भारताने घेतली तेव्हा अमेरिकेबरोबर युद्धात उतरणं शहाणपणाचं नव्हतं, हे काळाने दाखवून दिलं आहे.

लक्षवेधी बाब ही की, तेव्हा अमेरिकेच्या जवळ जावं यासाठी वाजपेयींवर टीका करणाऱ्यांतील बहुतेक जण आताही, अमेरिकेशी निकट संबंध हाच भारताचा

जगातील प्रभाव वाढवण्याचा मार्ग आहे, असं सांगत असतात. नैतिकतेच्या आधारावर भारताने अमेरिकेबरोबर राहिलं पाहिजे, असं तेव्हा सांगितलं जात होतं. आता वीस वर्षांनंतरसुद्धा, युक्रेनयुद्धातही भारताने रशियाच्या विरोधात भूमिका घ्यावी, नैतिकतेच्या आधारावर युक्रेनच्या बाजूने, पर्यायाने अमेरिकेच्या बाजूने उभं राहावं, असं सांगणाऱ्यांची संख्या कमी नाही.

बुश यांनी युद्धानंतर दहा वर्षांनी 'इराकमधील आपल्या कृतीचा निवाडा मृत्यूनंतर दीर्घ काळानेच होऊ शकतो,' असं म्हटलं होतं. तरीही इराक युद्धाची गरज होती का आणि त्याचे परिणाम यांवर वेळोवेळी चर्चा होतच राहील. दोन दशकांनंतर त्या युद्धाचा फोलपणा समोर आलाच आहे. अमेरिकेची जगाच्या व्यवहारातील पत घसरण्याची सुरुवात करणाऱ्या निर्णयात इराक युद्धाचा समावेश केला जातो. इराक आणि अफगाणिस्तान युद्धानंतर अमेरिकेतील जनमत, कुठंही सैन्य धाडण्याच्या विरोधात तयार होत गेलं. याचा परिणाम म्हणून सीरियात अमेरिका पूर्ण ताकदीने उतरली नाही. पुतिन यांनी क्रीमियाचा घास सहज घेतला, त्यात या अमेरिकेच्या बचावात्मक पवित्र्याचाही वाटा होता. युक्रेनमध्येही लांबून

सार्वभौमत्वाला मान देण्याचे 'नॅरेटिव्ह'

शस्त्रास्त्र पुरवठा करण्यापर्यंतच अमेरिकेने सहभाग ठेवला. इराक युद्धाचा चीन लावत असलेला अर्थ अधिक लक्ष पुरवण्यासारखा आहे. इराक आणि अफगाणिस्तान युद्धात गुंतलेल्या अमेरिकेला, चीनच्या वाढत्या महत्त्वाकांक्षा ओळखून त्यांना तोंड देण्याइतकी, सवडही नव्हती. आता चीन हा अमेरिकेच्या जागतिक वर्चस्वाला आव्हान देतो आहे. याचाच भाग म्हणून चीनमधून, अमेरिकेने ते युद्ध अकारण लादलं, असं सांगितलं जात असतानाच अमेरिकेचा पश्चिम आशियातील हस्तक्षेप वर्चस्ववादी आहे, तर चीन त्या त्या देशाच्या सार्वभौमत्वाला मान देऊन तोडग्याचा विचार करतो, असं 'नॅरेटिव्ह' खपवण्याचा उद्योग सुरू आहे. अमेरिकेचे पश्चिम आशियातील युद्धाचे निर्णय चुकले; पण चीन ज्या रीतीने अमेरिकेची जागा घेऊ पाहतो आहे, तोही वर्चस्ववादाचाच नमुना नाही काय? भाषा आणि कार्यपद्धती वेगळी, इतकंच.

(सप्तरंग, २६ मार्च २०२३)

■

तुर्की : पुन्हा तेच ते

तुर्कीची उभारणी एक प्रागतिक धर्मनिरपेक्ष देश, अशी करायचा प्रयत्न मुस्तफा केमाल अतातुर्क यांनी केला होता. त्याला बहुसंख्याकवादाच्या, म्हणजे तुर्कीच्या संदर्भात इस्लामीकरणाच्या वाटेने घेऊन जाणं, हे एर्दोगान यांचं एक ठळक कर्तृत्व. त्यांची राजवट कायम राहण्याचा अर्थ, तुर्कीतील उजवं बहुसंख्याकवादी वळण दृढ होण्याची आणि एकाधिकारशाहीला बळ मिळण्याची शक्यता अधिक आहे.

तुर्कीची निवडणूक त्या देशाच्या भविष्यासाठी एक निर्णायक वळण आणणारी होतीच; पण या निवडणुकीकडे साऱ्या युरोपचं लक्ष होतं. तुर्कीमध्ये काय होणार याला अमेरिकेच्या नेतृत्वाखालच्या पाश्चात्त्य देशांसाठी कमालीचं महत्त्व आहे, तसंच ते रशिया, चीनपासून पश्चिम आशियातील राजकारणापर्यंत अनेक बाबींत आहे. याचं कारण, ज्या दिशेने रिसेप तयिप एर्दोगान तुर्कीला घेऊन गेले त्यात शोधता येईल. एर्दोगान हे मागच्या दशकभरात जगात अनेक ठिकाणी समोर आलेल्या राजकीय नेतृत्वप्रवाहाचं प्रतिनिधित्व करणारे नेते आहेत. मात्र, त्यांचा तुर्कीतील उदय त्याच्याही खूप आधीचा आहे. देशाला गतवैभवाचं — म्हणजे ऑटोमन साम्राज्याच्या प्रभावाचं — स्वप्न दाखवणं, त्यासाठी कणखर — म्हणजे 'हम करे सो' थाटाचं — नेतृत्वच आवश्यक असल्याचं लोकांच्या गळी उतरवणं, राष्ट्रवादाच्या भावनांना फुंकर घालत राहणं; याच आधारावर कमअस्सल राष्ट्रवादी

ठरवणं, किंवा सत्तेच्या विरोधात काहीही बोलेल त्याचा छळ मांडणं आणि भावनांच्या; त्यातही धर्मभावनांच्या, लाटेवर स्वार होत देशात एककल्ली राजवट प्रस्थापित करणं; जिथं नेत्याला विरोध म्हणजे देशाला विरोध मानला पाहिजे अशी वाटचाल करणाऱ्या नेत्यांचं पीक आलं, त्यात एर्दोगान हे आघाडीचं नावं.

तुर्की हा देश युरोप आणि आशिया यांच्या सीमेवरचा. मात्र, युरोपशी अधिक जवळीक असलेला आहे. या देशाची एक प्रागतिक धर्मनिरपेक्ष देश अशी उभारणी करायचा प्रयत्न मुस्तफा केमाल अतातुर्क यांनी केला होता. या तुर्कस्तानला बहुसंख्याकवादाच्या, म्हणजे तुर्कीच्या संदर्भात इस्लामीकरणाच्या, वाटेने घेऊन जाणं हे एर्दोगान यांचं एक ठळक कर्तृत्व. केमाल अतातुर्क यांच्यानंतर तुर्कीच्या इतिहासात सर्वाधिक प्रभावी नेता ही २० वर्षांच्या सत्ताकाळात एर्दोगान यांनी कमावलेली ओळख ही प्रामुख्याने त्यांच्या एकाधिकारशाहीवादी धोरणातून आहे. विरोधकांना नेस्तनाबूद करणं, हे त्यांच्या राजवटीचं वैशिष्ट्य. यात त्यांना विधिनिषेध बाळगावासा वाटत नाही. शीतयुद्धात बव्हंशी एका बाजूला न झुकण्यावर तुर्की भर देत राहिला तरी या देशाचा 'नाटो' गटात समावेश आहे. हा गट तत्कालीन सोव्हिएत संघाच्या विरोधात साकारलेली सुरक्षा आघाडी आहे.

'ऑटोमन साम्राज्य' म्हणजे वर्चस्व

एर्दोगान यांच्याविषयी या गटात अनेक आक्षेप आहेत. त्यांनी तुर्कीला रशियाच्या अधिक जवळ नेण्याचा प्रयत्न केला. त्यांची रशियाचे अध्यक्ष व्लादिमीर पुतिन यांच्याशी जवळीक युक्रेनच्या युद्धानंतर 'नाटो' देशांना अधिकच खुपणारी आहे. मात्र, एर्दोगान एकाच वेळी युक्रेन आणि रशिया यांच्याशी व्यवहार करू पाहत होते. एर्दोगान यांची सीरियाच्या संघर्षातील भूमिका, पश्चिम आशियातील घडामोडींतील त्यांचा सहभाग, काश्मीरविषयीचा त्यांचा भारतविरोधी सूर यांतून ते सातत्याने चर्चेत आणि वादात राहिलेलं व्यक्तिमत्त्व आहे. त्यांना पुन्हा अध्यक्षपदाची संधी मिळण्याचा अर्थ ऑटोमन साम्राज्याच्या वैभवाची, म्हणजे वर्चस्वाची, स्वप्ने पाहण्याला बळ मिळण्यासारखं; म्हणूनच त्यांच्याऐवजी तुर्कीत उभं राहिलेलं विरोधकांचं संघटन यशस्वी व्हावं, असं बहुतांश पाश्चात्त्य देशांना वाटत होतं. मात्र, अध्यक्षांचे अधिकार कमी करून संसदेला अधिकार देण्याचं आश्वासन देणाऱ्या विरोधकांवर त्यांनी मात केली. हा विजय दुसऱ्या फेरीत आणि

निसटता असल्याने तुर्कीमधील विभागणी स्पष्ट झाली आहे. मात्र, सत्तेतील एर्दोगान हे विरोधाचा आवाज ऐकतील ही शक्यता नाही.

भय घालण्यावरच भर!

तुर्कीची निवडणूक लोकशाही पद्धतीने होते. मतदार कुणालाही मतदान करायला मोकळे असतात. मात्र, विरोधात कोण असावं; किंबहुना कोण असू नये याची व्यवस्था एर्दोगान यांनी करून ठेवली होती. त्यांना आव्हान देण्याची सर्वाधिक क्षमता असलेले आणि इस्तंबूलच्या निवडणुकीत पराभवाचा झटका देणारे तिथले महापौर इमामग्लू यांना आधीच तुरुंगात डांबलं गेलं होतं. त्यातून तुलनेत कमजोर प्रतिस्पर्धी किलिकदारग्लू यांच्याशी लढत झाली. त्यांनी लढत ताकदीने दिली. पहिल्या फेरीत एर्दोगान यांना विजयी होऊ दिलं नाही हे खरंच; त्याचबरोबर निवडणुकीत एर्दोगान यांना झुकतं माप राहील याचे सारे प्रयत्न केले गेले होते, हेही खरं.

माध्यमांतून सर्वाधिक काळ तेच दिसत होते. त्यांना विचारले जाणारे प्रश्न आधी ठरलेले असत. त्यांची उत्तरं ते प्रॉम्टरवरून वाचून दाखवत. रस्ते, पूल, विमानतळ आदी पायाभूत सुविधांची कामं सातत्याने दाखवत एर्दोगान हे जागतिक नेते असल्याचा मारा केला जात होता. सोबत प्रचाराचं सूत्रं होतं –'एर्दोगान देशाला पूर्ववैभव प्राप्त करून देऊ पाहताहेत, तर त्यात विरोधक खोडा घालताहेत... आपली सत्ता गेली तर देश खड्ड्यात जाईल; याचं कारण, एर्दोगान नाहीत तर देशाचं नेतृत्व करायला समर्थ आहेच कोण?'

पुन्हा तोच नेता...

तेव्हा लोकांनी मतदान कुणालाही करावं; पण ते कुणाला म्हणजे एर्दोगान यांनाच केलं पाहिजे, असं ठसवायचे सारे मार्ग तिथं अवलंबले गेले. त्या नंतरही ते जेमतेम मतांनी विजयी झाले. या विजयाची पार्श्वभूमीही महत्त्वाची आहे. तुर्की कधी नव्हे अशा संकटमालिकेतून जातो आहे. देशाची अर्थव्यवस्था लडखडते आहे. महागाईने लोक मेटाकुटीला आले आहेत. महागाईचा दर वाढत वाढत ८५ टक्क्यांपर्यंत गेला होता. अरब देशांकडून कर्ज घेऊन वेळ काढणं, हेच आता एर्दोगान यांच्या हाती उरलं आहे. अलीकडेच झालेल्या भूकंपात ५० हजार जणांचा बळी गेला आणि कित्येक बेघर झाले. अशा अस्वस्थतेने ग्रासलेल्या देशाने पुन्हा तोच नेता निवडला आहे.

एर्दोगान यांनी आधी दिलेल्या आश्वासनांची आठवण करून देण्याचा प्रयत्नही विरोधकांकडून केला गेला, ज्यात २०२३पर्यंत तुर्की जगातील पहिल्या दहा अर्थव्यवस्थांमध्ये स्थान मिळवणार होता. प्रत्यक्षात तुर्की जवळपासही नाही. कांदा-बटाट्याच्या वाढलेल्या किमती हाही निवडणुकीत प्रचाराचा मुद्दा होता.

सरकारी यंत्रणांचा गैरवापर, अकार्यक्षम प्रशासन, भ्रष्टाचार हेदेखील निवडणुकीत मुद्दे बनवले गेले. मात्र, या सर्वांहून एर्दोगान यांचं देशाला पूर्ववैभव मिळवून देण्याचं आश्वासन, सुरक्षा पुरवण्याची हमी आणि धर्मवादी राजकारण अधिक प्रभावी ठरलं. तुर्की प्रदीर्घ काळ धर्मनिरपेक्ष देश राहिला. या देशाच्या आधुनिकीकरणात महिलांना हिजाब वापरण्यावर सार्वजनिक ठिकाणी बंदी आणली गेली होती. या बंदीचं विरोधक समर्थन करतात आणि एर्दोगान मात्र 'हा मुस्लिमांचा अधिकार आहे' म्हणून अशा बंदीला विरोध करतात. याभोवती त्यांचा प्रचार गुंफलेला होता. मुस्लिमांचं त्यांच्या धर्माप्रमाणे वर्तनाचं स्वातंत्र्य एर्दोगान अबाधित ठेवतील; विरोधक ते हिरावून घेतील, हा यातला युक्तिवाद. म्हणजेच आधुनिकीकरणाचे प्रयत्न असं साधारणतः ज्यांना जगभर मानलं जातं त्यांना स्वातंत्र्यविरोधी ठरवायचं काम तुर्कीत झालं.

किलिकदारग्लू हे शियांमधील एका उपपंथाचे आहेत. त्यांचं तुर्कीतील प्रमाण ५-१० टक्क्यांपर्यंतच आहे, तर बहुसंख्य सुन्नी आहेत. हा भेदही एर्दोगान यांनी खुबीने वापरला. विरोधकांना देशविरोधी ठरवणं, हा एकाधिकारशहांचा एक आवडता छंद असतो. तुर्कीत एर्दोगान हेच करत होते. तिथं कुर्दांच्या दहशतवादी गटांनी अनेकदा हल्ले केले आहेत. या गटांशी विरोधी उमेदवार संबंधित आहेत आणि आणि ते अध्यक्ष झाले तर तुर्कीचं कुर्द आणि तुर्क असं विभाजन होईल, असा प्रचारही लोकांच्या गळी उतरवण्याचा प्रयत्न झाला. निवडणुकीत भयावर आधारलेलं आणि 'मी नाही तर, तुमची धार्मिक ओळख, देशाचा सन्मान, सीमा यांचं काय होईल हे सांगता येणार नाही,' अशा प्रकारचं 'नॅरेटिव्ह' खपवण्यात एर्दोगान यांच्या पक्षाला यश मिळाल्याचं तुर्कीची निवडणूक सांगते. हे तुर्कीमधलं मागच्या दोन दशकांतलं लक्षणीय परिवर्तन आहे.

विरोधकांना अडकवणारं दमनचक्र

पहिल्यांदा एर्दोगान सत्तेत आले ते २००२ मध्ये. तेव्हा ते देशातील महागाई आणि

अर्थव्यवस्थेतील घसरणीच्या वातावरणातून निराशेच्या लाटेवर स्वार झाले होते. तेव्हा ते तुर्कीत सुस्थापित असलेल्या धर्मनिरपेक्ष राजकारणाच्या बाहेरचे इस्लामवादी नेते होते. अतातुर्क केमाल यांनी तुर्कस्तानचं ऑटोमन साम्राज्य, त्या भोवतीच्या धारणा मोडून काढल्या होत्या. धर्मनिरपेक्ष आणि आधुनिक राष्ट्राची कल्पना रुजवण्याचा प्रयत्न केला होता. यातून लष्करही धर्मनिरपेक्षतेच्या बाजूनंच उभं राहील अशी, इस्लामी देशात अभावाने आढळणारी, व्यवस्था तिथं आकारला आली. हे सारं एर्दोगान यांच्या सत्तेने हळूहळू मोडून काढलं. एका टप्प्यावर लष्कराने केलेला बंडाचा प्रयत्न लोकांनीच उधळला, तेव्हा लोकांनी लष्करी बंड उधळलं म्हणून कौतुक करावं की धर्मनिरपेक्षतेचा पुरस्कार करणाऱ्या लष्कराला धर्मवादी एर्दोगान यांनी लोकप्रियतेच्या बळावर चाप लावला म्हणून चिंता करावी, असा आगळाच पेच तयार झाला होता. सत्तेवर मांड ठोकल्यानंतर एर्दोगान यांनी घटना बदलली. सारे अधिकार अध्यक्षांकडे एकवटले गेले. निवडून आलेला एकाधिकारशहा अशी त्यांची प्रतिमा तयार होत गेली. त्याने त्यांच्या कार्यपद्धतीत फरक पडत नव्हता. विरोधकांना, पत्रकारांना सरसकट तुरुंगात टाकणं, विरोधातील आवाज दडपत राहणं आणि क्रमाक्रमाने अधिक धर्मवादी समाजाकडे देशाला नेणं, ही त्यांच्या आतापर्यंतच्या कारकिर्दींची वैशिष्ट्यं; म्हणूनच लोकशाहीवादी जगातून त्यांच्यावर सतत आक्षेप घेतले गेले. तुर्कीतील ऐतिहासिक 'सोफिया' या चर्चचं त्यांनी एका फटक्यात मशिदीत रूपांतर केलं होतं. कुर्दांच्या मागण्या दडपताना त्यांनी निष्ठुरपणे बळाचा वापर केला.

लोकशाहीवाद्यांचा विजय खुपणारा

एर्दोगान यांचा आणखी एक विजय लोकशाहीवाद्यांना कितीही खुपणारा असला तरी आणि पाश्चात्त्यांना आवडणार नसला तरी या विजयानंतर ते नव्याने आपला देशांतर्गत आणि परराष्ट्र व्यवहारातील अजेंडा प्रत्यक्षात आणायचा प्रयत्न करतील, यात शंका नाही. विरोधकांना अडकवणारं दमनचक्र पुन्हा सुरू होऊ शकतं. देशाची संस्कृती टिकवण्याच्या नावाखाली आणखी अधिक धर्मवादी व्यवस्थेकडे देशाला नेण्याचा प्रयत्न होऊ शकतो. ज्या रीतीने ते देशातील आर्थिक संकटाकडे पाहताहेत त्यातून दीर्घ काळात आणखी भीषण परिणामही होऊ शकतात. माध्यमांवर अधिक निर्बंध येणं यात स्वाभाविक बनेल. तुर्कीतील लोकशाहीचं मूल्यमापन अलीकडेच,

अंशतः मुक्त ते मुक्त नसलेला देश, असं झालं आहे. अर्थात, सगळ्या एकाधिकारशाहीवादी नेत्यांप्रमाणे एर्दोगानही असली मूल्यमापने आणि त्यातून येणाऱ्या आक्षेपांची पत्रास बाळगण्याची शक्यता नाही.

विरोधात विजयी होणाऱ्या महापौरांना सत्ताभ्रष्ट करून, प्रसंगी जेलमध्ये टाकून, आपण काय करू शकतो हे त्यांनी यापूर्वी दाखवून दिलंच आहे. सीरियातील गृहयुद्धातून तुर्कीत आश्रय घेणाऱ्या सुमारे ४० लाख लोकांना एर्दोगान यांचा विजय आशादायक वाटणारा असेल. त्यांनी या स्थलांतरितांना मुक्त प्रवेश दिला होता. मात्र, सध्याच्या आर्थिक स्थितीत हा बोजा असल्याचा सूर विरोधक लावत होते. या स्थलांतरितांना परत पाठवू, असं विरोधकांचं आश्वासन होतं.

मुस्लीम जगाच्या नेतृत्वाचे स्वप्न

एर्दोगान यांची ही तिसरी अध्यक्षीय कारकीर्द असेल. त्याआधी ते २००३ ते २०१४ या काळात देशाचे पंतप्रधान होते. सतत २० वर्षं सत्तेत असलेल्या एर्दोगान यांनी तुर्कीच्या परराष्ट्रधोरणाला वळण दिलं आहे. त्यांच्या विजयाने तुर्कीच्या जागतिक व्यवहारातील भूमिका तशाच पुढे चालू राहतील हीच शक्यता अधिक. इथं जागतिक स्पर्धेतील तुर्कीचं भौगोलिक स्थान आणि एर्दोगान यांची एकाच वेळी दोन युद्धग्रस्त देशांना खेळवण्याची क्षमता याचं महत्त्व समोर येतं. तुर्की 'नाटो'सदस्य देश आहे. मात्र, कायम पाश्चात्त्यांशी जुळवून घ्यायचं तो नाकारतो आहे. जगाच्या व्यवहारात आपलं स्थान स्वतंत्रपणे निर्माण करू पाहतो आहे.

ते करताना 'नाटो'सदस्य म्हणून अमेरिकेशी आणि युरोपशी जवळीक, तर दुसरीकडे रशियाच्या पुतिन यांच्याशी मैत्रीचे संबंध, अशी कसरत एर्दोगान करत राहतात. 'एक प्रादेशिक सत्ता' अशी ओळख तयार करण्याचा त्यांचा प्रयत्न आणि त्यात अन्य देशांत लष्करी हस्तक्षेप करण्याची तयारी हे जगाने यापूर्वी पाहिलं आहे. इराक, सीरिया, लिबिया ते अझरबैजान अशा अनेक ठिकाणी त्यांनी तुर्कीच्या लष्करी ताकदीचा वापर केला होता. हेच धोरण ते पुढे सुरू ठेवतील. युक्रेनच्या युद्धाने जगासमोर अनेक आव्हाने आणली आहेत. यात अमेरिकेने लोकशाहीवादी विरुद्ध एकाधिकारशाहीवादी देश अशी विभागणी करत पुतिन यांना शह देण्याचा प्रयत्न चालवला आहे. या युद्धातून युरोपची सुरक्षाविषयक रचना बदलते आहे. शीतयुद्धानंतर 'नाटो'च्या उपयुक्ततेविषयी अनेकदा चर्चा झाली.

युक्रेनयुद्धाने 'नाटो' देशांनी एकमेकांसोबत अधिक भक्कम उभं राहण्याची गरज समोर आली. यातूनच 'नाटो' करारात सहभागाची स्वीडनसारख्या देशांनी तयारी केली. रशियालगत 'नाटो'चा विस्तार करण्यात आता अमेरिकेलाही काही वावगं वाटत नाही. यात एर्दोगान यांची चाल मात्र अमेरिकेशी सुसंगत नाही. एक तर त्यांनी एकाच वेळी युक्रेन आणि रशिया अशा दोन्ही दगडांवर हात ठेवला आहे. त्यांच्या मध्यस्थीने युक्रेनमध्ये अडकून पडलेली धान्यांची जहाजं बाहेर सोडण्यास रशियाने वाट दिली होती. रशियावरचे निर्बंध तुर्कीने झुगारले होते. रशियन आयुधांची खरेदीही थांबवली नव्हती. याच वेळी तुर्की युक्रेनलाही ड्रोनचा पुरवठा करत होता. 'नाटो'त नव्या सदस्यांच्या समावेशाला सर्व सदस्यांची अनुमती लागते आणि एर्दोगान स्वीडनच्या समावेशाला तयार नाहीत. स्वीडनमध्ये तुर्कीविरोधी कुर्द बंडखोरांना आश्रय दिला जात असल्याचा त्यांचा राग आहे. या कोंडीतून मार्ग काढण्यासाठी अमेरिकेला तुर्कीसाठी काही खास सवलती द्याव्या लागतील, अशीच चिन्हं आहेत.

काश्मीरप्रश्नावर तुर्कीची भूमिका

एर्दोगान यांचं मुस्लीमजगाचं नेतृत्व करण्याचं स्वप्न उघड आहे. अलीकडे ते अरब देशांशी अधिक जुळवून घ्यायचा प्रयत्न करताहेत. त्यांना सौदीची मुस्लीम जगातातील जागा घ्यायची आहे, असं म्हटलं जातं. याचा एक परिणाम तुर्की-भारत संबंधांवर होतो. एर्दोगान काश्मीरप्रश्नावर पाकिस्तानच्या भूमिकेची पाठराखण करत आले आहेत. ३७०वं कलम रद्द केल्यानंतर त्यांनी संयुक्त राष्ट्रातही भारताच्या भूमिकेवर टीका केली होती. त्याला भारताने उत्तरही दिलं होतं. उभय देशांत एकमेकांना छेद देणारे तसे कोणतेही मुद्दे नाहीत. मात्र, काश्मीरप्रश्नावर तुर्कीची भूमिका नेहमीच भारतासाठी त्या देशाशी संबंधात अडचणीची बनत आली आहे. यात फार मोठा फरक पडण्याची शक्यता नाही. खरं तर दोन देशांतील संबंध सुधारणं उभयपक्षी लाभाचं आहे. यासाठीच संतुलन ठेवायची तयारी शेवटची टर्म मिळालेले एर्दोगान दाखवणार का हा आपल्यासाठी लक्षवेधी भाग.

(सप्तरंग, ४ जून २०२३)

मैत्र हे दिल्या-घेतल्याचे

परराष्ट्र व्यवहारात हितसंबंधांहून अधिक महत्त्वाचं काही नसतं, हे भारत-अमेरिका आणि चीन यांच्यातील घडामोडींतून पुन्हा अधोरेखित झालं आहे. अमेरिकेच्या अध्यक्षांनी चिनी अध्यक्षांना हुकूमशहा म्हणण्यापर्यंत मजल गेली. याच वेळेस भारताचे पंतप्रधान अमेरिकेत होते. जिनपिंग यांना 'डिक्टेटर' म्हणणाऱ्या बायडन यांनी नरेंद्र मोदी यांना मानवाधिकारांवरून कानपिचक्या द्याव्यात, अशी अपेक्षा असणाऱ्यांची निराशा झाली, ती या व्यवहारवादातूनच.

परराष्ट्र व्यवहारात हितसंबंधांहून अधिक महत्त्वाचं काही नसतं, हे भारत-अमेरिका आणि चीन यांच्यातील ताज्या घडामोडींतून पुन्हा अधोरेखित झालं आहे. अमेरिका आणि चीन हे एकमेकांपासून पूर्ण बाजूला जाऊ शकत नाहीत, ही जागतिकीकरणाने तयार केलेली मजबुरी आहे; मात्र, दोन देशांत स्पर्धा-संघर्ष साकारतो आहे, हे उघड आहे. यातून अमेरिकेच्या अध्यक्षांनी चिनी अध्यक्षांना हुकूमशहा म्हणण्यापर्यंत मजल गेली. नेमक्या याच वेळेस भारताचे पंतप्रधान अमेरिकेत होते, त्यांची शाही बडदास्त ठेवली गेली. शी जिनपिंग यांना डिक्टेटर म्हणणाऱ्या बायडन यांनी नरेंद्र मोदी यांना मानवाधिकारांवरून कानपिचक्या द्याव्यात, अशी अपेक्षा असणाऱ्यांची निराशा झाली ती या व्यवहारवादातूनच. जिनपिंग यांच्या आधीचे चिनी अध्यक्ष काही लोकशाहीवादी होते, असा दावा कुणी करणार नाही. मात्र,

त्यांच्यासोबतच्या भेटीच्या वेळी चीन आणि अमेरिका मिळून जगाचं नेतृत्व करायचं 'चिमेरिका' नावाचं स्वप्न दाखवलं जात होतं. हा चीन डोळे वटारू लागला तेव्हा अमेरिकेला चीनचा शेजारी आणि ज्या इंडो-पॅसिफिक क्षेत्रात चीनला शह देणं तुलनेत अधिक शक्य आहे तिथला महत्त्वाचा देश म्हणून भारताची गरज वाटू लागली आणि भारताचे पंतप्रधान स्टेट व्हिजिटचे मानकरी ठरले. ही आपोआप घडणारी बाब होती.

तेव्हा ज्यांना मोदींच्या धोरणांच्या विरोधात लढायचं आहे त्यांना देशातच लढावं लागणार आहे. त्यासाठी अमेरिकेसारख्या देशातून साथ शोधायचा गरज नाही. उरतो प्रश्न दौऱ्याच्या यशस्वितेचा, तो झालाच. त्याची कारणं जगाची बदलती भूराजकीय रचना, त्यातील अमेरिकेने ठरवलेला शत्रुमित्रविवेक आणि संरक्षणसामग्रीची खरेदी, उत्पादनाच्या क्षेत्रात अमेरिकेचा अधिक खोल शिरकाव म्हणून अधिकचं अवलंबन यात शोधली पाहिजेत; म्हणजेच मामला दिल्या-घेतल्याचा अधिक.

भूराजकीय समीकरणे

पंतप्रधान नरेंद्र मोदी यांचा अमेरिकादौरा दोन देशांत अलीकडे वाढत असलेल्या जवळिकीला आणखी पुढे नेणारा ठरला. तसा तो ठरावा यासाठीचं नेपथ्य आधीच सजलं होतं. मोदी यांच्या दौऱ्यात झालेले करारमदार महत्त्वाचे आहेतच. त्यातून उभय देशांतील संबंधांत नवी ऊर्जा येईल हेही खरंच; मात्र, त्यामागची कारणं बदलत्या जगातील भूराजकीय समीकरणात शोधावी लागतात म्हणूनच परिणामही त्याच अंगाने तपासले पाहिजेत. इथं मुद्दा तयार होतो तो या बदलत्या जागतिक स्थितीत भारत अधिक अमेरिकासन्मुख होणार काय? मित्रदेशांतली शस्त्रास्त्रं-युद्धसामग्री कुणाची हा अमेरिकेसाठी नेहमीच कळीचा प्रश्न असतो.

हळूहळू करत भारताला यात अमेरिकी शस्त्रांकडे नेण्यात अमेरिकेला यश येतं आहे. मोदींचा ताजा दौरा त्यातलं आणखी ठोस वळण आहे. दौऱ्यातून भारताला काय मिळालं याची लांबलचक यादी सांगितली जाईल आणि तिथं अमेरिकी सरकारने नसलं तरी अन्य घटकांनी – अगदी माजी अध्यक्ष बराक ओबामा यांनीही –मोदी यांना अल्पसंख्याकांशी व्यवहारात होणाऱ्या भेदभावावरून प्रश्नांकित केलं, यावरही चर्चा होईल. या दोन्ही बाबी वास्तव आहेत. मात्र, तरीही

अमेरिकेत सत्तेत कुणीही असलं तरी आता भारताची गरज वाटत राहील, अशी स्थिती युक्रेनच्या युद्धानंतर ठोसपणे तयार होते आहे. चीन-रशिया यांची दोस्ती अमेरिकेसाठी आव्हान आहे आणि त्याला भिडण्याचं एक क्षेत्र इंडो-पॅसिफिक हे आहे. तिथं भारताचा अमेरिकी व्यूहरचनेत नि:संदिग्ध सहभाग कळीचा ठरतो. याच दोस्तीतून रशियावर भविष्यात किती अवलंबून राहावं, असा प्रश्न भारतापुढे येणार आहे. त्यातही चीन-रशिया दोस्तीत पाकिस्तानचा तिसरा कोन मिसळण्याच्या शक्यता हा प्रश्न अधिक गडद बनवतो.

महत्त्वाचे करारमदार

या दौऱ्यात 'जनरल इलेक्ट्रिक' आणि 'हिंदुस्थान एरोनॉटिक' यांच्यात 'जेट' आणि 'तेजस' विमानासाठी इंजिन संयुक्तपणे उत्पादित करण्याचा महत्त्वपूर्ण समझोता झाला. या स्तरावरचं तंत्रज्ञानहस्तांतर यापूर्वी कधी झालं नाही, त्या दृष्टिकोनातून हा करार ही भारतासाठी जमेची बाजू. अत्याधुनिक ड्रोनसाठीचा करारही महत्त्वाचा. यासोबतच सेमीकंडक्टर चीपच्या उद्योगासाठी अमेरिकेतील 'मायक्रॉन टेक्नॉलॉजी' या कंपनीने भारतात गुंतवणुकीचा करार केला. यासाठी एकूण गुंतवणूक २.७५ अब्ज डॉलर होणार आहे. यात मायक्रॉनचा वाटा ८२.४ कोटी डॉलरचा. उरलेली गुंतवणूक भारताची. ही गुंतवणूक होण्याचं ठिकाण गुजरात. अमेरिकेसोबत संयुक्त अंतरिक्ष मोहिमेत सहभाग घ्यायचं ठरलं आहे. दोन नव्या कौन्सुलेट उभय देश स्थापन करतील. भारतात यातील एक अहमदाबादला म्हणजे गुजरातमध्ये, तर दुसरी बंगळूरला म्हणजे कर्नाटकात होईल. व्हिसातील काही अडथळे दूर होण्याची शक्यता हेही दौऱ्याचं आणखी एक फलित. दोन्ही देशांनी आंतरराष्ट्रीय व्यापार संघटनेकडे प्रलंबित असलेले एकमेकांच्या विरोधातील सहा दावे मागं घ्यायचंही ठरवलं.

भारत आणि अमेरिका यांच्यातील संबंधांत लक्षणीय वळण आलं ते २००८च्या अणुकरारातून. तो करार केवळ अणूविषयक नव्हता. त्यातून भविष्य-व्यापारापासून ते संरक्षणापर्यंतच्या शक्यता समोर येत होत्या. त्याच काळात अमेरिका पश्चिम आशियातील लक्ष कमी करण्याच्या भूमिकेत होती. पश्चिम आशियातील तेलावरचं अमेरिकेचं अवलंबन संपत चाललं होतं. या भागात अमेरिकेचे हितसंबंध खोलवर रुजलेले असल्याने अमेरिका तिथून पुरती बाहेर पडणं शक्य नसलं तरी अमेरिकी परराष्ट्र धोरण आशियाकडे अधिक लक्ष देऊ

लागेल, हे संकेत ओबामा यांच्या अध्यक्षीय कारकिर्दीपासूनचे आहेत. याचं कारण, अमेरिकेचा चीनविषयीचा चुकलेला अंदाज. अमेरिकेने चीनला जागतिक व्यवस्थेत सामावून घेण्यासाठी जो पुढाकार नव्वदच्या दशकापासून सुरू केला त्याची फळं अमेरिकेला एक जबरदस्त स्पर्धक उभा राहण्यातून अमेरिका भोगते आहे. याची पुरेशी कल्पना अमेरिकी मुत्सद्द्यांना आली नव्हती. या वास्तवाची जाणीव मागच्या दहा-बारा वर्षांत अमेरिकेत होऊ लागली. अमेरिकेची चीनला मदत करण्यामागची भूमिका एका बाजूने जागतिकीकरणाच्या धोरणांशी सुसंगत होती. ज्यात भांडवल, श्रम आणि तंत्रज्ञान यांचं जितकं मुक्त वहन होईल तितक्या अर्थव्यवस्था एकमेकांत अधिक मिसळतील आणि त्याचा लाभ सर्वांनाच होईल. यातही पाश्चात्त्यांना भांडवल गुंतवायला जिथं अधिक परतावा मिळेल, अशा संधी मिळणं हा भाग होताच – ज्याला अमेरिका आणि पाश्चात्त्य देश नियमांवर आधारित जागतिक व्यवस्था म्हणतात – ती या देशांचे आर्थिक हितसंबंध सांभाळणारी होती आणि आहे, हेही उघड आहे.

पाश्चात्त्यांच्या सहयोगातून जगाचा कारखाना बनलेला चीन एकदा आर्थिकदृष्ट्या सुबत्तेकडे जाऊ लागला की आपोआप अधिक खुला होईल, ही कल्पना होती. जागतिकीकरण, खुला व्यापार आणि उदारमतवादी लोकशाही यांचा परस्परसंबंध लावत अमेरिका हे धोरण राबवत होती. मात्र, चीनने आर्थिक प्रगती करताना राज्यव्यवस्था अधिकच पोलादी बनवणं साध्य केलं आणि आर्थिक ताकद कमावल्यानंतर मात्र अमेरिकी वर्चस्वाला शह देण्याच्या हालचाली सुरू केल्या. ज्या जिनपिंग यांनी चीनवर संपूर्ण नियंत्रण मिळवल्यानंतर अगदी उघडपणे सुरू झाल्या.

हाँगकाँगमधील चिनी धोरणे

इतर देशांनी आर्थिकदृष्ट्या विकसित होण्यात अमेरिकी व्यवस्थेला आणि तिथल्या भांडवलदारांना अडचण नसते. मात्र, अशा देशाने अमेरिकेच्या आणि पाश्चात्त्यांच्या जागतिक रचनेतील वर्चस्वाला शह देणं त्यांना मान्य होत नाही. चीन ते करतो आहे आणि अशा सक्रिय बनलेल्या चीनला रोखायचं तर अमेरिकेला आशिया आणि इंडो-पॅसिफिक क्षेत्रात विश्वासार्ह साथीदारांची गरज आहे.

नेमक्या याच काळात चीनच्या महत्त्वाकांक्षा प्रचंड वाढल्या आहेत. सीमांवरून अनेक देशांशी चीन भांडण करतो आहे. दक्षिण चीन समुद्रातील

साहसवाद जगाने दखल घ्यावा असा आहे. हाँगकाँगमधील चिनी धोरणं ही तिथला सारा विरोध मोडणारी आणि तैवानला सतत धाक दाखवणारी बनली. अगदी भूतानसारख्या चिमुकल्या देशाकडेही चीन डोळे वटारून पाहू लागला आणि 'डोकलाम', 'गलवान' असे भारतालाही धक्के देऊ लागला. या बदलत्या स्थितीतून भारत आणि अमेरिका आणखी जवळ येण्याच्या शक्यता वाढताहेत. चीनसोबतचा अमेरिकेचा तणाव गेल्या काही काळात वाढतो आहे. चिनी बलून हेरगिरीच्या संशयावरून अमेरिकेने विमानातून क्षेपणास्त्र डागून पाडल्यानंतर दोन देशांतील संबंध आणखी घसरले होते. या पार्श्वभूमीवर अमेरिकी परराष्ट्रमंत्र्यांनी बीजिंगदौरा करून किमान संवाद सुरू करण्याचा प्रयत्न केला. मात्र, यात चीन आपल्या अटींवरच पुढे जाऊ इच्छितो, हे दिसून आलं होतं. त्यानंतर बायडन यांनी 'डिक्टेटर' असा चिनी अध्यक्षांचा उद्धार केला. ही सगळी पार्श्वभूमी भारत-अमेरिका संबंधांतील चिनी छाया दर्शवते.

उभयपक्षी लाभाचा व्यवहार

गलवानमधील चिनी घुसखोरीपर्यंत भारत हा इंडो-पॅसिफिकमधील अमेरिकी हालचालींविषयी फार उत्साह दाखवत नव्हता. भारत-अमेरिका-जपान-ऑस्ट्रेलिया या 'क्वाड' म्हणून ओळखल्या जाणाऱ्या चतुष्कोणातही फार प्रगती होत नव्हती. गलवाननंतर मात्र हे चित्र झपाट्याने बदलतं आहे. चीनसोबत झोपाळ्यावर झुलायच्या धोरणाने हाती काही लागत नाही. खासकरून, अंतर्गत राजकारणातही कटकटीच वाढताहेत, हे लक्षात आलेल्या राज्यकर्त्यांनी अमेरिकेशी जवळीक अधिक गांभीर्यानी घ्यायला सुरुवात केल्याचं दिसतं. अमेरिकेला चीनला रोखण्याच्या कोणत्याही योजनेत भारत अत्यंत गरजेचा ठरतो. याचं कारण, चीनसारखाच प्रचंड देश आणि शेजार असल्याने चीनला आशियातच गुंतवायचं तरीही भारताची साथ त्यात आवश्यक ठरते आणि जेव्हा अशी गरज असते तेव्हा अमेरिका अशा देशांच्या अंतर्गत बाबींत गुंतत नाही. मोदी अमेरिकेत असताना भारतातील मानवाधिकारांवर त्यांना बायडन यांनी विचारावं किंवा तिथल्या सरकारमधून विरोधाचा, निषेधाचा सूर लागावा ही अपेक्षा मग भाबडी ठरते.

ज्या अमेरिकेकडून भारतातील उदारमतवाद्यांना मोदी यांच्या धोरणांसाठी फटकारावं अशी अपेक्षा असते ती अमेरिका हितसंबंधांसाठी जगातील सर्व

प्रकारच्या हुकूमशहांशीही जुळवून घेते, असा अनुभव आहे. मुद्दा त्या वेळी अमेरिकेच्या व्यूहनीतीशी सुसंगत काय, इतकाच असतो आणि अमेरिकेशी व्यवहार करतानाही अन्य देशांचा यातून आपला लाभ काय, हा प्रमुख घटक असतो. त्या अर्थाने भारत-अमेरिका मैत्री हा सध्या तरी उभयपक्षी लाभाचा व्यवहार आहे. तिथं देश लोकशाही की हुकूमशाही, नेतृत्व कुणाकडे, या तुलनेत दुय्यम बाबी असतात.

मोदी यांच्या दौऱ्याचा संदेश

एक तर परराष्ट्र व्यवहार हे हितसंबंधांवर ठरत असतात. शिवाय, समान मूल्यं वगैरे असतील तर ते परराष्ट्र व्यवहार अधिक टिकाऊ बनण्याची शक्यता असते. अमेरिकेसाठी आता मोदी यांना विरोधाचा सूर लावण्यापेक्षा त्यांच्या लोकप्रियतेचा लाभ घेत अमेरिकी धोरणांसाठी भारतातून नेहमीच आलेला नकारात्मक सूर बदलण्याला अधिक महत्त्व असेल, जे मोदी यांच्या स्वागतासाठी घातलेल्या पायघड्यांमधून व्यक्त होतं. याआधीही अमेरिकेने भारतीय पंतप्रधानांना आपल्या धोरणांच्या दिशेने वळवण्याचा प्रयत्न केला होता. मात्र, भारतात अमेरिकेच्या किती जवळ जावं यावरून मुत्सद्द्यांच्या जगात कायमच एक शंकेचं वातावरण राहिलं आहे. अमेरिकी आघाडीतील देशांच्या आणि भारताच्या व्यूहात्मक स्वायत्ततेच्या कल्पना वेगळ्या आहेत.

भारताने अमेरिकेशी जुळवून घेतल्याने सर्व अमेरिकी हालचालींना पाठिंबा दिला जाईलच, याची खात्री कधीच नव्हती; आताही या प्रकारची शक्यता गृहीत धरूनही भारताचा सहभाग ही गरज असल्याचं निदान अमेरिकेने केलं आहे. हा मोदी यांच्या दौऱ्याचा संदेश आहे म्हणूनच मानवाधिकारांवर चर्चा का नाही, हे विचारणं निरर्थक आहे. तसंच रशियाच्या युक्रेनमधील आक्रमणाचा भारत थेट निषेध का करत नाही, हेही विचारलं जाणं अमेरिकी गणितात बसणारं नव्हतं. अमेरिकी धोरणकर्ते आणि बुद्धिवादी सातत्याने 'भारताने दोन दगडांवर हात ठेवायचं धोरण सोडून द्यावं. स्पष्टपणे अमेरिकेला आणि पाश्चात्त्यांना जवळ करावं,' असं सांगत असतात. भारतातही असं मत असणारे कमी नाहीत.

युक्रेनमधील रशियाच्या आक्रमणावर भारताची बाजू समजून घेणं दीर्घ काळात अमेरिकेसाठी भारताला जवळ आणण्यात उपयोगाचं असेल तर अमेरिका

तेच करेल. सध्या भारताची रशियन युद्धसामग्रीवरची मदार लक्षणीय आहे. ती कमी करत अमेरिकी आणि पाश्चात्त्य शस्त्र-उत्पादकांकडे भारताच्या ऑर्डर वळवणं, हाच अमेरिकेचा प्रयत्न असेल. हे एका रात्रीत शक्य नाही आणि तोवर भारताला रशियाचा निषेध करणं व्यवहार्य नाही, इतका व्यवहार अमेरिकेला समजतो. राहिला मुद्दा रशियन तेलखरेदीचा. यातून जणू भारत हा अमेरिकेच्या निर्बंधांना आव्हान देतो आहे असं चित्र उभं केलं जातं, ते दिशाभूल करणारं आहे. अमेरिकी निर्बंधांनुसार, रशियाला तेल विकता येतं. मात्र, त्यासाठी किमतीचं बंधन आहे. यातून अमेरिकेला रशियन तेलाखेरीज जगातील इंधनदर प्रचंड वाढतील आणि अर्थव्यवस्थेसमोर मोठाच प्रश्न तयार होईल, हे टाळायचं आहे. तुलनेत खूपच कमी किमतीत तेल विकावं लागल्याने रशियाला फटका बसेल, हे साधायचं आहे. आता असं स्वस्त तेल घेऊन ते शुद्धीकरणानंतर भारत पाश्चात्त्य जगात निर्यात करतो आहे. यातून अमेरिकेची सारी उद्दिष्टं पूर्ण होतात. एका अर्थाने भारत त्यासाठी मदतच करतो आहे.

शिवाय, जागतिकीकरणानंतर देश एकमेकांत इतके गुंतले आहेत की, कुणाशी संपूर्ण व्यवहार थांबवणं अगदी युद्धकाळातही कठीण आहे, म्हणूनच तर चीन आणि अमेरिका यांच्यातील संघर्षाची कितीही चिन्हं असली तरी एकमेकांपासून पूर्ण बाजूला (डीकपलिंग) न होता धोका कमी करणं (डीरिस्किंग) यावर अमेरिकेत बोललं जातं. त्यासाठीची 'चीन प्लस' अशी उत्पादन-वितरणाची साखळी आवश्यक आहे. यात भारत उपयोगी ठरू शकतो, हे आणखी एक मैत्री दाट व्हावी असं वाटण्याचं कारण; तर चीन हा अमेरिकी वर्चस्वाला शह देऊ पाहतो आहे, त्या विरोधातील हालचालींत भारत हवा हे भारतीय मैत्री ही सर्वंकष व्यूहात्मक भागीदारी असल्याचं सांगण्यामागचं कारण.

आता यात केवळ अमेरिकेचा लाभ आहे असं नाही. यातून अमेरिकेने आजवर भारताला न दिलेलं तंत्रज्ञान उपलब्ध होऊ लागलं. ज्या स्तरावरचं तंत्रज्ञान कोणताही देश सहजी हस्तांतरित करत नाही. संरक्षण, अंतरिक्ष संशोधन, कृत्रिम बुद्धिमत्ता आदी क्षेत्रांतलं सहकार्य भारताला प्रगतीसाठी गरजेची दारं उघडणारं ठरू शकतं.

चीन हा संदर्भबिंदू

मोदी आणि बायडन यांच्यातील चर्चेनंतर जारी झालेल्या निवेदनात कुठंही चीनचा

उल्लेख नाही. मात्र, त्यातील अनेक संदर्भ चीनशी जोडलेले आहेत. चीन हा जणू दोन देशांच्या जवळिकीतील संदर्भबिंदू बनला आहे. हे घडण्यात चीनच्या साहसवादी धोरणांचाही वाटा तितकाच आहे. युक्रेनयुद्धाने चिनी आव्हान आणखी गडद बनलं आहे. अमेरिकेसाठी रशियासारखं धाडस चीनने तैवानमध्ये केलं तर काय, हा प्रश्न आहे. भारतासाठी चीनसोबत रशियाची वाढती दोस्ती व त्यात मिसळणारा पाकिस्तानी रंग हा चिंतेचा ठरू शकतो. अलीकडेच पाकिस्ताननंही रशियाकडून तेलखरेदी सुरू केली. त्यासाठीची रक्कम चिनी युआनमध्ये दिली जाणार आहे. पाकिस्तानसोबत अमेरिका, तसंच अमेरिकेचे पश्चिम आशियातील साथीदार असलेले सौदी वगैरे देशांतील मैत्रीचे रंग विरताना दिसताहेत. म्हणजेच, कळत-नकळत का असेना, जागतिक रचनेत व्यूहात्मकदृष्ट्या रशिया-चीन या जोडगोळीसोबत पाकिस्तान अधिक जवळ दिसू लागला आहे. याच वेळेस, रशियाची युद्धसामग्री युक्रेन जिंकण्याइतकी सक्षम नाही. उलट, अमेरिकी मदतीवर युक्रेन रशियाच्या बलाढ्य सेनादलाला झुंजवतो आहे, हे दिसतं आहे. यातून रशियन शस्त्रास्त्रांच्या युद्धातील परिणामकारकतेविषयीही प्रश्न उपस्थित केले जात आहेत. या पार्श्वभूमीवर अमेरिकेच्या व्यूहात्मक वर्तुळात सहभागी होऊन भारताने अधिक परिणामकारक अमेरिकी तंत्रज्ञान आणि युद्धसामग्रीकडे वळावं, असं सांगितलं जातं आहे. यात किती पुढे जायचं हे ठरवणं ही कसोटी असेल. तिथं व्यूहात्मक स्वायत्ततेवर किती परिणाम होणार, हा मुद्दा आहे.

अणुकरारातून दिशा

मोदींच्या या दौऱ्यातून आशियातील संतुलनाच्या दिशेने संयुक्तपणे पावलं टाकण्याचा प्रयत्न केला गेला आहे. ही दिशा अणुकरारातून समोर आली होती. मात्र, त्या दिशेने जायचं की नाही; जायचं तर किती वेगाने यावर उभय देशांत साशंकता होती. म्हणूनच, अमेरिकेसोबत संरक्षण-सहयोगासाठीच्या मूलभूत करारांसाठीही सुमारे दीड दशक खर्ची पडलं. सरकार कुणाचंही असलं तरी दोन्ही बाजूंनी काळजी घेतली जात होती. यातून बाहेर पडण्याचा प्रयत्न या दौऱ्यात सुरू झाला. समान स्पर्धक आणि समान हितसंबंध हे या जवळिकीतील व्यवहार्य कारण आहे.

(सप्तरंग, २ जुलै २०२३)

■

मैत्र हे दिल्या-घेतल्याचे । ८९

खरा तो व्यापारबंध

मोदी यांच्या फ्रान्स दौऱ्याच्या वेळी भारत आणि फ्रान्समधील व्यूहात्मक भागीदारीच्या संबंधांना २५ वर्षं होत आहेत. फ्रान्सचा हा दृष्टिकोन नेहमीच संरक्षणक्षेत्रातील व्यापारीसंबंधांना महत्त्व देणारा राहिला आहे. २५ वर्षांत भारताचं संरक्षणसामग्रीसाठी रशियावरचं अवलंबन कमी होत आहे, तर पाश्चात्त्य देशांचा वाटा त्यात वाढतो आहे. यात सर्वांत मोठा लाभार्थी फ्रान्स आहे.

पंतप्रधान नरेंद्र मोदी यांचा अमेरिकेपाठोपाठ फ्रान्स आणि संयुक्त अरब अमिरातीचा दौरा नेहमीच्या शैलीत गाजवला गेला. धडाक्यात स्वागत, पंतप्रधानांकडून त्यांच्या फ्रान्सशी व्यक्तिगत ४० वर्षांच्या नात्याला उजाळा, 'बॅस्टिल डे परेड'मधील भारतीय लष्कराच्या तुकड्यांची उपस्थिती, संरक्षणापासून अवकाश संशोधनासाठीचे सामंजस्य करार, अमिरातीत उभय देशांच्या चलनात व्यवहार करण्याचा निर्णय, असं सारं काही भव्यदिव्य घडवलं गेलं. खोलात गेलं की दिसतं, अमेरिकेच्या दौऱ्याच्या वेळी चीन हा उभय देशांतला एक महत्त्वाचा मुद्दा होता आणि त्याभोवती देवाणघेवाण साकारत गेली. फ्रान्स दौऱ्यात फ्रान्सच्या संरक्षणसामग्रीचा व्यापार हाही चीनसोबतच मुद्दा होता. फ्रान्सने ज्या ज्या वेळी भारतीय पंतप्रधानांना लाल गालिचा अंथरला त्या त्या वेळी संरक्षणसामग्रीशी काही ना काही खपवण्याचा प्रयत्न न लपणारा होता. आताचा पंतप्रधानांचा दौराही त्याला अपवाद नाही.

मोदी यांच्या फ्रान्स दौऱ्याच्या वेळी भारत आणि फ्रान्समधील व्यूहात्मक भागीदारीच्या संबंधांना २५ वर्षं होत आहेत. १९९८मध्ये अटलबिहारी वाजपेयी हे पंतप्रधान असताना फ्रान्सने भारताशी व्यूहात्मक भागीदारीची घोषणा केली होती. त्याआधी भारताने अणुस्फोट केला होता. अमेरिकेसह पाश्चात्त्य जगाने त्यावर निर्बंध लादण्याची भूमिका घेतली होती तेव्हा फ्रान्स भारताकडे भविष्यातील संधींचा प्रदेश म्हणून पाहत होता. फ्रान्सचा हा दृष्टिकोन नेहमीच संरक्षण क्षेत्रातील व्यापारी संबंधांना महत्त्व देणारा राहिला आहे. २५ वर्षांत भारताचं संरक्षणसामग्रीसाठी रशियावरचं अवलंबन कमी होत आहे, तर पाश्चात्त्य देशांचा वाटा त्यात वाढतो आहे. यात सर्वांत मोठा लाभार्थी फ्रान्स आहे.

२०४७पर्यंतचा भविष्यवेध

रशियानंतर आता फ्रान्स हाच भारतासाठी सर्वाधिक संरक्षणसामग्री पुरवणारा देश बनला आहे. या दौऱ्यानंतर फ्रान्सचे अध्यक्ष मॅक्रॉन 'जी-२०' शिखर परिषदेसाठी भारतात येतील. एका बाजूला संरक्षणसामग्रीसाठीचे वाढते संबंध आणि दुसरीकडे फ्रान्सला भारतालगतच्या महासागरात चीनच्या वाढत्या प्रभावाची चिंता आहे. त्यात भारताकडे भागीदार म्हणून फ्रान्स पाहतो आहे. परराष्ट्र व्यवहारात भव्यदिव्य घडल्याचं दाखवणं ही सध्याची रीत आहे. त्या रीतीला धरूनच फ्रान्ससोबत पुढच्या २५ वर्षांतला म्हणजे २०४७पर्यंतचा भविष्यवेध घेण्याचा 'हॉरिझन २०४७'मधून झाला. यात संरक्षण, अंतरिक्ष, हवामानबदल, अणुऊर्जा, शिक्षण ते उभय देशांतील नागरिकांमध्ये संवाद अशा अनेक क्षेत्रांत सहकार्यावर भर दिला गेला आहे. फ्रान्स आणि भारत यांच्यात फुकाच्या नैतिक भूमिकांचं अवडंबर न माजवता संबंध विकसित होत गेले आहेत. ते प्रामुख्याने संरक्षण क्षेत्रातील व्यापारावर आधारलेले असले तरी अन्य पाश्चात्त्य देशांप्रमाणे फ्रान्सने त्या देशाशी संबंध नसलेल्या कोणत्याही मुद्द्यावरून भारताला दोष देणं सातत्याने टाळलं आहे. सन १९७४चा अणुस्फोट असो की १९९८चा, फ्रान्सने भारताची भूमिका समजावून घेणारा पवित्रा घेतला होता.

१९७४च्या अणुस्फोटानंतर अमेरिकेने तारापूर अणुऊर्जा प्रकल्पासाठी लागणारं समृद्ध युरेनियम द्यायचं नाकारलं तेव्हा फ्रान्सने ते देऊ केलं होतं. काश्मीरच्या प्रश्नावर फ्रान्सने भारताला विरोध केला नाही. ३७०वं कलम हटवलं

गेलं तेव्हा फ्रान्सने तो भारताचा अंतर्गत मामला मानला. युक्रेनवरील रशियाच्या आक्रमणानंतर भारत रशियाचा निषेध करत नाही, यावरून पाश्चात्त्य देश टीका करत होते; मात्र, फ्रान्स याला अपवाद राहिला. दोन देशांतील संबंधांत उभय देशांतील अंतर्गत प्रश्नांचा किंवा त्या त्या देशांच्या अन्य देशांशी संबंधांचा प्रभाव पडू द्यायचा नाही, हे धोरण फ्रान्सने कायमच ठेवलं म्हणूनच युरोपच्या संसदेत मणिपूरमधील हिंसाचाराच्या आणि मानवाधिकाराच्या मुद्द्यावरून भारतावर टीका करणारा प्रस्ताव मंजूर होत असताना त्याचा कोणताही प्रभाव मोदी आणि मॅक्रॉन यांच्यातील चर्चेवर झाला नाही किंवा याच काळात फ्रान्समध्ये दंगली होत असताना त्याचंही सावट दिसलं नाही.

गल्लत करायला नको

फ्रान्समधील 'बॅस्टिल डे परेड'ला निमंत्रण हा सन्मान असतो. फ्रेंच राज्यक्रांतीमध्ये बॅस्टिलचा तुरुंग क्रांतिकारकांनी फोडला, हा एक मैलाचा दगड होता. दिनांक १४ जुलै १७८९ रोजी हा तुरुंग फोडला गेला. त्यातून साकारलेल्या फ्रान्समधील क्रांतीने स्वातंत्र्य, समता, बंधुता ही तीन सूत्रं आधुनिक लोकशाहीसाठी दिली. त्याची आठवण म्हणून १८८ पासून पॅरिसमध्ये खास संचलन आयोजित केलं जातं. त्यात काही वेळा अन्य देशांच्या प्रमुखांना आणि तिथल्या सेनादलाच्या तुकड्यांना परेडमध्ये सहभागाचं निमंत्रण दिलं जातं. या वेळी भारताचे पंतप्रधान नरेंद्र मोदी यांना या सोहळ्याचे अतिथी म्हणून असंच निमंत्रण दिलं गेलं होतं. असंच निमंत्रण डॉ. मनमोहन सिंग यांना २००९मध्ये फ्रान्सचे तत्कालीन अध्यक्ष निकोलस सार्कोझी यांनी दिलं होतं. दोन्ही वेळच्या भारतीय पंतप्रधानांना दिलेल्या बहुमानाला फ्रान्सच्या व्यापारनीतीची पार्श्वभूमी आहे.

डॉ. सिंग फ्रान्सला गेले तेव्हा अमेरिकेशी भारताचा अणुकरार झाला होता, ज्यातून अमेरिका आणि भारत – पर्यायाने पाश्चात्त्य जग आणि भारत – अधिक निकट येण्याचा मार्ग खुला झाला होता. अणुतंत्रज्ञानात फ्रान्सची प्रगती लक्षणीय आहे. डॉ. सिंग यांच्या त्या दौऱ्याच्या वेळी ५० अब्ज युरोचा अणुप्रकल्प भारताला देण्याच्या हालचाली सुरू होत्या. हे फ्रान्समधून भारताला निर्यातीचं सर्वांत मोठं कंत्राट होतं. पुढे त्यावर काही प्रगती झाली नाही, हा भाग वेगळा. आता मोदी पॅरिसला गेले असताना त्यांनी फ्रान्सचे अध्यक्ष मॅक्रॉन यांचा 'माझा मित्र' असा

उल्लेख करणं आणि मॅक्रॉन यांनी मोदी यांच्यासोबत सेल्फी घेणं आणि सन्मान भोजनाच्या वेळी दोन वेळा 'जय हो' गाणं वाजवलं जाणं, हे सारं दोघांत किती जवळीक आहे आणि पर्सनल केमिस्ट्री दोन देशांतील संबंधांत कशी लाभदायक ठरते, यासाठीचे पतंग उडवायला पुरेसं होतं. कधीतरी चिनी अध्यक्षांसोबतच्या अशाच गाढ मैत्रीचं कोण कौतुक आपल्याकडे होतं. तेव्हा दोन देशांत एका मर्यादेपलीकडे एकमेकांना कसं संबोधलं जातं आणि गळामिठ्या कशा मारल्या जातात, याला ठरावीक मर्यादेपलीकडे महत्त्व नसतं. एकमेकांच्या तातडीच्या आणि दीर्घकालीन लाभाचं काय, हा खरा मुद्दा असतो. त्यात दोन्हीकडे आपापल्या देशांतील जनतेला दाखवण्यासारखं काही घडवता आलं तर आणखीच चांगलं. मोदी यांच्या फ्रान्स दौऱ्यात या सगळ्याचं मिश्रण साधायचा प्रयत्न झाला. २००९मध्ये अणुप्रकल्प हा फ्रान्सचा प्राधान्यक्रम होता, तर आता संरक्षण क्षेत्रातील व्यापाराला महत्त्व होतं. फ्रान्सच्या कंपनीकडून ३६ राफेल लढाऊ विमाने आधीच भारतात आली आहेत. आता २६ राफेल मरीन फायटर्स आणि स्कॉर्पिअन गटातील तीन पाणबुड्यांचा व्यवहार फ्रान्सला करायचा आहे. अर्थातच, भारतीय संरक्षण दलांसाठी अशी सामग्री गरजेची आहेच; मात्र, ती फ्रान्सकडूनच घ्यावी असा प्रयत्न फ्रान्सच्या अर्थकारणाशी जोडला गेला आहे. फ्रान्सचे भारताशी व्यापारी संबंध हे प्रामुख्याने संरक्षण क्षेत्रातील निर्यातीवर भर देणारे राहिले आहेत. उभयपक्षी व्यापारात फ्रान्स हा भारताचा ११व्या क्रमांकांचा भागीदार आहे.

भारताच्या परराष्ट्र व्यापारात फ्रान्सचा व्यापार जेमतेम दीड टक्का आहे. त्याच फ्रान्समधून भारतीय संरक्षण दलांसाठी सुमारे २२ टक्के खरेदी होते. रशियानंतर फ्रान्सकडून सर्वाधिक संरक्षणसामग्रीची खरेदी केली जाते. या देवाण-घेवाणीची पार्श्वभूमी दौऱ्याला होती. एरवी ज्या ग्लोबल साउथ'चं – म्हणजे पूर्वी ज्याला तिसरं जग' म्हटलं जायचं त्यातील – बव्हंशी भागाचं प्रतिनिधित्व करण्याविषयी मोदी सतत बोलतात. त्याच्या उलट बाजूला असलेल्या ग्लोबल नॉर्थ' – म्हणजे, प्रामुख्याने विकसित युरोपीय देशांचं – प्रतिनिधित्व फ्रान्स करत असतो. पॅरिसमधील हवामान बदलांवरील वाटाघाटीत फ्रान्स हा भारत-चीन या दोन्ही देशांना प्रदूषणात सर्वाधिक भर घालणारे देश' म्हणून उल्लेख करत होता, त्या परिषदेला मोदीही उपस्थित होते. ही आठवण एवढ्याचसाठी की, देशाचे हितसंबंध आणि गळामिठी यांची दाखवेगिरी यात गल्लत करायचं कारण नाही.

फ्रान्सने भारताच्या अंतर्गत व्यवहारांत नाक खुपसलं नाही, हे जसं खरं; तसंच जिथं फ्रान्सचे हितसंबंध गुंतलेले आहेत तिथं विरोधाची भूमिका घेतली, हेही खरं. ज्या बाबींवरून अमेरिका किंवा अन्य काही पाश्चात्त्य देशांतून भारताच्या नेतृत्वाला लक्ष्य केलं जातं त्यावर फ्रान्स कोणतीच प्रतिक्रिया देत नाही.

वाटाघाटीतील अपूर्णता

फ्रान्सदौऱ्यात संरक्षण खेरदीकडे लक्ष असणं स्वाभाविक होतं. दौऱ्याच्या तोंडावर संरक्षण मंत्रालयाने २६ राफेल मरीन फायटर्स आणि तीन स्कॉर्पियन पाणबुड्या घेण्याला मान्यता दिली होती. लढाऊ विमानांची इंजिने संयुक्तपणे उत्पादित करण्यावरही या दौऱ्यात चर्चा अपेक्षित होती. उभय देशांनी काय निश्चित केलं यासाठीच्या प्रसिद्धिपत्रकात आधी, 'डीआरडीओ' आणि फ्रान्सच्या 'सफ्रान' यांनी संयुक्तपणे 'लढाऊ विमानांच्या इंजिननिर्मितीसाठीचा आराखडा या वर्षात तयार होईल,' असं म्हटलं होतं, तसंच ' 'पी-७५' कार्यक्रमांतर्गत तीन नव्या पाणबुड्या उभय देश मिळून बनवतील,' असंही स्पष्ट केलं होतं. हे दोन्ही उल्लेख अंतिम मसुद्यातून वगळले गेले. 'आधीचा मसुदा कच्चा होता,' अशी सारवासारव नंतर केली गेली. यातून दोन्ही देशांना संरक्षण क्षेत्रातील संयुक्त उत्पादनात रस असला तरी त्यासाठीच्या साऱ्या वाटाघाटी पूर्ण झालेल्या नाहीत, हे दिसतं. मोदी-मॅक्रॉन यांच्यातील चर्चेनंतरही हे होऊ शकलेलं नाही, हे वास्तव समोर आलं.

चीनविषयीच्या चिंतेचा कोन

अमेरिकेला भारताची जवळीक निकडीची वाटते. यात जसा चीन हा एक घटक आहे, तसाच तो फ्रान्स संदर्भात आहे. अमेरिकेला इंडो-पॅसिफिक क्षेत्रात चीनशी स्पर्धा करण्याच्या रचनेत भारत गरजेचा वाटतो. मात्र, अमेरिका या क्षेत्रापासून दूर आहे, फ्रान्सचा मात्र काही भूभाग या क्षेत्रात आहे. सुमारे १५ लाख नागरिक तिथं राहतात. याच भागात फ्रान्सचं विशेष आर्थिक क्षेत्र साकारलं आहे. फ्रान्स ही या क्षेत्रात प्रत्यक्ष उपस्थिती असलेली एकच युरोपीय शक्ती आहे आणि या क्षेत्रातील चीनच्या वाढत्या प्रभावाची चिंता फ्रान्सला स्वाभाविकच आहे. यातूनच संरक्षण खरेदीपलीकडे भारताचा विचार फ्रान्ससाठी आवश्यक बनतो. चीनचा श्रीलंका, नेपाळ, म्यानमार, पाकिस्तान आदी देशांतला वाढता प्रभाव आणि भारतालगतच्या

समुद्रातील चीनच्या आकांक्षा फ्रान्ससाठीही चिंतेच्या आहेत. यातूनच २०२८पासून फ्रान्सचे अध्यक्ष, चीनच्या या भागातील हालचाली खेळाचे नियम बदलून टाकणाऱ्या असल्याचं सांगत आहेत आणि त्यानंतर फ्रान्सकडून भारताचा महत्त्वाचा भागीदार म्हणून उल्लेख सुरू झाला. ज्या कारणांसाठी इंडो-पॅसिफिक क्षेत्रात अमेरिकेला भारताचं सहकार्य आवश्यक वाटतं, ते कारण फ्रान्सलाही लागू पडतं. इंडो-पॅसिफिक क्षेत्रीतले स्थैर्य आणि चीनवरील अतिअवलंबित्व कमी करणं, ही पाश्चात्त्य देशांची उद्दिष्टं आहेत. यात नौदलाची लक्षणीय ताकद आणि व्यापार-उत्पादनात वितरणसाखळीत योगदान देण्याची क्षमता असलेला देश म्हणून भारताचं महत्त्व उघड आहे. याचाच अर्थ, अमेरिकेच्या नेतृत्वाखालील पाश्चात्त्य जग आणि चीन यांच्यातील स्पर्धेत भारताने चीनला रोखण्याच्या व्यूहनीतीत साथ द्यावी, अशी रचना साकारण्याचा प्रयत्न होतो आहे. यात अमेरिका आणि फ्रान्स यांच्यात फरक आहे तो फ्रान्स व्यूहात्मक स्वायत्ततेबाबत तितकाच आग्रही आहे; म्हणूनच अन्य देशांनी कोणते पर्याय स्वीकारावेत यावर अमेरिका किंवा अन्य पाश्चात्त्य देशांसारखा फ्रान्सचा आग्रह नसतो.

भारताशी चांगल्या संबंधांची अशी गरज फ्रान्सला आहे आणि भारताला रशियावरचं अवलंबित्व कमी करताना फ्रान्सच्या संरक्षणसामग्रीची गरज आहे. त्यात चीनविषयीच्या चिंतेचा कोन आहे. यातून हे संबंध अधिक दृढ होताहेत हे खरंच आहे; मात्र, व्यापाराच्या क्षेत्रात दोन्ही देशांतील उलाढाल अन्य मोठ्या युरोपीय देशांच्या तुलनेत कमीच आहे. मोदी यांच्या ताज्या दौऱ्याने त्यात लक्षणीय बदल होण्याची चिन्हं नाहीत.

संबंधांत अधिक सुधारणा

मोदी यांनी फ्रान्सहून परतताना संयुक्त अरब अमिरातीस भेट दिली आणि तिथल्या बुर्ज खलिफा या अति उंच इमारतीवरील रोशणाईत भारताचा तिरंगा झळकला आणि मोदी यांच्या स्वागताचे संदेशही प्रकटले. या झगमगाटी स्वागतापलीकडे आयआयटीचं केंद्र अमिरातीत सुरू करावं आणि अमिरातीशी व्यापार रुपयांत करावा, अशा काही महत्त्वाच्या मुद्द्यांवर निर्णय झाले. संयुक्त अरब अमिरातीत सर्वाधिक अनिवासी भारतीय आहेत. ३३ लाख भारतीय तिथं नोकरी-व्यवसाय करतात. पश्चिम आशियातील मुस्लीम जगतात. काही प्रमाणात का असेना,

उदारमतवादाचं वारं वाहू लागलं आहे, त्यात अमिरातीचाही समावेश आहे. हा देश भारताचा तिसऱ्या क्रमांकाचा व्यापारी-भागीदार आहे. ८५ अब्ज डॉलरचा व्यापार उभय देशांत आहे. तो १०० अब्ज डॉलरवर न्यायचं उद्दिष्ट आहे. 'क्वाड'सारखीच 'आयटूयुटू' अशी एक व्यवस्था भारत-अमेरिका-संयुक्त अरब अमिरात-इस्राईल यांच्यात साकारते आहे. यातून व्यूहात्मक पातळीवरही उभय देशांत जवळीक तयार झाली आहे. या पार्श्वभूमीवर, मोदी यांचा या देशातील पाचवा दौरा झाला. या दौऱ्यातील उभय देशांत रुपयांत व्यवहार करण्याचा बराच गाजावाजा केला जातो आहे. कोणत्याही देशाशी रुपयांत व्यवहार होणं चांगलंच मात्र, आपलं चलन अजूनही पूर्णतः परिवर्तनीय नाही, तोवर काही देशांशी असे करार होण्यातून फार क्रांतिकारी बदल होतील किंवा रुपया आता जगाचं चलन बनेल, असले इमले रचण्यात काही अर्थ नसतो. युक्रेनमधील युद्धानंतर रशियाशी आपला तेलाचा व्यापार रुपयांत सुरू आहे; मात्र, यातून रशियाच्या तिजोरीत जमा झालेल्या रुपयांच्या साठ्याचं करायचं काय, असा प्रश्न त्या देशाला पडतो आहे. जागतिक चलनाच्या साठ्यात असे प्रश्न पडायचं कारण नसतं. तेव्हा, दोन्ही देशांच्या दौऱ्यात गाजावाजा केल्या जाणाऱ्या गोष्टींपेक्षा प्रत्यक्षात हाती काय लागलं, याचा विचार अधिक महत्त्वाचा ठरतो. या निकषावरही मोदी यांचा ताजा दौरा फ्रान्स आणि अमिरातीशी संबंध अधिक सुधारणारा ठरतो.

(सप्तरंग, २३ जुलै २०२३)

'जी-२०' आणि भूराजकीय महाखेळ

'जी-२०' परिषदेचं भारताने उत्तम आयोजन केलं. त्यात सहभागी देशांच्या युक्रेनसारख्या मुद्द्यावरच्या एकमेकांच्या विरोधातील भूमिका होत्या. नकळत चीन-रशिया आणि अमेरिकेच्या नेतृत्वाखालील पाश्चात्त्य राष्ट्रांचा गट अशा स्पर्धेत समान सूत्र शोधण्याचं आव्हान भारतीय मुत्सद्द्यांनी पेललं. मात्र, हा जाहीरनामा म्हणजे सदिच्छांची पखरण आहे. त्यात एकत्र दिसण्याच्या अनिवार्यतेतून आलेल्या तडजोडी आहेत.

'जी-२०' परिषदेचा गाजणारा इव्हेंट एकदाचा पार पडला. भारताने या परिषदेचं उत्तम आयोजन केलं आणि अशा आयोजनात ज्या एका गोष्टीवर शंका असते, ते संयुक्त निवेदन जारी करण्याची बाबही यशस्वीरीत्या पूर्ण केली. 'जी-२०'च्या निमित्ताने मोदी सरकारची वर्षभरात देशभर कार्यक्रमांची रेलचेलच होती. सरकारच्या मते, समारंभाच्या ठिकाणापलीकडे अशा महत्त्वपूर्ण देशांच्या एकत्रीकरणाची माहितीही पोहोचत नाही तेव्हा या सरकारने 'जी-२०'ची आणि देशांची भूमिका देशभरात पोहोचवली. एका अर्थनि त्याला व्यापक स्वरूप दिलं. अर्थात, त्याचं समर्थन कसंही केलं तरी या सरकारची इव्हेंटबाजीची हौस पाहता हे सारं सरकारच्या प्रतिमावर्धनाचा भाग म्हणून झालं, यात नवलाचं काही नाही. निवडणूक समोर दिसत असताना परिषदेच्या यशस्वी आयोजनाचा लाभ उठवला जाणार, हेही स्पष्ट आहे. सहभागी देशांनी संयुक्तपणे 'नवी दिल्ली जाहीरनामा' प्रसिद्ध केला, हे या परिषदेचं मोठं यश.

याचं कारण, असा जाहीरनामा प्रसिद्ध होण्यात सहभागी देशांच्या युक्रेनसारख्या मुद्द्यावरच्या एकमेकांच्या विरोधात जाणाऱ्या भूमिका होत्या. नकळत चीन, रशिया आणि अमेरिकेच्या नेतृत्वाखालील पाश्चात्त्य राष्ट्रांचा गट अशी एक स्पर्धा साकारते आहे. त्यात काही समान सूत्र शोधणं, हे आव्हानच होतं. ते भारतीय मुत्सद्द्यांनी पेललं हे खरंच; मात्र हा सारा जाहीरनामा म्हणजे सदिच्छांची पखरण आहे. त्यात एकत्र दिसण्याच्या अनिवार्यतेतून आलेल्या तडजोडी आहेत. 'जी-२०' या जगातील सर्वांत बलदंड गटाने जगाच्या व्यवहाराला काही दिशा द्यावी, अशी अपेक्षा असते. तसं काही यात दिसत नाही हेही खरं. दुसरीकडे, भारताचे पंतप्रधान नरेंद्र मोदी आफ्रिकी देशांच्या संघटनेचा 'जी-२०' मध्ये समावेश व्हावा यासाठी आग्रही होते आणि त्यालाही मान्यता मिळाली, हेही लक्षणीय यशच. आफ्रिकेच्या समावेशाला विरोधाचं कारण नव्हतंच; मात्र, भारताकडे 'जी-२०'चं अध्यक्षस्थान असताना चीन त्यात खोडा घालेल काय, अशी शंका होती. या परिषदेतून स्पष्ट झालेलं एक वास्तव आहे ते म्हणजे, आता ज्याला आंतरराष्ट्रीय संबंधात 'ग्रेट गेम' म्हटलं जातं त्याचं एक केंद्र आफ्रिका खंड बनतो आहे. अमेरिका, चीन, रशिया या साऱ्यांचं आफ्रिकी देशांकडे कधी नव्हे इतकं लक्ष आहे आणि भारतही या खेळात मागं राहू इच्छित नाही. 'जी-२०'मध्ये जे घडलं त्यावर चर्चा होणं आणि भारताची प्रतिमा कशी उंचावली यावर रतीब घातला जाणं आता अपेक्षितच आहे. मात्र, त्यापलीकडे जगाच्या बदलत्या रचनेतील स्पर्धा आणि त्यातील दाहकता पुढे येते आहे, ती अधिक महत्त्वाची.

युक्रेनबाबत सगळेच मोघम

या परिषदेवर रशियाचे अध्यक्ष व्लादिमीर पुतिन आणि चीनचे अध्यक्ष शी जिनपिंग यांच्या अनुपस्थितीचं सावट राहील, असं वाटत होतं. पुतिन येणार नाहीत, हे उघडच होतं. जिनपिंग यांनी मात्र परिषदेला दांडी मारून भारतासोबतचे चीनचे संबंध ताणलेलेच आहेत, याला पुष्टी दिली. काही दिवसांपूर्वीच ब्रिक्स देशांच्या परिषदेला ते हजर होते. तिथं या परिषदेचा विस्तार करण्याचा आपला अजेंडाही त्यांनी रेटला होता. मात्र, भारतात येण्याचं त्यांनी टाळलं. त्याआधी चीनने तयार केलेले नवे नकाशे पुन्हा वादाचं कारण बनले. जिनपिंग न येण्याने परिषदेत फार काही फरक पडला नाही. मात्र, भारत-चीन संबंध गोठलेले असल्याचं अधोरेखित झालं. चीन या

परिषदेत अडथळे आणण्याची भूमिका घेईल, असा अंदाज पाश्चात्त्य माध्यमं व्यक्त करत होती. मात्र, तेही चीनने टाळलं. चीनशी संबंधांत डोकेदुखी कायम असेल, असंच जिनपिंग यांची अनुपस्थिती सांगत होती. या परिषदेत युक्रेनविषयी कोणती भूमिका घेतली जाणार, याकडे जगाचं लक्ष होतं. बालीमध्ये झालेल्या मागच्या परिषदेत रशियावर थेट टीका झाली होती. भारताचे रशियाशी सबंध पाहता, अशी टीका कठीण होती. विकसित देशांना रशियावर रोख हवा होता, तर भारत-चीनसारखे देश अधिक मोघम उल्लेखाच्या प्रयत्नात होते. ब्राझील-इंडोनेशिया-दक्षिण आफ्रिका या देशांनाही रशियाच्या आक्रमक निषेधापेक्षा संयुक्त निवेदन अधिक महत्त्वाचं वाटत होतं. अखेर, रशियाचा नामोल्लेखही न करता युक्रेनसंघर्षावर संयुक्त ठरावात टिप्पणी करण्यात आली.

तसंही 'जी-२०' ने काहीही ठराव केल्याने युक्रेनच्या युद्धात काही फरक पडण्याची शक्यता नाही, तेव्हा मधला मार्ग काढणं हा 'जी-२०' मधील देश एकत्र आहेत, हे दाखवण्याचा एकमेव पर्याय होता. हवामान बदलांविषयीही मोघम भूमिकेवरच समाधान मानावं लागलं. २०३०पर्यंत पुनर्वापर करता येणारी ऊर्जा तिपटीवर नेण्याचं लक्ष्य आणि कोळशावर आधारित ऊर्जानिर्मिती घटवण्याचं लक्ष्य ठेवलं गेलं आहे. मात्र, त्यासाठीची धोरणात्मक चौकट किंवा आर्थिक तरतुदींवर ठोस काही ठरवण्यात आलं नाही.

भूराजकीय प्रभावाची नवी स्पर्धा

'जी-२०' आणि त्याआधी दक्षिण आफ्रिकेत झालेली ब्रिक्स परिषद आणि यादरम्यान अमेरिका आणि चीनच्या जगाच्या व्यवहारातील हालचाली पाहता भूराजकीय प्रभावाच्या नव्या स्पर्धेची तीव्रता लक्षात येते. चीनला अमेरिकी वर्चस्वाखालील सध्याच्या जागतिक रचनेला पर्याय द्यायचा आहे. त्यासाठी जागतिक वित्तसंस्था व अन्य यंत्रणांना अशा बहु-उद्देशीय यंत्रणांच्या उभारणीतून पर्याय द्यायचा किंवा अस्तित्वात असलेल्या यंत्रणांना हवं तसं वाकवायचं, हेच मार्ग चीनपुढे सध्या उपलब्ध आहेत.

'जी-७' किंवा 'जी-२०' या गटांतील अमेरिकी प्रभाव उघड आहे. चीन ब्रिक्सचा वापर त्याला पर्याय उभा करण्यासाठी करतो आहे का, असा आताचा लक्षवेधी मुद्दा आहे. ज्या रीतीने ब्रिक्सचा विस्तार झाला, तो अमेरिकेच्या विरोधातील

संतुलन साधण्यात चीनसाठी उपयुक्त ठरू शकतो का, असाही यातील मुद्दा आहे. आफ्रिकी देशांच्या संघटनेत ५५ देशांचा सहभाग आहे. या देशात प्रभावासाठी अमेरिका-चीन- रशिया यांच्यातील स्पर्धा उघडपणे दिसते आहे. या देशांची आर्थिक स्थिती युरोपच्या अथवा चीनच्या तुलनेत चांगली नाही. तिथं अनेक कारणांनी अस्वस्थता, अशांतता आहे. मात्र, या देशांची दोन बलस्थाने आहेत, ज्याची भविष्यातील जगाच्या रचनेत नोंद घेणं अनिवार्य आहे. एक तर हे देश खनिज संपत्तीने भरलेले आहेत. आधुनिक इलेक्ट्रॉनिक उपकरणांसाठी लागणारी मूलभूत खनिजं सर्वाधिक प्रमाणात याच देशांत मिळतात. दुसरीकडे, जगातील विकसित देशात लोकसंख्यावाढीचा दर उलटा होऊ लागेल आणि वृद्धांची संख्या वाढू लागेल तसा काम करू शकणाऱ्या लोकसंख्येचा भरणा असणारा भाग हाच बनत जाईल. साहजिकच, आफ्रिकेवर प्रभावाची स्पर्धा सुरू झाली आहे. यात चीन आपल्या आर्थिक सामर्थ्याचा वापर करतो आहे. रशियाची म्हणून काही बलस्थाने आहेत. अमेरिकेची तंत्रज्ञानाची आणि भूराजकीय ताकद अव्वल आहे. यात भारत आफ्रिकी देशांना जगाच्या पटलावर प्रतिनिधित्व आणि आवाज देण्यात मदत करू पाहतो आहे, असा संदेश या देशांच्या संघटनेचा 'जी-२०'मधील सहभागासाठी आग्रह धरताना देण्याचा प्रयत्न आहे; म्हणजेच इंडो-पॅसिफिकप्रमाणेच आफ्रिका खंडही भूराजकीय स्पर्धेचं केंद्र बनेल.

चीनच्या 'बीआरआय'ला शह?

परिषदेदरम्यानच्या काही घडामोडी जगाच्या बदलत्या भूराजकीय पर्यायाने आर्थिक रचनेकडे बोट दाखवणाऱ्या आहेत. परिषदेत काय घडलं, याहून अंमळ अधिक महत्त्व या घडामोडींना आहे. चीनला सर्व आघाड्यांवर स्पर्धेच्या झळा जाणवू लागतील, असा एक व्यूह अमेरिकेच्या पुढाकाराने रचला जातो आहे. यात सध्या तरी भर चीनला एकाकी पाडणं किंवा चीनशी व्यवहार तोडण्यावर नाही, तर चीनच्या बराच काळ दुर्लक्षित राहिलेल्या विस्तारवादी चालींना संतुलित करणं हाच दिसतो.

चीनने अमेरिका आणि पाश्चात्त्य भांडवलदारांच्या सक्रिय सहकार्यानंच प्रगतीची भरारी मारली, हे वास्तव आहे. चीनच्या प्रगतीचा लाभ विकसित जगाला एकीकडे स्वस्त उत्पादनं, तर दुसरीकडे गुंतवलेल्या भांडवलावर अधिकचा परतावा असा मिळत होता. त्यामुळे तो भूराजकीय वर्चस्वाच्या स्पर्धेत दंड थोपटून उभा राहू

लागला. अमेरिकी निर्बंधांना भीक न घालण्याइतपत आर्थिक बेटकुळ्या दाखवू लागला. चीनच्या दृष्टिकोनातून साकारायच्या नव्या जगात जिनपिंग यांचं स्वप्न असलेला 'बेल्ट अँड रोड इनिशिएटिव्ह' (बीआरआय) हा अत्यंत महत्त्वाचा उपक्रम आहे. यात चिनी गुंतवणुकीचा वापर करून मध्य आशिया, युरोप, आफ्रिका असं सर्वदूर पायाभूत सुविधांचं जाळं निर्माण करण्याची कल्पना आहे. यातील बराच भाग – हल्ली ज्याला 'ग्लोबल साउथ' असं म्हटलं जातं – त्या जगाच्या नकाशातील दक्षिणेकडच्या विकसनशील, अविकसित देशांचा आहे. २०१३मध्ये जिनपिंग यांनी सिल्क रोडचं पुनरुत्थान म्हणून हे स्वप्न मांडलं. पुढे रस्त्याच्या जाळ्यासोबतच समुद्री वाहतुकीचं जाळंही यात समाविष्ट करण्यात आलं. जगातील दीडशेहून अधिक देश चीनच्या या महाप्रकल्पात सहभागी झाले आहेत. सुलभपणे मिळणारं कर्ज, त्यातून होणारी पायाभूत सुविधांची उभारणी हे यातील सर्वांत मोठं आकर्षण होतं. पाश्चात्त्य देश आणि वित्तसंस्था ज्या प्रकारच्या अटी कर्जासाठी घालतात तशा चीन घालत नव्हता. लोकशाही, मानवाधिकार असल्या बाबींवरही बोलत नव्हता. मात्र, काळाच्या ओघात हे चिनी कर्ज अनेक देशांभोवतीचा सापळा ठरू लागलं. कर्जफेड अशक्य बनलेल्या देशांकडून चीन संबंधित सुविधा ताब्यातच घेऊ लागला, जसं श्रीलंकेतील हम्बनतोटा बंदर चीनकडे सोपवावं लागलं.

आता या चिनी प्रकल्पाला शह म्हणता येईल, अशा हालचाली सुरू झाल्या आहेत. भारत पश्चिम आशियातील देश आणि युरोप यांना जोडणारं पायाभूत सुविधांचं जाळं निर्माण करण्याची 'जी-२०' परिषदेदरम्यान झालेली घोषणा या दृष्टीने महत्त्वाची. ही घोषणा होत असताना चीनच्या बेल्ट अँड रूट प्रकल्पात सहभागी असलेला एकमेव युरोपीय देश इटलीने त्या प्रकल्पातून माघार घेतल्याचं जाहीर केलं. 'इंडिया मिडल ईस्ट युरोप इकॉनॉमिक कॉरिडॉर (आयएमईसी)' असं नामकरण केलेल्या नव्या प्रकल्पात रस्ते-रेल्वेमार्ग- बंदरं यांचं जाळं उभारलं जाईल. या प्रकल्पाची घोषणा करताना कुणीही चीनचा उल्लेख करत नसलं तरी तो थेटपणे चीनच्या बीआरआयला शह देण्याचा उपक्रम ठरू शकतो किंबहुना अमेरिकेचे अध्यक्ष या प्रकल्पाचं भरभरून कौतुक करत होते ते याचसाठी.

नव्या प्रकल्पामुळे स्पर्धा अटळ

'आयएमईसी' हा प्रचंड अर्थकारण गुंतलेला प्रकल्प असेल. अर्थकारणासोबत त्यात

भूराजकीय समीकरणं समाविष्ट आहेत, म्हणून त्यातून चीनला वळचणीला टाकलं जाईल, हे लगेचच शक्यतेच्या कोटीतील नाही. यांचं कारण, चीन जागतिक अर्थव्यवस्थेत खूप खोलवर रुजला आहे. भौगोलिकदृष्ट्या अनेक खंडांना जोडणाऱ्या चिनी बीआरआयने अर्थकारण आणि भूराजकीय समीकरणांना गुंफणारं समीकरण साकारलं आहे. त्याला आव्हान देताना चीनला एकाकी पाडणं व्यवहार्य नाही, हे ध्यानात घेऊनच, हा प्रकल्प कुणाच्याही विरोधात नाही, असं सांगितलं जात आहे. कुणालाही यातून धोका नाही. मात्र, कुणालाही यातून कर्जाच्या बोजाखाली जावं लागणार नाही, अशी मांडणी केली जाते आहे. ती थेटपणे यात चीनसारखा कर्जसापळा नसेल, याचे संकेत देणारी आहे. चीनच्या भौगोलिक प्रभावाला, विस्ताराला तगडा स्पर्धक उभा राहू शकतो, याची जाणीवही यातून दिली जाते आहे. या प्रकल्पातील अर्थपुरवठा चीनसारखा कुण्या एकाच देशाच्या तिजोरीतून येणार नाही तर तो जागतिक बँक, आशिया विकास बँकेसारख्या बहु-उद्देशीय संस्थांच्या माध्यमांतून येणार आहे. 'जी-२०' देशांच्या संयुक्त निवेदनात काय म्हटलं आहे किंवा द्विपक्षीय चर्चांत काय घडलं याहून खरं तर दीर्घकाळात दक्षिण आशिया, पश्चिम आशिया आणि युरोपला जोडणारा हा प्रकल्प साकारणं अधिक परिणामकारक आणि जगाच्या बदलत्या रचनेवर अधिक प्रभाव टाकणारंही असेल. भारतासाठी यातून अनेक संधींचं अवकाश खुलं होऊ शकतं.

भारतासाठी व्यापारमार्ग

भारतासाठी जमिनीद्वारे अन्य देशांशी व्यापारमार्ग उभारण्यात एका बाजूला पाकिस्तान आणि एका बाजूला चीन असल्याने मर्यादा आहेत. पूर्वेकडूनही फार लक्षणीय असं हाती लागत नाही. या नव्या प्रकल्पातून भारतीय बंदरांतून पश्चिम आशिया म्हणजे अरब देश आणि जर्मनी, फ्रान्स-इटलीसह युरोपात आयात-निर्यातीचे मार्ग खुले होतील. या कॉरिडॉरची मूळ कल्पना सौदीचे राजपुत्र शेख महंमद बिन सलमान यांची. त्यांनी अमेरिकेच्या अध्यक्षांकडे ही कल्पना सुरुवातीला मांडल्याचं सांगितलं जातं. पाठोपाठ भारत आणि अमेरिका यांच्या राष्ट्रीय सुरक्षा सल्लगारांमध्ये बैठक झाली होती. ती साकारताना चीनने आर्थिक आणि राजनैतिक प्रभावाचं हत्यार बनवलेल्या बीआरआयपुढे आव्हान तयार होईल. चिनी अध्यक्षांच्या या कल्पनेला चीनच्या घटनेतही स्थान दिलं गेलं आहे.

'ग्लोबल साउथ'मधील प्रभावासाठी चीनने याचा वापर केला. चिनी प्रकल्पात सहभागी असलेल्या दीडशेवर देशांत जगातील ७० टक्के लोकसंख्या राहते आणि या देशांचा जागतिक अर्थव्यवस्थेतील वाटा साधारणतः ३० टक्के आहे. आता भारताच्या सहभागासह साकारणारा नवा प्रकल्प यात स्पर्धा आणेल.

वर्चस्वाचा नवा महाखेळ!

'जी-२०' परिषद होत असतानाच इंडो-पॅसिफिक क्षेत्रातील घडामोडीही खास लक्ष वेधून घेणाऱ्या आहेत. परिषदेच्या पहिल्याच दिवशी संयुक्त जाहीरनामा प्रसिद्ध झाला. याचं एक कारण, अमेरिकेच्या अध्यक्षांना परतायचं होतं. या दौऱ्यात त्यांनी व्हिएतनामला दिलेली भेट चीनच्या प्रभावाला शह देतानाचं संतुलन साधण्यातील अमेरिकी मुत्सद्देगिरीचा भाग मानली जाते. एकेकाळी ज्या व्हिएतनामसोबत अमेरिकेचं गाजलेलं युद्ध झालं त्याच देशासोबत बायडेन यांनी व्यूहात्मक भागीदारीची बोलणी केली. याच देशाच्या काही बेटांवर चीन दावा सांगतो आहे आणि चीनमधून वितरणसाखळीतील उद्योग आणि भांडवल बाहेर पडू पाहत असेल तर त्यांच्यासाठी व्हिएतनाम हा एक महत्त्वाचा पर्याय उपलब्ध आहे. या पार्श्वभूमीवर अमेरिका व्हिएतनामाशी जवळीक साधते आहे. सोबतच अलीकडे अमेरिकेने तुलनेत अत्यंत छोट्या सेशल्स बेटांवर आपला दूतावास सुरू केला. मालदिवमध्येही दूतावास सुरू झाला. जपान, दक्षिण कोरिया आणि अमेरिकेदरम्यान त्रिपक्षीय सुरक्षाकरार साकारला आहे. शिवाय, इंडो-पॅसिफिक क्षेत्रात भारत, अमेरिका, ऑस्ट्रेलिया आणि जपान असा चतुष्कोण आधीच साकारला आहे. अमेरिकेने श्रीलंकेसोबत गरज पडल्यास सेना पुरवण्याचा करार करण्याच्या हालचाली सुरू केल्या आहेत. भारतही विशाल समुद्री प्रदेशात आपल्या हालचाली वाढवतो आहे. हे सारं चीनला शह देण्याच्या योजनेचा भाग बनतं आहे. उघडपणे कुणीच, चीनला शह द्यायचा आहे, असं म्हणत नाही; मात्र, रोख तोच आहे. यातूनच चीन आणि अमेरिकेच्या वर्चस्वाचा नवा महाखेळ इंडो-पॅसिफिक क्षेत्रात साकारतो आहे. आधीच्या शीतयुद्धाहून हे अधिक गुंतागुंतीचं प्रकरण आहे, ज्यात दोन बलदंड प्रतिस्पर्धी असले तरी अनेक बहुराष्ट्रीय मंच त्यावर प्रभाव टाकतील. 'जी-२०'च्या झगमगाटात भविष्याला आकार देण्याची क्षमता असलेल्या या बाजूच्या घडामोडींची दखलही घ्यावीच लागेल.

(सप्तरंग, १७ स्पटेंबर २०२३)

'जी-२०' आणि भूराजकीय महाखेळ । १०३

कॅनडातील आगलावे उद्योग

कॅनडातील एका फुटीरतावादी नेत्याच्या हत्येने आणि त्यात भारत सरकारचा हात असल्याचा संशय व्यक्त करणारे कॅनडाचे पंतप्रधान जस्टिन ट्रुडो त्यांच्या देशातील राजकारण खेळत होते. कॅनडातील राजकारणात शीख समुदायाचं महत्त्व लक्षात घेऊन आपण कशाचं समर्थन करतो, याचं भान ट्रुडो यांच्यासारख्या नेत्याला उरलं नाही, याचा परिणाम म्हणजे भारत-कॅनडा संबंधांनी तळ गाठला.

अनेक दशकांनंतर खलिस्तानची कल्पना आणि त्यासोबत जोडलेला दहशतवाद नव्याने चर्चेत येतो आहे. पंजाबमधील 'स्वतंत्र खलिस्तान'च्या मागणीने एकेकाळी धुमाकूळ घातला होता आणि हा दहशतवाद मोडून काढण्यासाठी लष्करी कारवाई करणाऱ्या तत्कालीन पंतप्रधान इंदिरा गांधी यांना त्यासाठी प्राणांचं मोलही द्यावं लागलं होतं.

कॅनडातील एका फुटीरतावादी नेत्याच्या हत्येने आणि त्यात भारत सरकारचा हात असल्याचा संशय व्यक्त करणारे कॅनडाचे पंतप्रधान जस्टिन ट्रुडो यांच्यामुळे खलिस्तानवर पुन्हा चर्चा होऊ लागली असली तरी भारताबाहेर राहणाऱ्या मूठभर अतिरेकी प्रवृत्तींपलीकडे भारतात कुणी या कल्पनेला मान्यता देत नाही. त्या अर्थाने, खलिस्तानच्या चळवळीचा बाजार कधीचा उठला आहे. मात्र, त्या आवरणाखाली पंजाबातील माफिया, ड्रग-तस्कर आणि मानवी तस्करी करणारे

आपली कृत्यं झाकू पाहताहेत, तर कॅनडातील राजकारणात शीख समुदायाचं महत्त्व लक्षात घेऊन आपण कशाचं समर्थन करतो, याचं भान टुडो यांच्यासारख्या नेत्याला उरलं नाही, याचा परिणाम म्हणजे भारत-कॅनडा संबंधांनी तळ गाठला.

कॅनडाचे पंतप्रधान जस्टिन टुडो यांच्या ताज्या आरोपांमुळे भारताशी त्या देशाच्या संबंधांतील एक अडचणींचं वळण आलं आहे. जूनमध्ये कॅनडास्थित खलिस्तानी नेता हरदीपसिंग निज्जर याची हत्या झाली. या हत्येत भारतीय सरकारशी संबंधितांचा हात असल्याची शक्यता टुडो यांनी व्यक्त केली आहे. इतकंच करून ते थांबले नाहीत तर, 'याविषयींचे पुरावे आहेत; शिवाय हा मुद्दा मोदी यांच्यासोबतच्या द्विपक्षीय चर्चेत उपस्थित करण्यात आला,' असं त्यांनी सांगितलं. ही भेट 'जी-२०' परिषदेच्या यशस्वितेचा डंका वाजवण्यात काहीशी बाजूला पडली होती. त्यात भारताच्या पंतप्रधानांनी टुडो यांची कानउघाडणी केल्याचं प्रसिद्ध झालं होतं, त्याची परतफेड करण्याची संधी टुडो यांनी या सनसनाटी आरोपातून घेतली आहे. भारताने टुडो यांचा हा शोध अर्थातच फेटाळून लावला आहे. हत्या झालेला खलिस्तानी नेता कॅनडातून चालणाऱ्या भारतविरोधी कारवायांमधील एक म्होरक्या होता. मात्र, त्या देशात आपल्या सरकारने हत्या घडवली, असं सांगू पाहणारे आरोप कोणत्याही सरकारसाठी आंतरराष्ट्रीय संबंधांत अडचणीचेच. त्यामुळे खलिस्तानी नेता दूर होणं, ही भारतासाठी चांगलीच घडामोड असली तरी त्यात सरकारी सहभागाचा आक्षेप कोणतंही सरकार मान्य करणार नाही.

'फाईव्ह आईज' व्यवस्था

भारतीय प्रतिक्रिया तशीच होती. टुडो यांनी कॅनडाच्या संसदेत निज्जरच्या हत्येवर बोलताना 'आपल्या भूमीवर कॅनडाच्या नागरिकाची हत्या होणं हा देशाच्या सार्वभौमत्वावरचा हल्ला आहे,' अशी भूमिका घेतली. निज्जरवर अनेक आरोप होते आणि तो भारताच्या 'मोस्ट वॉंटेड' दहशतवाद्यांच्या यादीतही होता. मात्र, तो कॅनडाचा नागरिक होता आणि त्याचाच आधार घेत टुडो आपली राजकीय पोळी भाजायचा प्रयत्न करत आहेत. पाश्चात्त्य जगातील प्रतिक्रिया संयत असल्या तरी, भारताने हत्येच्या तपासात मदत करावी, अशी अपेक्षा व्यक्त करणाऱ्याही आहेत. कॅनडासह अमेरिका, ब्रिटन, ऑस्ट्रेलिया आणि न्यूझीलंड या पाच देशांत 'फाईव्ह

आईज' या नावाने गोपनीय माहितीचं आदान-प्रदान करणारी व्यवस्था साकारली आहे. या देशांनी टुडो यांच्या आरोपानंतर गंभीर चिंता व्यक्त केली आहे. अमेरिकेने 'या प्रकरणाचा तपास गुन्हेगारांचा न्याय करेल,' अशी अपेक्षा व्यक्त केली आहे, तर ऑस्ट्रेलियाच्या परराष्ट्रमंत्र्यांनी 'हा मुद्दा आपण भारताकडे उपस्थित केला आहे,' असं सांगितलं आहे.

टुडो यांचे आरोप भारताकडून सहजपणे झटकले जात असले तरी आणि जाहीरपणे देशाच्या संसदेत एखाद्या देशाशी संबंध बिघडवणारी अशी विधाने करण्यामागं त्या देशाकडून राजकारण पाहिलं जात असलं तरी, यानिमित्ताने आपल्या देशापुढे लक्षणीय राजनैतिक आव्हान उभं राहत आहे. पाश्चात्त्यांसाठी, खासकरून अमेरिकेसाठीही, यातून पेच तयार होतो आहे.

कॅनडा हा नाटो-सदस्य आहे आणि त्या देशाची पाठराखण करायची की चीनच्या विरोधातील व्यूहरचनेत भारताशी संबंधांचं मोल लक्षात घेता टुडो यांना सबुरीचा सल्ला द्यायचा, असा हा पेच आहे.

पाश्चात्त्यांचा दुटप्पीपणा

ज्या हरदीपसिंग निज्जरच्या हत्येवरून टुडो भारताशी संबंध ताणणारे आरोप करत आहेत, तो भारतासाठी दहशतवादी होता. कॅनडाच्या भूमिकेनुसार, तिथल्या मुक्त अभिव्यक्ति स्वातंत्र्याच्या आधारे नागरिकांना त्यांची मतं मांडायचा, त्यासाठी चळवळीचाही अधिकार आहे. याच आधारावर भारताने ज्याला दहशतवादी घोषित केलं आहे, त्या निज्जरला कॅनडात मुक्त वावराचा परवाना होता. दिनांक १९ जूनला सरे इथल्या 'गुरू नानक शीख गुरुद्वारा'मधून निज्जर हा बाहेर पडत असताना त्याच्यावर दोघा बंदूकधाऱ्यांनी हल्ला केला. त्यात तो जागीच ठार झाला. निज्जर हा 'खलिस्तान टायगर्स फोर्स' या संघटनेचा प्रमुख होता आणि त्याची 'शीख फॉर जस्टिस' या संघटनेचा — सतत भारतविरोधी गरळ ओकणारा गुरपतवंतसिंग पन्नू —याच्याशी जवळीक असल्याचं उघड झालं होतं. याच पन्नूने 'कॅनडातील हिंदूंनी निघून जावं', अशा धमक्या दिल्या आहेत. निज्जर याची कॅनडात हत्या झाली, त्याआधी भारत शोध घेत असलेला आणखी एक दहशतवादी परमजितसिंग पंजवारे याला लाहोरमध्ये ठार करण्यात आलं होतं. हा पंजवारे 'खलिस्तान कमांडो फोर्स'चा स्वयंघोषित प्रमुख होता. 'खलिस्तान लिबरेशन

फोर्स' या आणखी एका संघटनेचा स्वयंघोषित प्रमुख अवतारसिंग खांडा याचा ब्रिटनमध्ये इस्पितळात अलीकडेच मृत्यू झाला. त्याचा मृत्यू आजारानंच झाल्याचं ब्रिटिश यंत्रणेने जाहीर केलं असलं तरी, खांडा याच्यावर विषप्रयोगाची शंका त्याच्या समर्थकांनी व्यक्त केली होती. एकापाठोपाठ एक अशा खलिस्तानवाद्यांच्या मृत्यूच्या घटनांमागं, भारतीय यंत्रणा त्यांना संपवण्याची मोहीम राबवत आहेत काय, असं एक सूत्र शोधलं जातं आहे. यातूनच निज्जरच्या हत्येमागं भारतीय यंत्रणांचा हात असल्याची शक्यता किंवा आरोप ट्रुडो करत आहेत. मात्र, त्यासाठी कसलाही ठोस पुरावा ते देत नाहीत. भारतातून खलिस्तानची चळवळ मागं पडल्यानंतर देशाबाहेर निसटलेल्यांपैकी निज्जर हा एक आहे. सन १९९७मध्ये त्याने कॅनडात आसरा शोधला. तो मूळचा पंजाबमधील जालंधरचा. सुरुवातीला कॅनडात प्लंबर म्हणून काम करणाऱ्या निज्जरने हळूहळू कॅनडातील शीख समाजात बस्तान बसवलं. तो तिथल्या 'गुरू नानक गुरुद्वारा'चा प्रमुखही बनला. सप्टेंबर २०२०मध्ये 'एनआयए' या भारतीय तपास यंत्रणेने त्याला फरार दहशतवादी म्हणून घोषित केलं. त्याची माहिती देणाऱ्यास १० लाखांचं बक्षीसही जाहीर केलं गेलं. 'एनआयए'ने निज्जरची पंजाबमधील मालमत्ता जप्त केली होती. त्याआधी भारतात दहशतवादी हल्ला घडवून आणण्याचं कारस्थान करत असल्याबद्दल २०१८मध्ये त्याच्यावर गुन्हा नोंदवला गेला होता. भारताच्या एकात्मतेला बाधा पोहोचवणाऱ्या हालचालीत तो गुंतला असल्याचाही आरोप त्याच्यावर ठेवण्यात आला होता.

'बब्बर खालसा'शी संबंध

राष्ट्रीय स्वयंसेवक संघाच्या जालंधरमधील एका नेत्याच्या हत्याप्रकरणात २०१६मध्ये त्याचं नाव पुढे आलं होतं. 'बब्बर खालसा' या बंदी घातलेल्या अतिरेकी संघटनेशी संबंधित लोकांशी संगनमताने तो भारतात धार्मिक द्वेष आणि दहशतवाद पुन्हा पसरवण्याच्या प्रयत्नांत असल्याचा गुन्हाही २०१६मध्ये त्याच्यावर नोंदला गेला होता. भारतविरोधी कारवायांची मालिकाच निज्जरशी जोडली गेली होती. यातूनच त्याची हत्या घडवण्यात आली, असा संशय कॅनडाचं सरकार पसरवत आहे. अशा भारताचं शत्रुत्व पत्करलेल्या निज्जरचा खात्मा केला तर बिघडलं कुठं असं वाटणं शक्य आहे. मात्र, अन्य देशाचा नागरिक परकीय भूमीवर संपवणं, हे आंतरराष्ट्रीय संबंधांत शिष्टसंमत मानलं जात नाही. त्यासाठी

कायदेशीर प्रत्यार्पणाची प्रक्रिया आणि न्यायालयीन प्रक्रिया पूर्ण करूनच न्याय करता येतो. यातही पाश्चात्त्यांचा दुटप्पीपणा आहेच. अमेरिकेने कुणालाही न विचारता आणि कुणाच्या प्रतिक्रियेची फिकीर न बाळगता त्यांनी शत्रू ठरवलेल्या इस्लामी दहशतवाद्यांना परकीय भूमीत लक्ष्याधारित हल्ले करून संपवलं होतं, यात लादेनही आला. इस्रायलकडून शत्रू ठरवलेल्यांचा असा खात्मा करणं दंतकथांचा भाग बनलं आहे. अशा हत्या करायची असलेल्या शत्रूंची यादीच बराक ओबामा यांच्या कारकिर्दीत केली जात होती, असं मानलं जातं. ही परंपरा ट्रम्प यांनीही चालवली. हेच देश इतरांना मात्र उदारमतवादाचे धडे देत असतात.

आपल्यासमोरचा मुद्दा इतकाच की, या दुटप्पी व्यवहार असलेल्या देशांशी व्यवहार करणं अनिवार्य आहे. खासकरून, चीनचं आव्हान पेलताना ही उभयपक्षी गरजही बनते; म्हणूनच पाश्चात्त्य देश फार तर तोंडदेखले सल्ले देतील. त्यापलीकडे निज्जर प्रकरणात भारतावर दबाव आणण्याच्या भानगडीत ते पडणार नाहीत आणि आपण त्यांच्या सल्ल्याचा आदर करतो, असं वरकरणी दाखवावं लागेल. टुडो यांना ज्या प्रकारची प्रतिक्रिया जगाकडून अपेक्षित आहे, तितकी तीव्र प्रतिक्रिया कोणत्याही ठोस पुराव्यांविना येण्याची शक्यता नाही.

अकांडतांडवामागचे कारण...

टुडो यांनी जाहीरपणे आरोप करण्यामागं तीन कारणं असू शकतात. एक तर त्यांचे अलीकडचे भारतातील दौरे नको त्या कारणांनी गाजले होते. यात त्यांना अवहेलना झाल्यासारखं वाटत असू शकतं. त्याची परतफेड करताना, जगात भारताची नाचक्की करावी, असा एक उद्देश असू शकतो. त्यात यश येण्याची शक्यता दिसत नाही. याचं कारण, अमेरिकेसह पाश्चात्त्य देशांसाठी भारताचं इंडो-पॅसिफिक क्षेत्रातलं सहकार्य ही त्यांच्या दृष्टीने बदलत्या जागतिक रचनेतील एक अत्यंत आवश्यक बाब आहे. 'क्वाड'सारखा चतुष्कोण साकारताना हीच भूमिका राहिली आहे. अलीकडेच भारत-पश्चिम आशियातील अरब देश-युरोप खंड यांना जोडणारा पायाभूत सुविधांचा महाप्रकल्प जाहीर करतानाही चीनच्या 'रोड अँड बेल्ट इनिशिएटिव्ह'ला शह देण्याचं सूत्र स्पष्ट होतं. या स्थितीत कॅनडाच्या पंतप्रधानांच्या आततायीपणापायी हे देश भारताशी संबंधांत बाधा आणतील, ही शक्यता नाही. दुसरा ठोस उद्देश - टुडो यांना लवकरच कॅनडातील सार्वत्रिक

निवडणुकीला सामोरं जायचं आहे. त्यांच्या पक्षाचा शीख समुदाय हा एक लक्षणीय आधार आहे. ही मतपेढी डोळ्यासमोर ठेवून ते कट्टरपंथीयांना चुचकारण्याचा प्रयत्न करत असावेत. यासाठी कॅनडातील शिखांचा प्रभाव समजून घेणं आवश्यक आहे. २०२२च्या जनगणनेनुसार, लोकसंख्येत शीख समाज सुमारे दोन टक्क्यांच्या आसपास आहे. मात्र, तो काही भागात एकवटलेला आहे आणि तिथल्या निवडणुकांत तो निर्णायक प्रभाव टाकू शकतो; म्हणूनच लोकसंख्येच्या प्रमाणाहून दुप्पट शीख खासदार कॅनडाच्या संसदेत विजयी होतात. ट्रुडो यांच्या मागच्या मंत्रिमंडळात शिखांचं प्रतिनिधित्व भारतातील केंद्र सरकारहून अधिक होतं. राजकारणातील शिखांचा आधार तिथल्या धार्मिक संघटनांतून येतो; म्हणूनच ट्रुडो भारतात आल्यानंतर पंजाबात जाऊन भांगडा घालत होते. शिखांचं तिथल्या राजकारणातलं हे प्राबल्य लक्षात घेऊनच ट्रुडो यांनी आरोप केल्यानंतर विरोधकांनाही त्यांची तळी उचलावी लागली. ट्रुडो याच्या सरकारला सध्या कॅनडातील न्यू डेमोक्रॅटिक पार्टीचा टेकू आहे. हा पक्ष जगदीपसिंग या शीख नेत्याचा आहे. येणाऱ्या निवडणुकीतही ट्रुडो यांच्या पक्षाला शीख समुदायाच्या पाठिंब्याची गरज आहे. तो निश्चित करण्यात धार्मिक संस्थांचा वाटा मोठा असतो. तिथं अनेकदा कडव्याचं प्राबल्य तयार होतं, तेव्हा दहशतवादाचे आरोप असलेल्या निज्जरच्या हत्येवरून ट्रुडो हे भारताशी संबंध ताणण्याइतपत अकांडतांडव का करतात, हे ध्यानात यावं. याखेरीज आणखीही धागा या नाट्याला जोडला गेला आहे. ट्रुडो यांचा पक्ष विजयी झाला त्या निवडणुकीत चीनमधून हस्तक्षेप झाल्याचा आरोप झाला होता. त्याची कॅनडात चौकशी सुरू आहे. हे प्रकरण ट्रुडो यांच्यावर शेकणारं ठरू शकतं. त्यापासून लोकांचं लक्ष हटवायचा मार्ग म्हणून ट्रुडो यांनी भारतावर शरसंधान केलं असल्याचं मानलं जातं.

स्थानिक राजकारण

भारताशी संबंध सुधारण्याचा मार्ग सोडून ट्रुडो भरकटत आहेत, त्यामागं असं स्थानिक राजकारण आहे. शीख कट्टरपंथीय आणि खलिस्तानवाद्यांवरून भारताशी संबंध ताणले जाणं कॅनडासाठी नवं नाही. १९८५मध्ये एअर इंडियाचं कनिष्क हे ३३९ प्रवासी घेऊन जाणारं विमान शीख दहशतवाद्यांनी बॉम्बस्फोटाने उडवलं होतं. त्याचा तपास कॅनडात अत्यंत संथ गतीने झाला आणि यात गुंतलेले बहुतेक

जण सुटले. या स्फोटाचा सूत्रधार तलविंदरसिंग परमारही मुक्त झाला. अखेर तो भारतात एका चकमकीत मारला गेला. यातून ताणलेले संबंध आधी 'यूपीए'च्या आणि नंतर मोदी सरकारच्या काळात सुधारत होते. खासकरून, २०१८मध्ये उभय देशांनी संयुक्त निवेदनात अन्य दहशतवादी संघटनांबरोबर 'बब्बर खालसा' आणि 'शीख इंटरनॅशनल स्टुडंट्स युनियन'सारख्या संघटनांचाही उल्लेख केला होता. मुक्त व्यापार कराराच्या हालचालीही सुरू होत्या.

कॅनडासाठी भारत दहाव्या क्रमांकाचा व्यापारातील हिस्सेदार बनला होता. याच दरम्यान, भारताकडून अनेकांवरील प्रवासबंदी उठवली गेली होती. पुढे मात्र टुडो यांनी मोदी सरकारला डिवचणाऱ्या भूमिका घेणं सुरू केलं, ज्यात शेतकरी आंदोलनाला जाहीर पाठिंबा देण्याचाही समावेश होता. या आंदोलनाने मोदी सरकार जेरीला आलं होतं. मात्र, हा भारतातील अंतर्गत मुद्दा होता. त्यात अन्य देशाच्या प्रमुखाने जाहीरपणे उडी घ्यायचं कारण नव्हतं. यानंतर कॅनडाच्याच एका अधिकृत अहवालात शीख दहशतवाद आणि खलिस्तानविषयीचे उल्लेख होते, ते वगळण्यात आले. या वर्षी कॅनडात भारताला डिवचणाऱ्या अनेक घडामोडी जाहीरपणे सुरू असताना टुडो सरकार डोळेझाक करत होतं.

भारत-कॅनडा संबंधांवर परिणाम

तलविंदरसिंग परमारच्या स्मरणार्थ तिथं प्रचंड रॅली निघाली होती. त्यानंतर 'ऑपरेशन ब्ल्यू स्टार'ला ३९ वर्षं पूर्ण झाल्यानिमित्त निघालेल्या मिरवणुकीत, इंदिरा गांधी यांच्यावर गोळ्या झाडल्या जात असल्याचा देखावा उभारण्यात आला होता. त्यावर भारत सरकारने आक्षेप नोंदवला होता. मतांच्या राजकारणापायी कॅनडात या गोष्टीकडे दुर्लक्ष सुरू होतं, त्याचं टोक खुद्द तिथल्या पंतप्रधानांनी भारतावर हत्येत सहभागाचा संशय व्यक्त करण्यातून गाठलं गेलं आहे; जे भारत - कॅनडा संबंध गोठवणारं असेलच; मात्र, जागतिक राजकारणावरही परिणाम घडवणारं असेल. राजकारणापायी कट्टरपंथीयांना चुचकारण्याचे उद्योग कधीतरी उलटतात असेच जगभरातील दाखले आहेत. टुडो त्याच विषयाची परीक्षा घेऊ पाहत आहेत काय?

(सप्तरंग, २४ सप्टेंबर २०२३)

हेचि फळ काय सदिच्छेला!

पंतप्रधान नरेंद्र मोदी यांनी रशियापाठोपाठ युक्रेन दौरा करून जे संतुलन साधलं असं जगभरातली माध्यमं आणि तज्ज्ञ सांगत होते. त्याच्या विपरीत झेलेन्स्की भारतीय भूमिकेवर आक्षेप घेत होते. यांतून भारताची युद्धविषयक भूमिका बदलायचं काहीच कारण नाही. भारताने युद्ध थांबवण्यासाठी मध्यस्थी करावी, असं सुचवणाऱ्यांसाठी हे किती कठीण प्रकरण आहे; याची जाणीव मात्र या दौऱ्याने नक्कीच दिली.

'ही युद्धाची वेळ नाही' आणि 'युद्धभूमीवर कोणत्याही प्रश्नाचं उत्तर मिळत नाही', ही दोन वाक्यं भारताची युक्रेनयुद्धाविषयीची भूमिका स्पष्ट करतात. ती पंतप्रधान नरेंद्र मोदी, तसंच भारतीय परराष्ट्रखात्याकडून वारंवार ऐकवण्यात आली आहेत. त्याचाच उच्चार अलीकडच्या रशियाभेटीत आणि युक्रेनभेटीत पंतप्रधानांकडून झाला. यातून भारताची युद्धातली तटस्थता, तसंच 'शांततेसाठी दोन युद्धग्रस्त देशांनी चर्चेसाठी एकत्र बसावं,' ही अपेक्षा व्यक्त केली गेली. मात्र, ती ऐकायची तयारी दोन्हीकडून नाही. दोन्ही बाजूंना 'भारत स्पष्टपणे आपल्या बाजूने उभा राहावा,' असं वाटतं. यात रशिया किमान 'असं भारतासाठी व्यवहार्य नाही' हे समजून घेतो आणि 'किमान आपल्याला भारताने थेट विरोध करू नये', इतकी काळजी रशिया घेतो.

युक्रेन आणि युक्रेनचे अध्यक्ष ब्लादिमीर झेलेन्स्की यांच्याकडे मात्र

आंतरराष्ट्रीय व्यवहारातली ती प्रगल्भता दिसत नाही. 'आपण म्हणू त्या अटींवर युद्ध थांबलं पाहिजे आणि त्यासाठी जे पाठिंबा देतील ते मित्र', असा आंतरराष्ट्रीय राजनयातला बालिश पवित्रा ते घेत आले आहेत; म्हणूनच पंतप्रधान मोदी यांनी रशियापाठोपाठ युक्रेन दौरा करून जे संतुलन साधलं असं जगभरातली माध्यमं आणि तज्ज्ञ सांगत होते, त्याच्या विपरीत झेलेन्स्की यांचं वर्तन होतं. ते भारतीय भूमिकेवर आक्षेप घेत होते, तेही अजून भारताचे पंतप्रधान युक्रेनमध्ये असतानाच. अर्थात, यातून भारताची युद्धविषयक भूमिका बदलायचं काहीच कारण नाही. भारताने युद्ध थांबवण्यासाठी मध्यस्थी करावी असं सुचवणाऱ्यांसाठी किंवा तसं व्हावं असं वाटणाऱ्यांसाठी हे किती कठीण प्रकरण आहे, याची जाणीव मात्र या दौऱ्याने नक्कीच दिली.

झेलेन्स्की यांचे नवखेपण

मोदी यांच्या दौऱ्यानंतर झेलेन्स्की ज्या रीतीने व्यक्त झाले त्यानंतर, या दौऱ्याने काय साधलं, असा प्रश्न उपस्थित होणं स्वाभाविक आहे. रशियाभेटीनंतर युक्रेन दौरा करून 'आपण कुण्या एका बाजूचे नाही', हे सांगण्याचा प्रयत्न त्यात होता. मात्र, युक्रेनची प्रतिक्रिया भारताच्या सदिच्छा धुडकावणारी आहे. या दौऱ्यानंतर, 'आपण एक संतुलन साधत आहोत,' असं दाखवायचा प्रयत्न परराष्ट्रखात्याकडून होत असला तरी आणि जगभरात या दौऱ्याकडे याच दृष्टीने पाहिलं जात असलं तरी, वास्तवात युक्रेन आणि भारत यांच्यातला या प्रश्नावरचा आकलनामधला फरक आणखी स्पष्टपणे समोर येण्यातच दौऱ्याची परिणती झाली आहे. अर्थात, असं घडण्याचं कारण झेलेन्स्की यांचं मुत्सद्देगिरीतलं नवखेपण हेच असू शकतं, तसंच यात नेत्याला जोखण्यातली कमतरताही दिसते. भारताची भूमिका आणि त्यामागची कारणं जगजाहीर आहेत. ती झेलेन्स्की यांना माहीत नाहीत, असं अजिबातच नाही आणि अशी कारणं व त्यांच्या आधारावरील भूमिका दोन नेत्यांच्या एका भेटीत दूर होत नाहीत, याची जाणीव आंतरराष्ट्रीय संबंध समजणाऱ्या कुणालाही असलीच पाहिजे. त्यानंतरही झेलेन्स्की यांनी जो त्रासलेला सूर जाहीरपणे लावला तो अनाठायी होता.

भारताच्या बाजूने संतुलनाचा एक प्रयत्न केला गेला. त्याचा परिणाम अपेक्षेप्रमाणे झाला नाही. हा दौरा केवळ युक्रेनपुरता नव्हता. त्याआधी मोदी यांनी

पोलंडला भेट दिली. शीतयुद्धानंतर पूर्व युरोपातल्या देशांशी एक तुटलेपण आलं होतं, ते दूर करण्याची सुरुवात म्हणून त्याकडे पाहता येईल. त्याचबरोबर रशियाच्या विरोधातल्या तिथल्या तीव्र भावना पाहता, हे सोपं नाही. पंतप्रधान जातील तिथं त्यांनी गारुड करावं, ही देशांतर्गत राजकारणात अशा दौऱ्यांचा वापर करू पाहणाऱ्या समर्थकांची, कितीही अपेक्षा असली तरी, आंतरराष्ट्रीय राजनयाची जमीन टणक असते, हाही या दौऱ्यातून पुढे आलेला एक धडा.

'...दौरा केलाच कशासाठी?'

मोदी यांचा युक्रेन दौरा हा, कुणाचीच बाजू स्पष्टपणे न घेण्याचं भारताचं धोरण अधोरेखित करणाराच होता, तर 'असा शांततेचा कैवार आपल्याला मान्य नाही', असं झेलेन्स्की सांगत होते.

मोदी हे युक्रेन युद्धात मध्यस्थी करतील आणि युद्ध रोखण्याची कला, क्षमता दाखवतील, असं ज्यांना वाटत होतं. त्यांच्यासाठी हा धक्काही असू शकतो. कारण, त्यांच्या दौऱ्याआधी आणि दरम्यान अनेक भारतीय माध्यमं 'आता युद्ध थांबलंच,' असं वातावरण तयार करत होती. मात्र, मोदी यांचा पूर्व युरोपातला दौरा महत्त्वाचा असला तरी मध्यस्थी किंवा युद्ध थांबवण्याच्या अपेक्षा अवाजवी आणि अनाठायी होत्या.

किमान युक्रेनची भारताच्या भूमिकेवरची नाराजी कमी व्हावी, हेही या दौऱ्यात घडलं नाही. दुसरीकडे, याच काळात संयुक्त अरब अमिरातीच्या मध्यस्थीने रशिया आणि युक्रेन दरम्यान ११५ युद्धकैद्यांची अदलाबदल प्रत्यक्षात आली. तेव्हा, गाजावाजा आणि इव्हेंटबाजी, त्यातून देशांतर्गत 'नॅरेटिव्ह' प्रस्थापित करायचा प्रयत्न आणि आंतरराष्ट्रीय राजकारणात काही ठोस साधणं यात अंतर असतं, याचा धडा नव्याने गिरवावा लागतो आहे. मोदी यांच्या आधी डझनावारी देशांच्या प्रमुखांनी युक्रेनला भेट दिली आहे.

युक्रेन स्वतंत्र झाल्यानंतर त्या देशाला भेट देणारे ते पहिलेच भारतीय पंतप्रधान आहेत. युद्ध सुरू झाल्यानंतर रशियाशी जवळीक असलेल्या देशांतूनही तेच युक्रेनभेटीवर जाणारे पहिले प्रमुख नेते आहेत. आणि अलीकडेच, त्यांनी रशियात व्लादिमीर पुतिन यांची भेट घेतल्यानंतर त्यांचा हा दौरा असल्याने तो लक्षवेधी होता. त्यातून भारताची रशियाशी संबंध न तोडता शांतताकेंद्री भूमिका युक्रेनला

पटवून देणं, हा अपेक्षित परिणाम होता. यातून काही प्रमाणात पाश्चात्त्य देशांचं समाधान झालंही असेल; मात्र, युक्रेन हा भारताच्या पुढाकारासाठी ज्या अटी सांगतो आहे, त्या भारताकडून मान्य होण्याची शक्यता नाही.

साहजिकच, युक्रेनच्या बाजूने युद्ध संपवण्यात भारताची भूमिका तूर्त काही उरत नाही. त्यामुळेच काही तज्ज्ञ 'युक्रेनने रशियाचा सुमारे १२०० मैलांचा प्रदेश ताब्यात घेतला असताना आणि रशिया दुसऱ्या बाजूला जोरदार मुसंडी मारत असताना – म्हणजे युद्ध ऐन भरात असताना – असा दौरा केलाच कशासाठी', असा प्रश्न विचारत आहेत.

परिचित तटस्थतेचे धोरण

मोदी यांनी पुतिन यांची भेट घेतल्यानंतर युक्रेनला मदत करणाऱ्या पाश्चात्त्य देशांत भारताविषयी अस्वस्थता होती आणि झेलेन्स्की यांनी तर उघडपणे त्यावरची नाराजी बोलून दाखवली होती.

युक्रेन युद्धात रशिया हा आक्रमण करणारा देश आहे. या आक्रमणाने युक्रेनच्या सार्वभौमत्वावर आणि एकात्मतेवर हल्ला झाला आहे, हे खरं असलं तरी, भारत हा रशियाला विरोध का करत नाही किंवा रशिया हा भारताचा दीर्घकालीन मित्रदेश असूनही भारत हा रशियाच्या बाजूने का उभा राहत नाही, असे प्रश्न भारताच्या भूमिकेवरून करता येतील, केलेही गेले. मात्र, भारताने आपल्या परिचित तटस्थतेचं धोरण कायम ठेवलं, जे थेट नेहरूकालीन अलिप्ततेची आठवण देणारं आहे. त्यावर कुणी कितीही टीका केली तरी भारतीय हितसंबंधांसाठी सध्या तरी हेच रास्त धोरण आहे. मात्र, ते युक्रेनच्या गळी काही उतरत नाही, हे या भेटीतून स्पष्ट झालं.

मोदी यांनी रशियात पुतिन यांची भेट घेतली, त्याच वेळेस रशियाने युक्रेनमध्ये मुलांच्या हॉस्पिटलवर केलेल्या हल्ल्यात अनेक निष्पाप मुलं मृत्युमुखी पडली होती. झेलेन्स्की यांनी मोदी यांच्या दौऱ्यावर 'जगातल्या सर्वांत मोठ्या लोकशाहीच्या नेत्याने जगातल्या सर्वांत मोठ्या गुन्हेगाराला मिठी मारली, हे वेदनादायक आहे,' अशी प्रतिक्रिया दिली होती. पुतिन यांच्या भेटीच्या वेळी भारताकडून रशियाला युद्धप्रयत्नांत समर्थन दिलं गेलं नव्हतं. 'युद्ध नव्हे तर शांततेचाच मार्ग धरला पाहिजे,' हे भारत पुनःपुन्हा सांगतो आहे. युक्रेनचं युद्ध सुरू

झाल्यापासून भारताने एक अंतर राखणारी भूमिका कायम ठेवली आहे. रशियाचा निषेध करणाऱ्या ठरावावर भारताने सही केली नाही. युक्रेन संदर्भातल्या संयुक्त राष्ट्रांतल्या सर्व चर्चांच्या वेळी भारताने तटस्थ राहणं पसंत केलं. हे सारं युक्रेनला मदत करणाऱ्या अमेरिकादी पाश्चात्त्य देशांना न आवडणारं होतं. मात्र, भारताने 'या संघर्षात दोन्ही देशांनी चर्चेतून मार्ग काढावा,' अशी भूमिका घेत कोणतीही बाजू घेणं टाळलं. याचं एक कारण, भारताचं रशियावर संरक्षणसामग्रीसाठीचं अवलंबन हेही आहे. अलीकडच्या काळात भारतीय संरक्षणसामग्रीच्या आयातीत अमेरिका, युरोपीय देश आणि इस्रायलमधून लक्षणीय वाढ झाली आहे. मात्र, अजूनही भारताला पारंपरिक युद्धसामग्रीसाठी रशियावर अवलंबून राहावं लागतं आहे. रशियाने नेहमीच अत्यंत अडचणीच्या काळातही भारताला मदतीचा हात दिला आहे. सोव्हिएत संघाच्या काळापासून रशिया हा भारताचा भरवसा ठेवावा असा मित्र राहिला आहे.

काश्मीरच्या मुद्द्यावर भारताची आंतरराष्ट्रीय पातळीवर कोंडी करायचा प्रयत्न झाला, अशा प्रत्येक वेळी रशिया हा भारताच्या बाजूने उभा राहिला, तेव्हा ही मैत्री 'आक्रमकाला विरोध केला पाहिजे,' या नैतिक भूमिकेपायी तोडायचं काहीच कारण नाही, असाच भारताचा पवित्रा होता. तो रास्त एवढ्याचसाठी की, नैतिकतेचे डोस पाजणारे पाश्चात्त्य देश त्यांच्या देशांचे हितसंबंध गुंतलेले असतील तिथं हीच फूटपट्टी लावत नाहीत. आंतरराष्ट्रीय संबंधांत हितसंबंधच कायम असतात, असं मानलं जातं. त्या आधारावर रशियाशी युक्रेन युद्धावरून भारताने शत्रुत्व घेण्याचं काहीच कारण नाही.

दोऱ्याला छेद देणारी भूमिका

युक्रेनची मात्र, भारताने रशियाशी व्यापार तोडावा, अशी अपेक्षा दिसते. युक्रेन युद्धात ठाम असलेल्या रशियाला 'ही युद्धाची वेळ नाही', असं भारत सांगत असतानाही, पुतिन हे भारताचा उल्लेख परममित्र असा करतात; तर झेलेन्स्की मात्र स्वित्झर्लंडमधल्या बैठकीत भारताने युक्रेनच्या प्रस्तावावर पाठिंबा दिला नाही म्हणून चिडखोर सूर लावतात. युक्रेनच्या युद्धात मध्यस्थीचा प्रयत्न चीन-ब्राझिल या देशांनी करून पाहिला आहे. तुर्किएनेही आपलं वजन वापरायचा प्रयत्न केला होता. मात्र, दोन्ही युद्धमग्न देश आपली भूमिका सोडायला तयार नाहीत.

झेलेन्स्की यांचा दहा कलमी तोडगा रशिया मान्य करण्याची शक्यता नाही. अशा स्थितीत भारताने 'दोन देश एकत्र चर्चेला बसल्याखेरीज तोडगा शक्य नाही,' अशी भूमिका घेतली आणि युक्रेनच्या पुढाकारातून झालेल्या शांतता परिषदेत भारताचं प्रतिनिधिमंडळ सहभागी झालं तरी परिषदेच्या घोषणापत्रावर भारताने सही केली नाही. याचा राग झेलेन्स्की यांच्या मनात खदखदत असल्याचं मोदी यांच्या दौऱ्यानंतर समोर आलं.

मोदी यांच्याशी चर्चा संपल्यानंतर झेलेन्स्की यांनी भारतीय माध्यम प्रतिनिधींशी संवाद साधला तेव्हा त्यांची ही खदखद समोर आली. ज्यातून या दौऱ्यातून काय साधलं, असा प्रश्न विचारला जातो आहे. झेलेन्स्की यांनी दोन मुद्द्यांवर अत्यंत कडवट प्रतिक्रिया दिली, जी यजमान देशाच्या प्रमुखाने, पाहुणे आपल्या देशातून अजून गेलेही नाहीत तोवर देणं हे धक्कादायक आणि शिष्टाचाराला सोडूनही होतं. एका बाजूला मोदी यांच्या भेटीचं स्वागत करताना, 'युक्रेनयुद्धावर पुढची शांतता परिषद दक्षिण जगात (ग्लोबल साउथ) व्हावी आणि आपण, अशी परिषद भारतात व्हावी, असंही मोदी यांना सांगितलं.

तसंच भारत हा एक मोठा देश आणि सर्वांत मोठी लोकशाही असलेला देशही आहे; मात्र, अशी परिषद, मागच्या शांतता परिषदेचं घोषणापत्र मान्य न केलेल्या देशात आम्ही घेऊ शकत नाही...,' असंही म्हटलं. म्हणजेच, भारताचं गुणगान करताना, 'भारतात शांतता परिषद घेता येणार नाही,' असंही त्यांनी स्पष्टपणे सांगितलं. हे थेटपणे 'आमच्या बाजूने राहा अन्यथा आम्हाला तुमचं ऐकायची गरज नाही,' असं सांगणंच होतं.

दौरा ज्या व्यापक मुत्सद्देगिरीच्या हेतूने केला त्यालाच छेद देणारी ही भूमिका आहे. त्यामुळेच त्यावर उलटसुलट चर्चा होते आहे.

भारताने तेल खरेदी बंद केल्यास?

झेलेन्स्की यांचा भारतावरच्या आक्षेपाचा दुसरा मुद्दा होता, भारताची रशियाकडून होत असलेली तेल खरेदी. युद्ध सुरू झाल्यापासून भारत मोठ्या प्रमाणात रशियातून तेल खरेदी करतो आहे. रशियावरच्या निर्बंधांमुळे भारताला ते अत्यंत स्वस्त दरात मिळतं आणि त्याचा लाभ घेत भारत आता रशियातून चीनहूनही अधिक तेल आयात करणार देश बनला आहे.

झेलेन्स्की यांच्या मते, भारताने असं करून रशियाच्या युद्ध-अर्थव्यवस्थेला हातभार लावला. भारताने तेल खरेदी बंद केली, तर युद्ध सुरू ठेवण्याची रशियाची ताकद आपोआपच कमी होईल. मोदी यांनी रशियाला दिलेल्या भेटीवरही झेलेन्स्की यांचा आक्षेप आहे. मोदी हे रशियात असताना, रशियाने युक्रेनमधल्या मुलांच्या हॉस्पिटलवर हल्ला करून अपमानच केल्याची टिपणणी त्यांनी केली.

...तर जगातल्या तेल किमती भडकतील

भारताकडून या सगळ्या बाबींवरची भूमिका आधीही स्पष्ट केली गेली होती. तेल खरेदीवर सुरुवातीला पाश्चिमात्य देशांचाही आक्षेप होता. मात्र, रशियातून तेल-आयात पूर्ण बंद झाली तर जगातल्या तेल किमती प्रचंड भडकू शकतात आणि भारताची आयात रशियावर लादलेल्या निर्बंधित किमतीच्या आतच केली जाते, तेव्हा त्याचा लाभ जगालाही होतो, हे स्पष्ट करण्यात आलं होतं.

शांतता परिषद घेण्याची एक तर भारताने इच्छाही दाखवलेली नव्हती आणि सातत्याने, 'कोणत्याही शांतताचर्चेत दोन्ही देश सहभागी असले पाहिजेत', हेच पुनःपुन्हा सांगितलं आहे. अशा स्थितीत झेलेन्स्की यांनी दाखवलेला कडवटपणा अनाठायी होता.

भारतासारख्या मोठ्या देशाच्या नेत्याने आणलेल्या सदिच्छांना युक्रेनकडून मिळालेला हा प्रतिसाद पोरकटपणाचा असल्याची टीका रास्तपणे होऊ लागली. मात्र, या सगळ्याचा परिणाम म्हणून अशा दौऱ्यातून जी जवळीक तयार व्हायला हवी, त्याच्या विपरीतच घडतं आहे.

(सप्तरंग, १ सप्टेंबर २०२४)

ट्रम्पोद्योग

ट्रम्प यांच्यावर आरोप होणं नवं नाही. आतापर्यंत अनेक आक्षेपांना, आरोपांना ते सामोरे गेले. त्यांच्या विरोधात चौकशी झाली. महाभियोगाद्वारे हकालपट्टी करण्याचे प्रयत्नही ते अध्यक्षपदी असताना झाले. सर्वांत जुनी लोकशाही म्हणून मिरवणाऱ्या अमेरिकेतील राजकीय व्यवस्थेत काहीतरी बिघडलं आहे असा सांगावा – ज्यांच्या अध्यक्षपदी निवडीने जगाला धक्का दिला होता – त्या डोनाल्ड ट्रम्प यांना अटकेने दिला आहे. अमेरिकेच्या इतिहासातील अटक झालेले आणि फौजदारी गुन्हा चालवला जाणारे ते पहिले माजी राष्ट्राध्यक्ष!

एखाद्या नेत्याचं काही विवाहबाह्य लफडं आहे, असा नुसता संशय समोर आला तरी त्या नेत्याच्या पायाखालची वाळू घसरायला हवी; पण असा बभ्रा झाल्यानंतरही उत्तर 'देश उद्ध्वस्त करायचा आहे, अशांपासून मी तर धाडसाने देशाचं रक्षण केलं, इतकाच काय तो माझा गुन्हा', असं असेल तर आणि त्याला भरभरून प्रतिसादही मिळत असेल तर राजकारणातलं 'नॅरेटिव्ह' किती बदलतं आहे, याचंच दर्शन घडतं. हे घडतं आहे अमेरिकेत. सर्वांत जुनी लोकशाही म्हणून मिरवणाऱ्या अमेरिकेतील राजकीय व्यवस्थेत काही तरी बिघडलं आहे असा सांगावा, ज्यांच्या अध्यक्षपदी निवडीने जगाला धक्का दिला होता, त्या डोनाल्ड ट्रम्प यांना अटकेने

दिला आहे. अमेरिकेच्या इतिहासातील अटक झालेले आणि फौजदारी गुन्हा चालवला जाणारे ते पहिले माजी राष्ट्राध्यक्ष. विक्रमांची हौस स्वयंमन्य नेत्यांना असतेच. ट्रम्प या पंथांचे शिरोमणी शोभावेत असेच. तेव्हा हाही विक्रम त्यांच्या नावावर नोंदला गेला. एका प्रौढ सिनेमात – ज्याला पोर्न असं सर्रास म्हटलं जातं त्यात – काम करणाऱ्या एका नटीने आपले संबंध जगासमोर उघड करून ऐन अध्यक्षीय निवडणुकीत अडचणीत आणू नये यासाठी तिला पैसे देऊन गप्प केलं गेलं आणि हे पैसे दिल्याचं लपवताना, प्रचारविषयक नियमांचा भंग केला, हा ट्रम्प यांच्यावरचा तूर्त मुख्य आक्षेप आहे; म्हणजेच, खटला अनैतिक संबंधांसाठीचा नाही. ते झाकण्यासाठी पैसे दिले, ते देताना गैरमार्गाचा अवलंब केल्याचा आहे. असा खटला अंगावर येताच एखादा विचलित झाला असता; पण ट्रम्प यांनी अटकेची औपचारिकता पूर्ण झाल्यानंतर अत्यंत आक्रस्ताळेपणाने आपलं समर्थन केलं आणि विरोधकांवर दुगाण्या झाडल्या. तेही ट्रम्प यांचा आतापर्यंतचा वर्तनव्यवहार पाहता अगदीच आश्चर्याचं नाही.

मुद्दा त्यांच्या या समर्थनाला अमेरिकेत त्यांचा पक्ष रिपब्लिकन आणि समर्थक प्रचंड पाठिंबा देताहेत हा आहे. अटकेनंतर त्यांचं स्वागत एखाद्या वीरासारखं केलं गेलं आणि असले आरोप होऊन, त्याचा पुढचा भाग म्हणून अमेरिकी कायद्यानुसार निवडणुकीत गैरमार्गाचा अवलंब केल्याचा ठपका येणार असल्यानेही ट्रम्प यांचे समर्थक विचलित होत नाहीत; उलट अधिक ठोसपणे असल्या उटपटांग व्यवहारांची पाठराखण करतात.

याच बळावर ट्रम्प पुन्हा निवडणूक लढवायची आणि जिंकण्याचीही स्वप्न पाहतात, असं आक्रीत घडतं आहे; म्हणूनच अमेरिकेतील या ऐतिहासिक खटल्याकडे जगाचं लक्ष असेल. कायद्याच्या राज्याची संकल्पना दृढ करण्याचा भाग म्हणून ट्रम्प यांच्यासारख्या उनाड; पण अत्यंत श्रीमंत, प्रभावी सेलिब्रिटींवरची कारवाई भक्कम लोकशाहीमूल्यांचा जागर म्हणून पाहायची की याचा परिणाम म्हणून ट्रम्प यांना अध्यक्षीय निवडणुकीत अधिकच ताकद मिळू शकते म्हणून, या घडामोडींकडे लोकशाहीमूल्यं कमकुवत होण्याची शक्यता म्हणून पाहायचं, असा हा पेच आहे.

थिल्लरपणा नेहमीचाच

ट्रम्प यांच्यावर आरोप होणं नवं नाही. आतापर्यंत अनेक आक्षेपांना, आरोपांना ते सामोरे गेले. त्यांच्या विरोधात चौकशी झाली. महाभियोगाद्वारे हकालपट्टी करण्याचे प्रयत्नही ते अध्यक्षपदी असताना झाले.

या सगळ्यातून निभावून जाताना, आपणच काय ते अमेरिकेचे तारणहार आहोत, हा ट्रम्प यांचा आविर्भाव कायम आहे. त्यावर अमेरिकेतील मोठ्या संख्येने लोक विश्वास ठेवताहेत, हे त्याहून अधिक महत्त्वाचं.

भक्तसंप्रदाय कुठंही तयार झाला की तो नेत्याचे दोष पाहूच शकत नाही; उलट, जितकी टीका होईल तितके ते आक्रमकपणे समर्थनाला उतरतात. माजी अध्यक्षाला अटक होण्याचा जो महापराक्रम ट्रम्प यांच्या नावे नोंदला गेला, त्याचं मूळ आहे, ट्रम्प यांच्या पूर्वायुष्यात. राजकारणात येण्याआधी ते लोकप्रिय टीव्ही शो चालवायचे. बाकी, बांधकाम व्यावसायिक वगैरे ते होते आणि आहेतच. त्या टीव्ही शोमध्ये सहभागासाठी तेव्हा, म्हणजे २००६मध्ये, आलेल्या एका अभिनेत्रीवरून हा गदारोळ सुरू झाला. स्ट्रॉमी डॅनियल्स ही ती अभिनेत्री. तिचं मूळ नावं स्टेफनी क्लि-फोर्ड. ती ट्रम्प यांच्या शोसाठी आली तेव्हा दोघांत जवळीक तयार झाली. तेव्हा तरी हा प्रकार दोघांच्या सहमतीचा होता. मात्र, या बदल्यात आश्वासन ट्रम्प यांनी पाळलं नाही, असा या बाईंचा आक्षेप. ट्रम्प यांना यातलं काहीच मान्य नाही. त्या दोघांत जे काही घडलं तेव्हा ट्रम्प यांनी तिसरा विवाह अधिकृतपणे उरकला होता. ट्रम्प यांच्यासारख्या धनाढ्य आणि प्रसिद्ध उद्योजकाला ही भानगड उघड होऊ नये, असं वाटत असेल तर आश्चर्याचं नाही. ट्रम्प हे सारं उघड होणार नाही, हे पाहण्यात यशस्वी ठरले होते.

सन २०११मध्ये त्यांना अध्यक्षीय निवडणुकीची स्वप्नं पडू लागली तेव्हा या बाईंनी पुन्हा उचल खाल्ली. आपली कहाणी माध्यमांना खपवायचा प्रयत्न केला, तेव्हा ट्रम्प यांचे वकील मायकेल कोहेन यांनी कठोर कायदेशीर कारवाईचा इशारा देत, ती कहाणी प्रसिद्धीस येणार नाही, याची तजवीज केली. मात्र, ट्रम्प त्या निवडणुकीत उतरले नाहीत. मात्र, अध्यक्ष बनायचं स्वप्न काही ट्रम्प विसरले नव्हते. ते पुढच्या निवडणुकीत उतरले. सन २०१६मध्ये पुन्हा एकदा याच डॅनियल बाईंनी दहा वर्षांपूर्वीचं प्रकरण माध्यमांत आणायचा प्रयत्न केला तेव्हा, त्यांनी असं काही करू नये; म्हणजे गप्प बसावं, यासाठी एक समझोता झाल्याचं सांगितलं

जातं. हा समझोता पुन्हा ट्रम्प यांचे वकील कोहेन यांनीच केला. सध्या ट्रम्प यांच्यावर असलेल्या आरोपांनुसार, कोहेन यांनी या बाईना एक लाख तीस हजार डॉलर देऊन गप्प राहण्यास सांगितलं. यासाठी एक गोपनीय माहिती उघड न करण्याचा करारही झाल्याचं सांगितलं जातं. तो करारभंग झाल्यास डॅनियल्स यांना लाखो डॉलर्सची भरपाई द्यावी लागू शकते, तरीही आपण हे धाडस करत आहोत, असं खुद्द या बाईनीच जाहीर केलं आहे. कोहेन यांनी पैसे दिले आणि ते पैसे नंतर ट्रम्प यांच्या उद्योगातून कोहेन यांच्या खात्यावर जमा झाले ते वकिली शुल्क म्हणून. कोहेन हे ट्रम्प यांचे वकीलच असल्याने त्यांना वकिली शुल्क मिळालं यात गैर काहीच नाही; मात्र, हे पैसे प्रत्यक्षात निवडणुकीवर प्रभाव पडू शकणारं प्रकरण मिटवण्यासाठी मिळाले, हे शोधून काढलं गेलं. हे अमेरिकी कायद्यात बसणारं नाही. यातील कोहेन यांचीही प्रचारासाठी नियमबाह्य खर्च केल्याबद्दल चौकशी झाली होती. पुढं ते करचुकवेगिरीसाठी दोषी ठरले आणि त्यांना तीन वर्षांचा तुरुंगवासही झाला. आता या प्रकरणाची चौकशी मॅनहटन येथील ज्यूरींनी सुरू केली, यातच ट्रम्प यांना अटक झाली. ट्रम्प यांच्या थिल्लर वर्तणुकीचा हा काही एकमेव दाखला नाही. डॅनियल्स यांच्या आधी आणखी एक महिलेला असेच पैसे दिल्याचा आरोप आहे. करेन मॅक्डोली नावाच्या महिलेला ट्रम्प यांच्या मित्राच्या प्रकाशन कंपनीकडून दीड लाख डॉलर्स दिले गेले होते. तिची अशीच कहाणी त्यांनी विकत घेतली; म्हणजेच त्या कहाणीच्या प्रसिद्धीचे अधिकार मिळवले, प्रत्यक्षात ती प्रसिद्ध केली नाही, इतरांच्या हाती लागणार नाही, याची व्यवस्था मात्र केली. नंतर या कंपनीने टॅब्लॉईड वर्तमानपत्रांच्या जगात या प्रकारे माहिती दडपणं — ज्याला 'कॅच ड किल' म्हटलं जातं — ही रूढ पद्धत असल्याचं मान्य केलं होतं. या व्यवहारातही कोहेन यांचा सहभाग होता आणि ते ट्रम्प यांच्या सूचनेवरूनच केल्याचं त्यांनी तपासात मान्य केलं होतं.

घडीभरची करमणूक?

मुळात, हे प्रकरण ताणावं का, यावर अमेरिकेत टोकाचे मतभेद आहेत. त्याची कारणं निरनिराळी आहेत. ट्रम्प यांच्या अंध समर्थकांसाठी हा काही मुद्दाच नाही. त्यांच्या पक्षातील अनेकांना, नाइलाजाने का असेना त्यांची बाजू घ्यावी लागते. त्याच्यासाठी हा ट्रम्प आणि रिपब्लिकन पक्षाच्या विरोधातील डाव आहे,

त्यामागचे हेतू राजकीय आहेत; तर ट्रम्प यांनाच विरोध असणाऱ्यांतीलही अनेकांना या प्रकरणातून नेमकं काय साधलं जाणार, याविषयी शंका आहे. ट्रम्प यांच्या नैतिकतेवर बोट ठेवलं जाईल, यात त्यांना कसलाही राजकीय लाभ दिसत नाही. याचं कारण, मुळातच या गृहस्थांना नैतिक वर्तनाबद्दल लोकांचा पाठिंबा आहे, असा दावा कुणी करायला धजावणार नाही. त्यांच्याविषयीचे अनेक किस्से अमेरिकेत प्रचलित आहेत. त्यावर तिथल्या प्रतिष्ठित वर्तमानपत्रांनी दीर्घ संशोधन केलं होतं; मात्र, त्यातून ट्रम्प यांच्या मताधाराला काहीच फरक पडत नाही. दोन प्रौढांमधील संमतीने झालेल्या कथित विवाहबाह्य संबंधांचा परिणाम राजकीय भवितव्यावर व्हायचं कारण नाही, असं वाटणारा मोठा वर्ग आहे. ट्रम्प यांच्या असल्या पूर्वकर्मांची चर्चा होऊनही ते अध्यक्षपदी विजयी झाले होते आणि अशाच नैतिकतेवर बोट ठेवता येईल अशा प्रकरणानंतरही बिल क्लिंटन पुन्हा अमेरिकेचे अध्यक्ष बनले होते.

तेव्हा, या निमित्ताने सुरू झालेली चर्चा ट्रम्प यांना राजकीयदृष्ट्या किती फटका देईल, याविषयीच शंका आहे आणि ट्रम्प यांच्या विरोधातील कारवाईचा त्यांच्या पुन्हा अध्यक्ष होण्याच्या, त्यासाठी पुन्हा रिपब्लिकन पक्षाची उमेदवारी मिळवण्याच्या स्वप्नावर काहीच परिणाम होणार नसेल तर घडीभरची करमणूक यापलीकडे या खटल्याला अर्थ काय? आधीच ध्रुवीकरणाने ग्रासलेल्या आणि हा एक मोठाच प्रश्न होऊन बसलेल्या अमेरिकी समाजात ट्रम्प या खटल्यात अडकले तर व्यापक फायदा काय, असा या मंडळींचा सवाल आहे. याचं कारण, आरोप अभिनेत्रीचं तोंड बंद करण्यासाठी पैसे दिल्याचा नाही, तर ते देताना निवडणूक खर्चाविषयीचे नियम धाब्यावर बसवल्याचा आहे. त्यात अगदी शिक्षा झाली तरी ट्रम्प यांना निवडणूक लढवण्यात अमेरिकी कायद्यानुसार आडकाठी येत नाही.

खमंग चर्चा होत राहील...

दुसरीकडे ट्रम्प यांच्यावरचा खटला तार्किक परिणतीपर्यंत गेलाच पाहिजे, असं वाटणाऱ्यांना, 'राजकारणाचं काहीही होवो. कायदा मोडून आपण हवं ते करू शकतो, या वृत्तीला लगाम बसलाच पाहिजे. यासाठी तरी ट्रम्प यांच्यावर खटला चाललाच पाहिजे,' असं वाटतं. मॉनहटनचे डिस्ट्रिक्ट् अटर्नी अल्विन ब्रॅग यांनी ट्रम्प यांच्या व्यवहारांचा तपास केला. त्याचे निष्कर्ष ट्रम्प यांच्यावर खटला

चालवणं आणि अटकेसाठी पुरेसे असल्याने त्यांना कोर्टात यावं लागलं. ब्रॅग यांनीही 'कायद्यासमोर सारे समान' हे तत्त्व प्रस्थापित होण्यासाठी हा खटला आवश्यक असल्याची भूमिका घेतली. तसंच हे केवळ हिशेबातील हेराफेरीपुरतं प्रकरण नाही, तर यातून निवडणुकीत नकारात्मक बाबी समोर येऊ नयेत असा, म्हणजेच निवडणुकीच्या निकालावर बेकायदा प्रभाव टाकण्याचा गुन्हा केला असल्याची त्यांची मांडणी आहे.

कॅपिटॉल हिलवर हल्ला

ट्रम्प यांची इच्छा होती, त्यांना हातकड्या घालून न्यावं... पोलिसांनी तसं काही केलं नाही. केवळ त्यांच्या हाताचे ठसे घेतले. ट्रम्प यांना या सगळ्याचा जमेल तितका राजकीय लाभ उठवायचा आहे, हे स्पष्ट आहे; म्हणूनच, न्यायालयात अत्यंत थंडपणे बसलेल्या ट्रम्प यांनी बाहेर येताच मात्र तोंडाचा पट्टा सोडला. अटकेला सामोरं जावं लागणार, हे स्पष्ट झालं तेव्हाही त्यांनी समर्थकांना चिथावण्याचा प्रयत्न केला होता. ट्रम्प 'हे आपल्याला अनुकूल नाही. ते मान्यच नाही आणि ते सिद्ध करण्यासाठी जमावाचा वापर करण्यातही काही गैर नाही,' अशी धारणा असलेलं नेतृत्व आहे. अध्यक्षीय निवडणुकीत जो बायडन यांनी त्यांचा केलेला पराभवही त्यांना मान्य नव्हता, तेव्हा त्यांच्या समर्थकांनी कॅपिटॉल हिलवर हल्ला करून अमेरिकेतील लोकशाही व्यवस्थेचे यथेच्छ धिंडवडे काढलेच होते. आताही त्यांनी समर्थकांना भडकवण्याचे उद्योग केलेच. ट्रम्प पराभूत झाले तरी ट्रम्पवाद संपलेला नाही आणि तो अमेरिकेतील प्रचलित व्यवस्थेला धक्के देत राहील, हे बायडन विजयी झाले तेव्हाच दिसत होतं.

ट्रम्प यांची अटकेनंतरची भाषा, 'देश नरकात निघाला आहे आणि डाव्या विचारसरणीच्या लोकांनी तो ताब्यात घेतला आहे,' असा कांगावा करणारी आहे. स्वप्रेमात बुडालेल्या एकाधिकारशाहीवादी नेतृत्वाची सारी लक्षणं ट्रम्प यांच्यामध्ये आहेत. केवळ आपणच देशहिताचा विचार करतो, असा भ्रम समर्थकांत पसरवण्यात ते यशस्वी झाले आहेत; म्हणूनच त्यांच्याविरोधात काहीही समोर आलं आणि त्याच्या कारकिर्दीत अमेरिकेची जगातील पतघसरणीला लागली, हे वास्तव असलं तरी त्यांचा पाठिंबा आटत नाही. आताही २०२४च्या अध्यक्षीय निवडणुकीसाठी तेच सर्वांत आघाडीवरचं नाव आहेत.

नव्या खटल्यांनी त्यात काही फरक पडलेला नाही. मतचाचण्यांत पक्षातील प्रतिस्पर्ध्यांहून ते खूपच पुढे आहेत. मात्र, बायडन यांच्याहूनही ते आघाडीवर आहेत. निवडणूक जसजशी जवळ येईल तसतसा सर्वांत महत्त्वाचा मुद्दा उरेल तो काठावरची मतं कुणाकडे, ज्या मतांनी मागच्या निवडणुकीत ट्रम्प यांचा पराभव झाला होता. पोर्नस्टारला पैसे दिल्याच्या प्रकरणातून या मतांत फार फरक पडलेला नाही, तरी त्यांच्यावर कॅपिटॉल हिलवरील हल्ल्याला प्रोत्साहन दिल्याचा आणखी एक आरोप आहे. तसंच त्या निवडणुकीत जॉर्जियातील निवडणूक-अधिकाऱ्यावर दबाव आणल्याचा; तसंच पराभूत झाल्यानंतर गोपनीय कागदपत्रं आपल्या घरी घेऊन गेल्याचा आरोपही आहे. या सर्व प्रकरणांची चौकशी सुरू आहे. त्यात तथ्य आढळल्यास त्याचा अधिक फटका ट्रम्प यांना बसू शकतो. अध्यक्षीय निवडणुकीपर्यंत असल्या ट्रम्पोद्योगांची खमंग चर्चा तर होत राहिली. त्याचा ट्रम्प यांच्यावरही परिणाम झाला नाही, त्यांच्या मतदारांवरही झाला नाही. त्याच्याविरोधात बायडन याच्याऐवजी कमला हॅरिस लढल्यानेही फरक पडला नाही. त्यांनी अध्यक्षीय निवडणूक जिंकलीच. यातून अमेरिकी राजकारणात नैतिक मुद्द्यांहून दाखवेगिरी आणि ध्रुवीकरणाची सद्दी असल्याचं स्पष्ट झालं. पश्चिमेतील उजवं वळण अधोरेखित झालं.

(सप्तरंग, ९ एप्रिल २०२३)

वास्तवभान ठेवणारा संवाद-योग

नव्वदच्या दशकात शीतयुद्ध संपल्यानंतर जागतिक रचनेचं अमेरिका स्पष्टपणे नेतृत्व करत आहे. त्या आधी शीतयुद्धाच्या काळातही अमेरिका सर्वांत ताकदवान शक्ती होतीच. अमेरिकेला सुरुवातीपासून भारत आपल्या बाजूने यावा, असं वाटत राहिलं. भारताच्या बाजूने मात्र शीतयुद्धकाळात कुणा एकाची बाजू घेणं मान्य नव्हतं; खासकरून, अमेरिकेच्या पुढाकाराने येणारा पाश्चात्त्यांचा वर्चस्ववाद भारताने कधीच मान्य केला नाही. गेली सुमारे अडीच दशकं उभय देशांतील संबंध सुधारताना दिसत आहेत. या काळात भारतात तीन (सहा) पंतप्रधान झाले, अमेरिकेत चार अध्यक्ष झाले. यांतील प्रत्येकाची कार्यशैली वेगळी होती, तरीही उभय देश अधिकाधिक सहकार्याकडे झुकत आहेत.

भारताचे आणि अमेरिकेचे संबंध अनेक वळणांतून गेले आहेत. कधीतरी भारतातील प्रत्येक प्रश्नात परकी हात दाखवला जायचा. तो न सांगताही अमेरिकेचा मानला जात असे. तिथपासून ते संरक्षणातील सहकार्यापर्यंत दोन्ही देशांनी मजल मारली आहे. असं असलं तरी भारत आणि अमेरिका या दोन्ही देशांत धुरीणांच्या पातळीवर असो की सर्वसामान्यांच्या आकलनाच्या खेळात असो, पूर्ण विश्वासाचं नातं कधीच नव्हतं. या स्थितीतही गेली सुमारे अडीच दशकं उभय देशांतील संबंध सुधारतानाच दिसतात. या काळात भारतात तीन (सहा) पंतप्रधान झाले, अमेरिकेत

चार अध्यक्ष झाले. यांतील प्रत्येकाची कार्यशैली वेगळी होती, तरीही उभय देश अधिकाधिक सहकार्याकडे झुकत होते. यात ताजं वळण आलं ते युक्रेनच्या संघर्षाने. युद्ध युक्रेन आणि रशियाचं असलं तरी त्याआडून युरोपच्या सुरक्षा रचनेवरून खरा संघर्ष अमेरिका आणि रशिया यांच्यात आहे, हे उघड आहे. अमेरिकेला जागतिक स्तरावरील आपलं नेतृत्व अधोरेखित करतानाही या संघर्षात भूमिका निभावण्यावाचून पर्याय नाही. साहजिकच, जवळचे मित्र बनत चाललेल्या भारत आणि अमेरिका यांच्या संबंधात या युद्धात आपली भूमिका काय, याला महत्त्व आहे. इथं भारताने घेतलेली भूमिका अमेरिकेला पसंत पडणारी नव्हती; किंबहुना तिथं भारताविषयी साशंक असलेल्यांसाठी 'पाहा, भारत कधीच आपल्या हितसंबंधांचा विचार करणार नाही,' असं सांगायची संधी देणारी ही भूमिका आहे. युक्रेनच्या सार्वभौमत्वाचा आदर करावा, एकात्मतेवर घाला घालू नये, असे सुविचार सांगताना रशियाचा निषेध करणं, रशियन आक्रमणावर टीका करणं भारताने टाळलं. हे रशिया आणि पुतिन यांना सैतानाच्या रूपात पेश करू पाहणाऱ्या अमेरिकेच्या विरोधात जाणारं आहे.

साहजिकच, या दोन देशांतील संबंधांत त्यातून किती परिणाम होईल, कोणतं वळण मिळेल, हे केवळ या दोन देशांसाठी नव्हे तर, दक्षिण आशिया, इंडो-पॅसिपिक म्हणून जगासाठीही कुतूहलाचं होतं. या पार्श्वभूमीवर झालेल्या 'टू प्लस टू' संवादातून मतभेद मान्य करूनही, मैत्री पुढं न्यायचं धोरण समोर आलं, ते भारतासाठी दिलासादायक आहे. इतकंच नव्हे तर, ज्या आत्मविश्वासाने भारताचे परराष्ट्रमंत्री या संवादात सामोरे गेले ते स्वागतयोग्यही आहे.

समंजस वाट काढण्याची भूमिका

किमान शीतयुद्ध संपल्यानंतर जागतिक रचनेचं अमेरिका स्पष्टपणे नेतृत्व करतो आहे. त्याआधी शीतयुद्धाच्या काळातही अमेरिका सर्वांत ताकदवान शक्ती होतीच. अमेरिकेला सुरुवातीपासून, भारत आपल्या बाजूने यावा, असं वाटत राहिलं. भारताच्या बाजूने मात्र शीतयुद्धकाळात कुणा एकाची बाजू घेणं मान्य नव्हतं, खासकरून अमेरिकेच्या पुढाकाराने येणारा पाश्चात्त्यांचा वर्चस्ववाद भारताने कधीच मान्य केला नाही. अमेरिकेचं सुरक्षाकवच आणि अन्य आर्थिक लाभांसाठी धोरणं ठरवण्यातल्या स्वातंत्र्याशी तडजोड नाही, हीच भारताची

भूमिका राहिली. व्यूहात्मक स्वायत्तता हे भारताच्या परराष्ट्र धोरणाचं मूल्य बनवलं गेलं. अमेरिकेला दक्षिण आशियात विश्वासू साथीदार हवा होता, तो पाकिस्तानच्या रूपाने मिळाला, तेव्हापासून अमेरिकेचे आणि भारताचे संबंध फार जवळचे राहिले नाहीत. दोन्ही जगांतील मोठी आणि जुनी लोकशाही असणारे देश व्यूहात्मकरीत्या एकमेकांपासून लांबच राहिले. तसं एक वळण चीनबरोबरच्या १९६२च्या युद्धादरम्यान आलं होतं, ज्यात पंडित नेहरू यांनी अमेरिकेशी युद्धसामग्रीसाठी जवळीक साधली होती. जॉन एफ. केनेडी यांनी त्यासाठी तयारीही दाखवली. मात्र, अमेरिकेने प्रत्यक्ष मदतीचा निर्णय घेईपर्यंत केनेडी यांचा खून झाला. पुढं नेहरूंचंही निधन झालं. सोव्हिएत संघाने याच दरम्यान भारताला हवं ते सारं पुरवलं आणि भारत व अमेरिका जवळ येण्याची ती संधी हुकली. त्यानंतर अमेरिका पाकिस्तानच्या अत्यंत निकट गेली, तर भारत सोव्हिएत संघाच्या.

१९७१च्या बांगलादेश युद्धात अमेरिकेने घेतलेला पवित्रा भारताला दुखावणारा होता. इंदिरा गांधींनी अमेरिकेला न जुमानण्याचं धोरण स्वीकारलं, ते निक्सन-किसिंजर यांना टोचणारं होतं. या संबंधात नवं वळणं आलं ते इंदिरा गांधींनी घेतलेल्या रोनाल्ड रेगन यांच्या भेटीनंतर. सोव्हिएत संघाच्या अफगाणिस्तानातील आक्रमणाच्या वेळी भारताला सोव्हिएत संघाला मदत होईल, अशी भूमिका आंतरराष्ट्रीय स्तरावर घ्यावी लागत होती, जे इंदिरा गांधी यांच्या राजवटीला फारसं मान्य नव्हतं, त्यातून अमेरिकेशी मैत्रीचं पाऊल टाकलं जातं होतं.

खुले आर्थिक धोरण स्वीकारले

नव्वदच्या दशकात शीतयुद्ध संपल्यानंतर पुन्हा एकदा जागतिक व्यवहारात मोठे बदल आले. चंद्रशेखर यांनी आखाती युद्धात अमेरिकी लढाऊ विमानांना भारतातील हवाई तळांवर इंधन भरण्यास अनुमती दिली. ती प्रचंड टीका ओढवणारी होती. मात्र, तो निर्णय अमेरिकेला जवळ आणण्यातलं एक महत्त्वाचं पाऊल ठरला होता. नरसिंह राव यांच्या सरकारने खुल्या आर्थिक धोरणांसह अनेक बाबतींत अमेरिकेला आणि पाश्चात्त्यांना रुचेल असा धोरणबदल प्रत्यक्षात आणला, तेव्हापासून भारताशी संबंध सुधारण्याची वाटचाल दृढ होत गेली.

अटलबिहारी वाजपेयी यांच्या काळात ती आणखी दृढ झाली; तर डॉ. मनमोहन सिंग यांनी अणुकराराने द्विपक्षीय संबंधांना संपूर्ण नवं वळण दिलं. नरेंद्र

मोदी यांनी हाच धागा पुढं नेत अमेरिकेशी निकट मैत्रीचे प्रयत्न सुरू ठेवले. तोवर दोन देशांना जवळ आणणारं चीनचं आव्हान ठोसपणे पुढं आलं होतं.

अमेरिकेसाठी ते जागतिक वर्चस्वाला आव्हान देणारं, तर भारताला आपल्या सीमेवर कटकटी निर्माण करणारं होतं. यातून डोनाल्ड ट्रम्प यांच्यासारख्या विक्षिप्त आणि केवळ अमेरिकेच्या आर्थिक हितसंबंधांतून द्विपक्षीय संबंध जोखणाऱ्या नेत्याच्या काळातही उभय देशांतील संबंध वरच्या दिशेनेच गेले. अमेरिकेशी संबंधांत अमेरिकेच्या कल्पनेनुसारचे तीन महत्त्वपूर्ण मूलभूत करारही भारताने केले, ज्यातून संरक्षणातही सहकार्यपर्व घट्ट होत गेलं. भारताचा अमेरिकेबरोबरचा केवळ व्यापारच वाढत गेला नाही तर, संरक्षणाच्या आघाडीवरही अमेरिका लक्षणीय भागीदार बनत चालला. जो बायडन यांच्या परराष्ट्रविषयक आकलनात चीन हा सर्वांत मोठा आव्हानवीर आहे. त्याला रोखताना बायडन हे लोकशाहीवादी देश विरुद्ध एकाधिकारशाहीवादी किंवा हुकूमशाहीवादी देश अशी विभागणी करू पाहताहेत. त्यात भारत हा नैसर्गिक सहकारी असला पाहिजे, असा त्यांचा कयास आहे.

बायडन चीनला शह देताना अनेक आघाड्या करून एक संपूर्ण नवी रचना साकारू पाहताहेत. यात इंडो-पॅसिफिक क्षेत्रातील भारताबरोबरचं सहकार्य, त्यातील भारत-जपान-ऑस्ट्रेलियाबरोबरच ‘क्वाड’ ही प्रमुख साधने आहेत. हे सहकार्य खोलवर रुजत असताना युक्रेनचं युद्ध सुरू झालं, त्यातून अमेरिकेच्या प्राधान्यक्रमात रशियाही आला. रशियाने आणलेलं आव्हान थेट युरोपातलं, अमेरिकेच्या दारातलं, असल्याने त्याकडे लक्ष देणं अत्यावश्यकच बनलं. तिथं अमेरिकेला उघड साथ देणारे, तसं करणं टाळणारे असे दोन गट अमेरिकेसाठी तयार झाले. रशियाच्या आक्रमणाने नाटो सदस्य देश भक्कमपणे एकत्र आले; युरोपातील देशही अमेरिकेच्या पाठीशी उभे राहिले.

एका अर्थाने, ही संधी साधत बायडन यांनी युरोप आणि अमेरिका, नाटो सदस्य आणि अमेरिका यांच्यात वाढत चाललेली दरी सांधून अमेरिकेचं नेतृत्व अधोरेखित करायचा प्रयत्न केला. मात्र, भारत हा अमेरिकेला उघड साथ देत नव्हता. यातून उभयपक्षी संबंध कोणतं वळण घेणार, याकडे लक्ष होतं. त्यावर समंजस वाट काढण्याची घेतलेली भूमिका हा दोन्ही बाजूंनी वास्तवाला समजून घेण्याचा प्रयत्न आहे. आमच्यासोबत असाल किंवा शत्रुपक्षात हे सूत्र चालवणं शहाणपणाचं नाही, याचं भान ‘टू प्लस टू’मध्ये दाखवलं गेलं.

'बात से बात चले...'

'टू प्लस टू' हा संवादाचा मार्ग भारताने अमेरिका, जपान आणि ऑस्ट्रेलिया यांच्यासोबत चालवला आहे. यात दोन्ही देशांचे संरक्षणमंत्री आणि परराष्ट्रमंत्री सहभागी होतात. केवळ परराष्ट्रमंत्र्यांच्या सहभागातून होणारे प्रयत्न अधिक व्यापक करणारा हा मार्ग आहे. संरक्षण आणि व्यूहात्मक बाबींतील सहकार्याच्या संधी त्यातून शोधल्या जातात. यापूर्वी भारताच्या आणि अमेरिकेच्या मंत्र्यांदरम्यान तीन वेळा असा संवाद झाला होता. अमेरिकेच्या अध्यक्षपदी बायडन आल्यानंतरची अशा संवादाची ही पहिलीच वेळ. बायडन यांचा जगाकडे पाहण्याचा दृष्टिकोन ट्रम्प यांच्याहून भिन्न आहे. ते परराष्ट्र व्यवहारातील मुरब्बी राजकारणी आहेत. ते उभयपक्षी संबंधाकडे कसं पाहतात; खासकरून, युक्रेन युद्धानंतरच्या स्थितीत काय भूमिका घेतात, याची चुणूक या संवादात दिसेल, ही अपेक्षा असल्याने त्याविषयीची उत्सुकता होती. युक्रेन युद्धात भारताने तटस्थ, किंबहुना रशियाला दुखावणार नाही, अशी भूमिका आतापर्यंत निभावली आहे. ती रशियासोबतच्या दीर्घकालीन मैत्री-पर्वाशी सुसंगत आहे. मात्र, अमेरिकेशी वाढती जवळीक लक्षात घेता अमेरिकेच्या अपेक्षांना न जुमानणारीही आहे.

भारत–रशिया संबंधांचा पैलू

भारताचं संरक्षणसामग्रीसाठीचं रशियावरचं अवलंबन पाहता थेट रशियाच्या विरोधात भूमिका घेणं भारतासाठी अडचणीचंच होतं. लोकशाही-युक्रेनवर रशियाने केलेला हल्ला समर्थनीय नसला तरी रशियाची म्हणून सुरक्षाविषयक काही बाजू यात आहे; तसंच भारत-रशिया संबंधांचा पैलूही त्याला आहे. भारताच्या तिन्ही संरक्षणदलांत मोठ्या प्रमाणात रशियन सामग्री वापरली जाते. हवाई दल, क्षेपणास्त्रप्रणालीत हे अवलंबन ७० टक्क्यांहून अधिक आहे. साहजिकच, भारताच्या तटस्थ भूमिकेला देशाचे हितसंबंध पाहण्याचा आधारही आहे. ही भारताची युक्रेन युद्धातली भूमिका मान्य नसली तरी बायडन यांच्या आघाडीच्या माध्यमांतून जागतिक आव्हानाने सामोरं जाण्याच्या रणनीतीतील महत्त्वाचा भागीदार, हे भारताचं स्थान कायम असल्याचं या संवादातून स्पष्ट झालं.

त्याआधी पंतप्रधान नरेंद्र मोदी आणि बायडन यांच्यात ऑनलाइन संवाद झाला होता. मात्र, 'टू प्लस टू' संवादापूर्वी अमेरिकेतून भारताच्या युक्रेन

धोरणाविषयी काही तिखट प्रतिक्रिया दिल्या गेल्या होत्या. भारताने रशियाचा स्पष्ट निषेध केला नाही… संयुक्त राष्ट्रांच्या निरनिराळ्या समित्यांवर भारताने रशियाच्या विरोधातील सर्व ठरावात तटस्थ राहणं पसंत केलं… इतकंच नव्हे तर, अमेरिकेने आणि पाश्चात्त्यांनी रशियावर कठोर आर्थिक निर्बंध लादल्यानंतरही रशियातून तेल-आयात सुरू ठेवली… ही अमेरिकेच्या रोषाची कारणं होती. खुद्द बायडन यांनी भारताची भूमिका स्थिर नसल्याची टिप्पणी केली होती. अमेरिकेच्या व्यापारमंत्री गिना रेमोंडो यांनी, रशियाकडून तेलखरेदी सुरू ठेवण्याच्या भारताच्या निर्णयावर असमाधान व्यक्त केलं होतं. अमेरिकेचे उपराष्ट्रीय सुरक्षा सल्लागार दलिपसिंग यांनी तर, याचे परिणाम होतील, असा इशाराही दिला होता. चीनने हल्ला केला तर रशिया भारताच्या मदतीला येणार नाही, असली अनाठायी मल्लीनाथीही त्यांनी केली होती. यावर नंतर अमेरिकेने खुलासेही केले. असं निरनिराळ्या स्तरावर भारताची भूमिका मान्य नसल्याचे संकेत दिल्यानंतर 'टू प्लस टू' संवादात मात्र भारताचीही बाजू आहे, हे अमेरिकेने मान्य केल्याचं दिसतं.

भारताचे परराष्ट्रमंत्री जयशंकर यांनी, भारत हा रशियाकडून महिन्यात तेल घेतो तितकं युरोप दिवसाला घेतो, हे निदर्शनास आणलं आणि रशियाच्या दहापट तेल अमेरिकेकडून घेतल्याचंही दाखवून दिलं. संवादानंतर समोर आलेलं वास्तव इतकंच की, दोन्ही देशांना एकमेकांच्या कृतींवर आक्षेप घेण्यापेक्षा दोघांचे हितसंबंध गुंतलेल्या मुद्द्यांवर अधिक भर द्यायचा आहे. खासकरून, चीनचं आव्हान दोहोंसाठी स्पष्ट आहे आणि तिथं भारत आणि अमेरिका हे एकमेकांना लक्षणीय सहकार्य करू शकतात. दोघांनाही एकमेकांची भूमिका पूर्णतः मान्य नाही. मात्र, दोघांचे गुंतलेले हितसंबंध पाहता 'बात से बात चले' हे धोरण कायम ठेवणं अनिवार्य आहे, याची जाणीव या संवादात दिसते. त्याचं प्रतिबिंब उभयपक्षी जारी केलेल्या पत्रकातही पडतं.

दिलासादायक सांगावा

या संवादात युक्रेनचं युद्ध, त्यानिमित्ताने रशिया आणि उभय देशांसाठी आव्हान म्हणून चीनविषयी चर्चा होणं स्वाभाविक आहे. भारताकडून दोन्ही देशांची नावं अधिकृतपणे घेणं टाळण्यात आलं आहे. अमेरिकेने ती उघडपणे घेतली आहेत. रशियावर उभय देश समान भूमिका आणि कृती ठरवू शकत नाहीत, हे समजून घेत

अन्य मुद्द्यांवर सहकार्याला महत्त्व देण्याचा सूर यातून पुढं आला आहे. तो सकारात्मक मानला पाहिजे. रशियाविषयी अधिक थेट कठोर भूमिका भारताने घ्यावी, असं अमेरिका सांगत राहिली. मात्र, केवळ त्या आधारावर अमेरिकेचे भारताशी संबंध ठरत नाहीत हा या संवादाचा संदेश आहे. अमेरिकेच्या उपराष्ट्रीय सुरक्षा सल्लागारांनी, चीनने हल्ला केल्यास रशिया मदतीला येणार नाही, असं जे सांगितलं ते खरंच आहे. ते केवळ चीन आणि रशिया हे अधिक जवळ येताहेत यासाठी नाही, तर जागतिक संबंधांत कोणताही देश एखाद्या मोठ्या शक्तीने युद्ध सुरू केलं तर दुसऱ्याच्या मदतीला जाईल, ही शक्यता नसते. आपल्यासाठी युद्धजन्य स्थितीत रशिया मदतीला येणार नाही आणि अमेरिकाही. तशी भारतातील संरक्षणविषयक धुरीणांनी कधी अपेक्षाही ठेवली नाही. मुद्दा युद्धात कुणी साथ द्यावी असा नसून त्यापलीकडे राजनैतिक पातळीवर पाठिंबा देणं, त्याहून महत्त्वाचं तंत्रज्ञानाचं सहकार्य पुरवणं हे आधुनिक युद्धात किंवा युद्ध टाळण्यासाठीच्या तयारीतही अत्यंत महत्त्वाचं बनतं आहे आणि या प्रकारचं तंत्रज्ञान अमेरिका भारताला पुरवू शकते.

'टू प्लस टू' संवादात याची काही प्रमाणात झलक दिसते. आधुनिक युद्धात शत्रूच्या हालचालींची माहिती, त्यासाठीच्या डेटाचं विश्लेषण, त्यानुसार प्रतिकाराची सिद्धता याला महत्त्व असतं. यासाठी खूप मोठ्या प्रमाणात डेटा गोळा करावा लागतो, त्याचं विश्लेषण करणारी अवाढव्य यंत्रणा, तंत्रज्ञान हाती असावं लागतं. या प्रकारची सर्वांत आधुनिक व्यवस्था अमेरिकेकडे आहे आणि ते तंत्रज्ञान मिळणं हे प्रत्यक्ष लढाईत बाजूने उतरण्याइतकंच महत्त्वाचं बनतं.

व्यूहात्मक स्वायत्तता कायम ठेवून

भारतासाठी कुणी प्रत्यक्ष लढाईत साथ द्यावी अशी स्थिती नाही, त्यासाठी आपलं लष्कर समर्थ आहे. मुद्दा तंत्रज्ञानाच्या सहकार्याचा आहे, तो जर अमेरिकेशी सहकार्यातून सुटत असेल तर स्वागताचंच. अशा चर्चांमध्ये अनेक बाबतींत एकत्र काम करायचं जाहीर करण्यावर भर असतो. या वेळी त्यात संरक्षण आणि व्यूहात्मक भागीदारीवरचा अधिकचा भर लक्षणीय आहे.

संरक्षणाच्या क्षेत्रात अंतरिक्ष, सायबरसुरक्षा आणि कृत्रिम बुद्धिमत्ता यांसारख्या बाबींत उभय देशांमधील संयुक्त तांत्रिक गट सहकार्य करणार आहे.

मुद्दा त्या बदल्यात अमेरिकेला काय हवं, हा असू शकतो. अमेरिकेचं किंवा कोणत्याही अधिक शक्तिशाली देशाचं सहकार्य मिळवताना काही तडजोडी अनिवार्य असतात. त्या कुठवर करायच्या याच्या मर्यादा ठरवणं, हे कोणत्याही सरकारपुढचं आव्हान असतं. व्यूहात्मक स्वायत्तता कायम ठेवून उभयपक्षी लाभाची रचना करणं, हे या सरकारसमोरचंही आव्हान असेल.

इंडो-पॅसिफिक क्षेत्रातील सहकार्य, त्यासाठीची जपान-ऑस्ट्रेलियासमवेतची 'क्वाड' नावाची योजना हा उभय देशांतील कळीचा मुद्दा आहे. याच क्षेत्रात चीनला रोखणं हे अमेरिकेचं व्यूहात्मक उद्दिष्ट आहे आणि तिथं चीनला रोखण्यात भारताचा सहभाग अत्यंत गरजेचा आहे. रशियाला भारत पाठीशी घालत असल्याचं वातावरण 'क्वाड'वर परिणाम करणारं बनलं, तर ते चीनला हवंच असेल. तसंच भारत-अमेरिका यांच्या सहकार्यात, खासकरून दहशतवादविरोधी सहकार्यात, यानिमित्ताने अडथळा येत असेल तर ते पाकिस्तानला हवं असेल. मात्र, युक्रेन युद्धाने अमेरिकेसाठी रशिया हा प्राधान्यक्रमाचा बनला तरी अमेरिकेने चीनला रोखण्याची मोहीम आणि त्यासाठी निवडलेलं इंडो-पॅसिफिक क्षेत्र यात काही बदल केलेला नाही. तिथं भारत साथीला असणं अमेरिकेसाठी कळीचं आहे; हे वास्तव समजून घेत मूळ धोरणदिशा फारशी न बदलल्याचा सांगावा 'टू प्लस टू' संवादातून मिळतो. तो भारतासाठी दिलास देणाराच असेल.

(सप्तरंग २४ एप्रिल २०२२)

भाषा शांततेची; खुमखुमी लढण्याची

'जी-७' देशांसमोर 'चीनच्या आव्हानाकडे कसं पाहायचं' हा मुद्दा होता, तसंच युक्रेन आणि गाझा पट्टी इथल्या संघर्षाचाही मुद्दा होता, ज्याकडे जगाचं लक्ष होतं. या गटातल्या देशांनी त्यांच्या पूर्वेतिहासाप्रमाणे आपले हितसंबंध आणि पूर्वग्रह यांनाच अधिक महत्त्व दिलं. युक्रेनवरच्या आक्रमणासाठी रशियाला दोष देताना हेच देश, इस्रायलकडून गाझा पट्टीत जे काही सुरू आहे त्याकडे दुर्लक्षच करत राहिले आहेत. 'युक्रेनचं युद्ध संपवायचं' असं म्हणताना, रशियाची कोंडी करणाऱ्या उपायांवर भर दिला जातो आहे.

इटलीत अलीकडेच 'जी-७' या जगातल्या पुढारलेल्या श्रीमंत देशांच्या गटाची बैठक झाली. या बैठकीसमोर युक्रेन आणि पश्चिम आशिया इथली युद्धं हा अनिवार्य असा मुद्दा होता. याच वेळी रशियाचे अध्यक्ष व्लादिमीर पुतिन यांनी उत्तर कोरियाला भेट देऊन, दोन देशांत एकमेकांच्या रक्षणासाठी धाव घेण्याच्या आणा-भाका घेणारा करार केला. युक्रेन युद्ध संपवायचं तर युक्रेनने काही भूभाग सोडावा आणि 'नाटो' सदस्यत्वाचं स्वप्नही सोडून द्यावं, असं रशियाला वाटतं; तर युक्रेन आणि त्याच्या पाठीशी उभ्या असलेल्या अमेरिकादी पाश्चात्त्यांना युक्रेनच्या आडून रशियाला शह द्यायचा खेळ सुरू ठेवायचा आहे. साहजिकच, 'युक्रेनच्या भौगोलिक एकात्मतेशी तडजोड नाही,' अशी भूमिका या सगळ्या देशांनी घेतली आहे. यातून

युक्रेन युद्ध लांबण्याची चिन्हं स्पष्ट आहेत, तर पश्चिम आशियातला कोणताही तोडगा मानायला इस्रायल आणि हमास तयार नाहीत. तिथंही युद्ध लांबतच जाईल. 'जी ७' गटाची बैठक, स्वित्झर्लंडमधली युक्रेन युद्धावर तोडगा काढण्यासाठीची बैठक, रशियाची उत्तर कोरियाशी आणि व्हेनेझुएलाशी चर्चा, चीनच्या कथित तटस्थतेवर येऊ घातलेल्या मर्यादा यांतून जगातल्या वर्चस्वाच्या स्पर्धेचे नवे पैलू समोर येत आहेत, जे शांततेपेक्षा अस्वस्थतेकडे जाण्याचा कल दाखवणारे आहेत.

'जी-७' हा जगातल्या प्रभावशाली देशांचा गट आहे; मात्र, या गटाच्या प्रभावाचा आलेख घसरता आहे. अमेरिका, ब्रिटन, फ्रान्स, जर्मनी, कॅनडा, इटली, जपान या सात देशांचा हा गट. त्यात पूर्वी रशियाचाही समावेश होता. सन २०१४मध्ये रशियाने क्रीमियावर आक्रमण केल्यानंतर, रशियाला 'जी ८' मधून वगळण्यात आलं आणि हा गट 'जी-७' झाला. या गटाच्या बैठकीला युरोपीय महासंघाचे प्रतिनिधी असतात. गेल्या काही काळात 'जी-७' पेक्षा 'जी-२०' गटाला अधिक प्रातिनिधिक असं रूप येतं आहे. त्याचा परिणाम म्हणून अलीकडे गटाबाहेरच्या देशांनाही बैठकीसाठी निमंत्रित केलं जातं. या वेळी त्यात भारतासह जॉर्डन ते व्हॅटिकन सिटीपर्यंतचा समावेश होता.

या वेळी 'जी-७' देशांसमोर 'चीनच्या आव्हानाकडे कसं पाहायचं' हा मुद्दा होता, तसंच युक्रेन आणि गाझा पट्टी इथल्या संघर्षाचाही मुद्दा होता, ज्याकडे जगाचं लक्ष होतं. या गटातल्या देशांनी त्यांच्या पूर्वेतिहासाप्रमाणं आपले हितसंबंध आणि पूर्वग्रह यांनाच अधिक महत्त्व दिलं. युक्रेनवरच्या आक्रमणासाठी रशियाला दोष देताना हेच देश, इस्रायलकडून गाझा पट्टीत जे काही सुरू आहे त्याकडे दुर्लक्षच करत राहिले आहेत. 'युक्रेनचं युद्ध संपवायचं' असं म्हणताना, रशियाची कोंडी करणाऱ्या उपायांवर भर दिला जातो आहे. आधी 'जी-७' गटाची बैठक आणि नंतर स्वित्झर्लंडमध्ये झालेल्या युक्रेनविषयक बैठकीत पाश्चात्त्यांनी युक्रेनला अधिक युद्धसज्ज बनवण्यावर भर दिला. या घडामोडी आपापल्या देशात अनेक आव्हाने समोर असलेले 'जी-७' गटातले नेते पाश्चिमात्य देशांच्या हिताचा मुद्दा असतो तिथं एकत्रपणे उभे राहतात, हे दाखवणारं आहे.

रशिया हेच स्पष्ट लक्ष्य

बैठकीत सहभागी झालेले बहुतेक जण हे देशांतर्गत प्रश्नांनी वेढलेले आहेत...

बैठकीत आलेल्या नेत्यांचं त्यांच्या त्यांच्या देशातलं भवितव्य अडचणीत आहे, तरीही चीनचं आव्हान पेलण्याची रणनीती, पुतिन यांची कोंडी करताना त्यांनी एकसंधता दाखवली आहे. नुकत्याच झालेल्या युरोपीय महासंघाच्या निवडणुकीत फ्रान्समधून इमॅन्युएल मॅक्रां याच्या पक्षाला दणका बसला आहे. तिथं उजव्या पक्षांनी बाजी मारल्यानंतर मॅक्रां यांनी देशात तातडीने निवडणूक घोषित केली आहे. ब्रिटनमध्येही दिनांक ४ जुलैला निवडणूक होते आहे. तिथं, 'जी-७' बैठकीला आलेले ब्रिटनचे पंतप्रधान ऋषी सुनक यांचा पक्ष सत्ता गमावेल, हे जवळपास निश्चित आहे. दोन शतकांतला मोठा पराभव हुजूर पक्षाच्या वाट्याला येण्याची चिन्हं मतचाचण्यांमधून दिसत आहेत. म्हणजेच, सुनक यांचं आसन डळमळीत झालं आहे. कॅनडाचे पंतप्रधान जस्टिन टुडो यांची लोकप्रियता सातत्याने घसरते आहे. जर्मनीत अति-उजव्या मरीन ली पेन यांनी अध्यक्ष शोल्झ यांच्यापुढं कडवं आव्हान उभं केलं आहे. जपानचे पंतप्रधान किशिदा १९४७ नंतरचे सर्वांत कमी लोकप्रिय पंतप्रधान मानले जातात. यात भर आहे ती अमेरिकेच्या होऊ घातलेल्या निवडणुकीची. विद्यमान अध्यक्ष जो बायडन आणि माजी अध्यक्ष डोनाल्ड ट्रम्प यांच्यात तिथं सामना होईल. आणि अनेक आरोप, खटले, त्यांतली दोषनिश्चिती यानंतरही ट्रम्प यांची लोकप्रियता वाढली आहे. म्हणजे, जगाच्या नियमानुकूल रचनेचा कैवार घेत जमलेल्या नेत्यांपैकी इटलीच्या पंतप्रधान जॉर्जिया मलोनी वगळता सर्व नेत्यांचं भवितव्य टांगणीला आहे. या पार्श्वभूमीवर ते जगाच्या बदलत्या रचनेला आकार देणाऱ्या प्रश्नांवर चर्चा करत होते.

या बैठकीत रशिया हे स्पष्ट लक्ष्य होतं. बैठकीच्या एक दिवस आधी बायडन यांनी रशियाच्या विरोधातल्या नव्या निर्बंधांची घोषणा केली होती. रशियाची जगभरातली बँक खाती गोठवली गेली आहेत. त्यांत रकमेवरच्या व्याजाची ५० अब्ज डॉलर इतकी रक्कम युक्रेनला युद्धप्रयत्नांत मदत म्हणून कर्जाऊ द्यावी, असं बैठकीत ठरवण्यात आलं. यावर मागच्या वर्षी हिरोशिमा इथं झालेल्या 'जी-७' गटाच्या बैठकीपासून चर्चा सुरू होती. रशियाचं नुकसान करण्यासाठी रशियाचाच पैसा वापरण्याची ही खास पाश्चात्त्य कल्पना!

याबरोबरच युक्रेनला अत्याधुनिक 'एफ-१६' लढाऊ विमाने द्यायच्या प्रस्तावावरही चर्चा केली जात होती. इटलीतल्या बैठकीनंतर ही विमाने लवकरच युक्रेनला धाडण्यावरही मतैक्य झालं. यात बेल्जियम, डेन्मार्क, नेदरलँड आणि नॉर्वे

हे देश ऐंशी 'एफ-१६' लढाऊ विमाने युक्रेनला देणार आहेत. त्यासाठीचं प्रशिक्षणही सुरू झालं आहे. युक्रेनकडून ही विमाने प्रत्यक्ष रणभूमीत उतरतील तेव्हा साहजिकच रशियाच्या विरोधात एक आधुनिक हत्यार युक्रेनच्या हाती लागलेलं असेल.

रशियाचा खोडा

युक्रेनचं युद्ध हा 'जी-७' समोरचा महत्त्वाचा मुद्दा होता. हे युद्ध रखडलं आहे. त्यात रशियाला झटपट विजय मिळवता आला नाही. दुसरीकडे, युक्रेनला भयावह झळा सोसाव्या लागत आहेत. केवळ पाश्चात्त्य देश साथीला उभे आहेत म्हणूनच युक्रेन टिकाव धरू शकला आहे. हे युद्ध आपल्या शर्तींवर संपेल, असं रशियाला अजूनही वाटतं. 'युद्ध संपवण्यासाठी युक्रेनने देशाच्या पूर्वेकडच्या चार प्रांतांवरचा दावा सोडावा… नाटोचं सदस्यत्व मागू नये,' अशा अटी पुतिन यांनी पुढं केल्या होत्या. रशिया दावा करत असलेल्या यातल्या काही भागावर रशियाचं नियंत्रणही नाही. अर्थातच, या अटी युक्रेनला मान्य होणं शक्य नव्हतं; तर युक्रेन आणि त्याचे पाठीराखे देश 'युक्रेनच्या सार्वभौमत्वाचा आदर ठेवावा आणि रशियाने माघार घ्यावी,' असं सुचवत आहेत. हीच भूमिका स्वित्झर्लंडमधल्या सुमारे १०० देशांच्या बैठकीत घेण्यात आली. ती रशियाला मान्य व्हायची शक्यता नाही. यातून काही ठोस बाहेर येण्याची शक्यता नसल्यानेच अमेरिकेच्या अध्यक्षांऐवजी उपाध्यक्षांनी तिथं हजेरी लावली. या बैठकीआधी भारताने 'युद्धात तोडगा काढताना रशिया चर्चेत असला पाहिजे,' अशी भूमिका घेतली होती. या युद्धात भारताची भूमिका रशियाला दोषी ठरवून एकाकी पाडण्याची नाही, हा भारतीय हितसंबंध लक्षात घेऊन स्वीकारलेला व्यवहारवाद आहे.

स्वित्झर्लंडमधल्या बैठकीत सुमारे ८० देशांनी युक्रेनला संपूर्ण पाठिंबा देणाऱ्या घोषणापत्रावर सह्या केल्या; मात्र भारत, ब्राझील, दक्षिण आफ्रिका, सौदी अरब आदी देशांनी ते नाकारलं. दुसरीकडे, पुतिन यांनी याच काळात उत्तर कोरियाला भेट दिली. ही भेट बराक ओबामा यांच्या काळात बळ मिळालेल्या जागतिक समीकरणांना उलटं फिरवणारी आहे. उत्तर कोरियाला जगाने जवळपास एकाकी पाडलं आहे. यात उत्तर कोरियाच्या अणुकार्यक्रमाच्या विरोधात अमेरिकेने व्यापक निर्बंध आणले. ते आणताना रशिया आणि चीनही साथ देत होता. मात्र, युक्रेनच्या युद्धानंतर ही स्थिती बदलते आहे. रशिया आणि उत्तर कोरिया स्पष्टपणे एकमेकांसोबत उभे आहेत. चीन,

अंतर राखून का असेना, त्यासोबत असेल हे उघड आहे. स्वित्झर्लंडमधल्या बैठकीला चीनने प्रतिनिधीही पाठवला नव्हता, त्यातून हेच दिसतं. पुतिन आणि किम जोंग उन यांच्या चर्चेत नेमकं काय ठरलं, हे कधीच समोर येण्याची शक्यता नाही. मात्र, दोन देशांनी एकमेकांच्या संरक्षणासाठी साथ द्यायचं ठरवलं आहे. रशियाला युद्ध सुरू ठेवण्यासाठी मिळेल तिथून युद्धसामग्रीची गरज आहे. मागच्या काही काळात लाखो पौंड दारूगोळा आणि अनेक क्षेपणास्त्रं उत्तर कोरियातून रशियाला पुरवली गेल्याचा अमेरिकेचा संशय आहे. इराणकडून चीनने काही शस्त्रं घेतल्याचं सांगितलं जातं. उत्तर कोरियाच्या हत्यारांच्या बदल्यात रशिया त्या देशाच्या अणुकार्यक्रमात मदत करू शकतो. तसंच त्या देशातल्या क्षेपणास्त्र कार्यक्रमात मदत करू शकतो. या क्षेत्रात रशियाकडे अधिक प्रगत तंत्रज्ञान आहे. उत्तर कोरिया हा एकविसाव्या शतकात अणुचाचणी केलेला एकमेव देश आहे. उत्तर कोरिया आणि इराण या देशांनी अण्वस्त्रं बनवू नयेत यासाठी अमेरिका आणि युरोपीय देश जमेल ते सारं करत आहेत; मात्र, युक्रेन युद्धाने त्यात रशिया खोडा घालणार असेल तर मागच्या दीड-दोन दशकांतल्या जागतिक राजकारणाची चालच बदलू शकते.

पेच अधिकच गडद

युक्रेनच्या मुद्द्यावर अमेरिका आणि पाश्चात्त्य देश 'रशियाला धडा शिकवावा', याच भूमिकेवर ठाम आहेत. रशिया यात मागं हटण्याची शक्यता दिसत नाही आणि उत्तर कोरिया, चीन, इराण यांच्यासह त्यातून एक नवी आघाडी जागतिक रचनेत आकाराला येण्याच्या शक्यता अधिकाधिक स्पष्ट होत आहेत. यात तुर्किएसारखे देशही महत्त्वाची भूमिका बजावू शकतात; तर भारत, ब्राझील, सौदी अरब यांसारखे देश 'युक्रेन युद्ध संपावं; मात्र, त्यासाठी रशियाशी संबंध तोडण्याची तयारी नाही,' याच भूमिकेवर कायम आहेत. पाश्चात्त्य देश युक्रेनला अधिक युद्धसज्ज बनवत असताना रशियाने 'या देशांच्या शत्रूंना आपणही हत्यारं पुरवू', अशी धमकी देऊन टाकली आहे. म्हणजेच, 'जी-७' बैठक किंवा स्वित्झर्लंडमधल्या अनेक देशांच्या एकत्रीकरणातून युद्धावर तोडगा निघत नाही, तर ते अधिक त्वेषाने लढण्याची सज्जताच होते आहे. हे सारं युक्रेन युद्ध सुरू झालं तेव्हाचा पेच अधिक गडद होण्याकडंच निघालं आहे.

(सप्तरंग, २३ जून २०२४)

■

'दिल मिले ना मिले...'

अमेरिका आणि चीन यांनी मिळून जागतिक रचना ठरवावी, असं 'चिमेरिका' नावाचं स्वप्नं अनेक तज्ज्ञ मांडत होते. ते स्वप्नं कधीचं विरलं आहे. चीन हा अमेरिकेचा स्पष्टपणे स्पर्धक आणि अनेक बाबतींत संघर्षासाठी उभा ठाकलेला प्रतिस्पर्धी बनला आहे. अमेरिका आणि चीन यांच्यातले संबंध पाच दशकांत सर्वांत बिघडलेल्या अवस्थेत आहेत. त्याला अर्थकारणाचे जसे पदर आहेत तसेच संरक्षणाचे, भूराजकीय वर्चस्वाचे आणि अंतरिक्षातल्या स्पर्धेचेही पदर आहेत.

'अमेरिका आणि चीन या दोन मोठ्या शक्तींना शांततेने एकत्र राहण्यासाठी पृथ्वीवर पुरेशी जागा आहे,' असा सुविचार अमेरिकेचे अध्यक्ष जो बायडन आणि चीनचे अध्यक्ष शी जिनपिंग यांच्या चर्चेनंतर चीनकडून मांडला गेला. कधीकाळी अमेरिकेला आणि तिथल्या भांडवलदारांना, चीनच्या उदयात आपल्या प्रगतीचं आणि वर्चस्वाचंही इंगित सामावलं आहे, असं वाटत होतं. अमेरिका आणि चीन यांनी मिळून जागतिक रचना ठरवावी, असं 'चिमेरिका' नावाचं स्वप्नही अनेक तज्ज्ञ मांडत होते. ते स्वप्न कधीचं विरलं आहे. चीन हा अमेरिकेचा स्पष्टपणे स्पर्धक आणि अनेक बाबतींत संघर्षासाठी उभा ठाकलेला प्रतिस्पर्धी बनला आहे. तेव्हा, पृथ्वी उभय देशांसाठी पुरेसा अवकाश देऊ शकते हे खरं आहे, तितकंच पृथ्वीपलीकडे अंतरिक्षातही स्पर्धा-संघर्षासाठी दोन्ही देश दंड थोपटत आहेत, हेही

खरं आहे. एकमेकांच्या अडवणुकीची धोरणं, त्यातून साकारत असलेल्या नव्या आघाड्या यांतून जग पुन्हा एकदा शीतयुद्धासारख्या भिंती घालणाऱ्या रचनेकडे जाईल की काय, अशी शंका व्यक्त केली जात असतानाच दोन नेते भेटले, तेव्हा दोघांचाही आविर्भाव 'आता सोडवूनच टाकू सारे प्रश्न', असा अजिबातच नव्हता. स्थिती हाताबाहेर जाऊ देण्यात शहाणपण नाही, हे दोघांनाही समजतं; तसंच आपापल्या देशात, आपण दुसऱ्या देशासमोर झुकत नाही, हे दाखवत राहणं आवश्यकही बनतं. हा सारा खेळ ताज्या बायडन-जिनपिंग भेटीनंतरही सुरू आहे.

खुन्नस देत एकमेकांकडे पाहत उभ्या असलेल्या या दोन देशांत मतभेद आहेत, ते सहजी सुटण्यासारखे नाहीत; मात्र, त्यातून जगाला वेठीला धरणारी कृती कुणी करू नये इतकीच अशा ताणलेल्या स्थितीत अपेक्षा असते. युक्रेन युद्ध सुरू असतानाच भर पडलेल्या इस्रायल आणि हमास यांच्यातल्या संघर्षामुळे जग कमालीच्या अस्वस्थतेकडे वाटचाल करत आहे आणि अशा स्थितीत अमेरिका आणि चीन यांच्या अध्यक्षांची भेट झाली. यातून खरंच काही ठोस निष्पन्न झालं का, यावर चर्चा होऊ शकते; पण निदान जगातल्या सर्वांत सामर्थ्यशाली देशांच्या प्रमुखांनी, किमान एकमेकांशी बोलत राहिलं पाहिजे, इतका समंजसपणा दाखवायला सुरुवात केली, हेही सध्याच्या काळात यशच म्हणायचं. अर्थात, त्यातून काही ठोस निर्माण व्हायचं तर किरकोळ गोष्टींवरून बेटकुळ्या दाखवायचा सोस उभय बाजूंकडून बंद व्हायला हवा. अमेरिकेची येऊ घातलेली अध्यक्षीय निवडणूक आणि तैवानमधली सार्वत्रिक निवडणूक पाहता दोन्ही देशांसाठी ही कसोटीच असेल.

अंतर्गत राजकारणाचा कोन

बायडन आणि जिनपिंग हे सॅन फ्रान्सिस्को इथं 'अपेक' देशांच्या बैठकीच्या निमित्ताने भेटले. दोन देशांतला सततचा वाढता तणाव पाहता ही भेट गरजेची होती. बाली इथं झालेल्या भेटीनंतर सुमारे वर्षभरानंतर दोघांत थेट संवाद झाला, तेव्हा फार मोठ्या यशाची अपेक्षा उभय बाजूंना नव्हती. ही भेट होत असताना अमेरिका आणि चीन यांच्यातले संबंध पाच दशकांत सर्वांत बिघडलेल्या अवस्थेत होते. बायडन यांच्यासाठी त्यांनी या भेटीनंतर सांगितल्यानुसार, संघर्ष टाळण्याइतपत संबंध ठेवणं, हेच उद्दिष्ट होतं. याचं एक कारण, अमेरिकेत पुढच्या वर्षी अध्यक्षपदाची निवडणूक होऊ घातली आहे.

पश्चिम आशियातल्या संघर्षात किंवा युक्रेन युद्धाच्या मुद्द्यावर दोन्ही देश निरनिराळ्या दिशेने पावलं टाकत आहेत. युक्रेन संघर्षात रशियासाठी चीन हा सर्वांत विश्वासू साथीदार बनला. अमेरिकेसह पाश्चात्त्य देश युक्रेनला साह्य करत असताना चीनने, रशिया आर्थिक आघाडीवर कोलमडणार नाही, यासाठी मदतीचा हात पुढे केला. चीनचा हा पवित्रा पाश्चात्त्यांसाठी रशियाचं खच्चीकरण करण्याच्या उद्दिष्टात अडथळा बनला.

तंत्रज्ञानातील निर्बंध ते भूराजकीय कोंडी

दुसरीकडे, पश्चिम आशियात हमासने इस्रायलवर हल्ले केल्यानंतर सुरू झालेल्या युद्धात अमेरिका ही इस्रायलच्या आततायी कारवाईनंतरही स्पष्टपणे इस्रायलच्या बाजूने उभी आहे, तर चीन अप्रत्यक्षपणे पॅलेस्टाईनची पाठराखण करतो आहे; खासकरून, इराणच्या कारवायांना चीनचा पाठिंबा मिळू नये, असं अमेरिकेला वाटतं. ...तर या दोन देशांमधली जवळीक वाढते आहे. इराण आणि रशिया या अमेरिकेने निर्बंध लादलेल्या देशांशी चीनचे मैत्रीचे संबंध आहेत. चीन अमेरिकेच्या वर्चस्वाला शह देणारी एक आघाडी साकारू पाहतो आहे आणि चीनला रोखण्याची रणनीती अमेरिका तंत्रज्ञानातल्या निर्बंधांपासून ते भूराजकीय कोंडीपर्यंत अनेक मार्गांनी आखत आहे. अशा वेळी चीनशी थेट संघर्षाची नवी आघाडी उभी राहू नये, हा बायडन यांचा प्राधान्यक्रम असणं स्वाभाविक होतं. याखेरीज निवडणुकीकडे जाताना जिनपिंग यांच्या आक्रमकतेपुढे अमेरिकेचा अध्यक्ष झुकत नाही, हे दाखवणं ही त्यांची गरज होती. भेट ठरल्यापासूनच अमेरिकेतल्या विरोधी रिपब्लिकन पक्षाच्या नेत्यांनी, बायडन चीनपुढे नमतं घेत असल्याची टीका सुरू केली होती.

भेटीनंतरही हा आवाज वाढतो आहेच; मात्र, जिनपिंग यांना रोखठोक सुनावण्याची संधी साधल्याचं बायडन यांना दाखवायचं होतं, तर जिनपिंग यांनाही, अमेरिकेच्या विरोधातला सततचा आक्रमक पवित्रा चीनमधल्या सध्याच्या आर्थिक वातावरणात फार काळ चालवता येण्यासारखा, नाही याची जाणीव झाली असावी. चीनपासून पुरतं बाजूला होणं परवडणारं नाही, हे वास्तव समजून घेतानाच अमेरिकेने चीनवरच्या अतिअवलंबित्वातून येणारा धोका कमी करणारी (डीरिस्किंग) धोरणं राबवायला सुरुवात केली आहे. हेच चीनमध्ये प्रचंड प्रमाणात

गुंतवणूक असलेले बहुतेक पाश्चात्त्य देश करत आहेत.

परकी गुंतवणुकीवर आणि निर्यातीवर आधारलेली चिनी अर्थव्यवस्था या पवित्र्याने अडचणीत येण्याची शक्यता स्पष्ट आहे. तेव्हा चीनच्या जागतिक स्तरावर अमेरिकेला शह देऊ पाहणाऱ्या भूमिका कायम ठेवताना, 'संवादही नाही' या ताठर भूमिकेपासून दूर होत त्यांनी, 'आपण चिनी हितसंबंधांत तडजोड करणार नाही,' असं दाखवायची संधी देशांतर्गत राजकारणासाठी घेतली. परराष्ट्र व्यवहारात असा अंतर्गत राजकारणाचा कोन अधिक महत्त्वाचा बनतो, तेव्हा एकमेकांना फार सवलती देणं अशक्य झालेलं असतं. बायडन-जिनपिंग यांच्या भेटीतून जे काही निष्पन्न झालं त्याकडे पाहताना ही पार्श्वभूमी लक्षात घेतली पाहिजे.

गरजेनुसार फोनवर संवाद

जागतिक रचनेतल्या अमेरिकेच्या सर्वंकष वर्चस्वापुढं चीन आव्हानवीर बनला आहे. तसा तो बनू शकला यासाठीची ताकद अमेरिकेच्याच सहकार्यातून चीनने मिळवली होती. अजूनही अमेरिकी भांडवलदारांचा कल चीनशी जुळवून घेण्याकडे अनेकदा दिसतो. मात्र, अमेरिकेच्या भूराजकीय वर्चस्वाला चीन थेट आव्हान देऊ लागतो आणि त्यासाठी प्रचलित नियम-कायदे-संकेत धुडकावण्याचीही तयारी दाखवतो. तेव्हा, चीनला रोखण्याची पावलं टाकण्याखेरीज अमेरिकेतल्या राजकीय नेतृत्वापुढे पर्याय उरलेला नाही. यात चीनवर अनेक बाबतींत निर्बंध आणण्याचं धोरण अमेरिकेने स्वीकारलं आहे; खासकरून, चीनच्या तांत्रिक प्रगतीत अडथळा ठरतील, असे निर्बंध अमेरिका लादत आहे. डोनाल्ड ट्रम्प यांच्या काळात अमेरिकेच्या निर्बंधांना तोडीस तोड बंधने आणत उत्तरं देण्याची भाषा चीन करत असे. कोरोनानंतर चीनच्या आर्थिक प्रगतीविषयी शंका वाटावी, असं वातावरण तयार होतं आहे. चीनवरचं अवलंबित्व कमी करण्यावरही जगभर विचार सुरू झाला. त्यातच चीनची अर्थव्यवस्था मंदावताना दिसते आहे.

चीनच्या 'बेल्ट अँड रोड इनिशिएटिव्ह'मधला पूर्वीचा जोर ओसरतो आहे. यातून कर्जसापळ्यात अडकण्याचा धोका अनेक सहभागी देशांना जाणवू लागला आहे. या स्थितीत पूर्वीचा आक्रमक पवित्रा ठेवण्यात शहाणपण नाही, असं चीनला जाणवायला लागलेलं असू शकतं. बायडन-जिनपिंग यांच्या भेटीतला सूर हेच सांगत होता. भेटीनंतर बायडन यांनी पुन्हा एकदा, 'जिनपिंग हे हुकूमशहा आहेत,'

या आपल्या विधानाचा पुनरुच्चार केला. शिवाय, चीनमधली राजकीय व्यवस्थाही तशीच आहे, असंही सांगितलं. तेव्हा चीनने 'हे अत्यंत चुकीचं आहे,' असं सांगण्या-पलीकडे अकांडतांडव केलं नाही.

या भेटीत अमेरिकेची उद्दिष्टं स्पष्ट होती. दोन देशांमधला तणाव कमी होईल असं वातावरण तयार करणं, ही अमेरिकेची सध्याच्या जागतिक स्थितीत तातडीची गरज आहे. त्यासाठी सर्वोच्च स्तरावर नेते चर्चा करत आहेत, हे दाखवायचं होतं. अमेरिकेचा आणखी एक उद्देश होता तो दोन देशांमधला लष्करी संवाद पुन्हा सुरू करायचा.

एकमेकांविषयी कमालीचा अविश्वास असताना लष्करी स्तरावरचा संवाद पूर्णपणे बंद होणं, कोणत्याही अपघाताला निमंत्रण देणारं ठरू शकतं. अमेरिकी प्रतिनिधिगृहाच्या सभापती नॉन्सी पेलोसी यांनी तैवानला भेट दिली, त्यावर चीनची संतापाची प्रतिक्रिया होती ती लष्करी संवाद खंडित करण्याची. तैवानबाबत चीन कमालीचा संवेदनशील आहे. 'तैवान हा चीनचा भाग आहे, त्यात अन्य देशांनी कोणत्याही स्वरूपाची दखल देऊ नये,' असा चीनचा पवित्रा असतो.

पेलोसी यांच्या भेटीच्या वेळी तैवानच्या हवाईक्षेत्रात चिनी हवाई दलाने घिरट्या घालून आपला संताप व्यक्त केला होताच. त्या दौऱ्यानंतर खंडित झालेला लष्करी संवाद पुन्हा सुरू करावा, असं अमेरिका सातत्याने सुचवत होती; तर चीन त्याकडे पूर्ण दुर्लक्ष करत होता. या वेळी मात्र जिनपिंग यांनी अमेरिकेची मागणी मान्य केली. उभय नेत्यांनी 'गरजेनुसार फोनवर संवाद होत राहील', हे मान्य केलं. बायडन यांच्यासाठी आणखी एक यश होतं व ते म्हणजे फेंटालिन या अमली पदार्थात वापरल्या जाणाऱ्या ड्रगवर चीनने संपूर्ण निर्बंध आणावेत यासाठी जिनपिंग यांनी दिलेला होकार. चीनने या पदार्थाच्या निर्यातीवर बंदी घातली आहे; मात्र, हे फेंटालिन ज्यामुळे तयार करता येईल, अशा कच्च्या मालाची बेकायदा निर्यात चीनमधून होते. जगभरातले ड्रगमाफिया हा कच्चा माल अमेरिकेत पोहोचवतात. यातून अमेरिकेतल्या १८ ते ४९ या वयोगटांतल्या मृत्यूंची संख्या प्रचंड प्रमाणात वाढली आहे. मागच्या वर्षात अमेरिकेत या एकाच ड्रगमुळे ७५ हजार मृत्यू झाले होते. त्यावर नियंत्रण आणणं हे चीनच्या सहकार्याखेरीज अमेरिकेसाठी कठीण आहे. अमेरिकेच्या निवडणुकीत हा एक मुद्दा बनू शकतो. ताज्या भेटीत यावरची सकारात्मक चर्चा बायडन यांच्यासाठी लाभाची आहे.

तैवानचा संवेदनशील मुद्दा

दोन देशांत सर्वांत संवेदनशील मुद्दा आहे तो तैवानचा. रशियाने युक्रेनवर आक्रमण करून तो देश रशियाला जोडून टाकायचा प्रयत्न केल्यानंतर चीनही तैवानबाबत असं करेल काय, यावर साशंकता व्यक्त केली जात होती. तैवान हे चीनसाठी जुने दुखणं आहे. 'तैवान आणि हाँगकाँग हे चीनचे भाग आहेत', हा चीनच्या 'एक चीन' या धोरणाचा गाभा आहे. त्यात कोणतीही तडजोड चीनला मान्य नाही. कधीकाळी चीनच्या मुख्य भूमीवर राज्य करणाऱ्या कम्युनिस्ट पक्षाऐवजी (पीपल्स रिपब्लिक ऑफ चीन) आताचा तैवान म्हणजे तत्कालीन फार्मोसा बेटांवर परागंदा झालेल्या चीनच्या राजवटीला (रिपब्लिक ऑफ चीन) अमेरिका मान्यता देत होती. नंतर ही स्थिती बदलली. कम्युनिस्ट राजवटीला मान्यता देणं जगाला भाग पडलं.

...तैवानला शस्त्रपुरवठा बंद करावा

''एक चीन' धोरण मान्य; पण तैवानसाठी बळ वापरू नये' ही अमेरिकी भूमिका आणि 'तैवान हा आमचाच भाग आहे; तो चीनमध्ये समाविष्ट झालाच पाहिजे', ही चीनची भूमिका यात संघर्ष आहे. अमेरिका तैवानला लष्करी मदतही करत आली आहे. चीनने ठरवलं तर तैवानचा घास घ्यायचा प्रयत्न तो देश करू शकतो; मात्र, अमेरिकेने यात तैवानला लष्करी साथ दिली, तर सारं जग भीषण युद्धाच्या खाईत लोटलं जाईल, याची जाणीव दोन्हीकडे आहे. त्यातून 'जैसे थे' अशी स्थिती ठेवणं हाच मधला मार्ग उरतो. आताच्या बैठकीतही दोन्ही बाजूंनी आपापल्या भूमिका पुन्हा एकमेकांना ऐकवल्या. त्यांचं सार तूर्त 'जैसे थे' स्थिती राहील असंच होतं. अलीकडचा बदल इतकाच की, 'बळाचा वापर करणारच नाही', अशी हमी चीन देत नाही. अमेरिकेने तैवानला शस्त्रपुरवठा बंद करावा, असं चीनला वाटतं; पण अमेरिका तशी हमी देत नाही.

अमेरिकी प्राणिसंग्रहालयासाठी चीनने चार पांडा भेट देणं, उभय नेत्यांनी एकत्र चालत चर्चा करून छायाचित्रांची संधी देणं, अशी सारी दाखवेगिरीही या भेटीत होतीच. बायडन-जिनपिंग यांच्या भेटीने उभय देशांतले प्रश्न सुटण्याची शक्यता नव्हतीच. त्यांतली जटिलता पाहता ते एका भेटीत अपेक्षितही नव्हतं. ही भेट होत असल्याच्या काळातच बायडन यांनी जपानला आणि ऑस्ट्रेलियाला 'इंडो-पॅसिफिक क्षेत्रातून अमेरिका कुठं जात नाही,' अशी हमी दिली. हे क्षेत्र

अमेरिका आणि चीन यांच्यातल्या स्पर्धेचं आणि संघर्षाचं प्रमुख क्षेत्र बनतं आहे. बायडन यांची ही हमी भारतासाठीही महत्त्वाची. पश्चिम आशियापासून आफ्रिकेपर्यंत वर्चस्वाचा हा झगडा सुरू झाला आहे. त्याला अर्थकारणाचे जसे पदर आहेत तसेच संरक्षणाचे, भूराजकीय वर्चस्वाचे आणि अंतरिक्षातल्या स्पर्धेचेही पदर आहेत. मुद्दा सारे मतभेद जमेला धरूनही स्थिती हातातून निसटू नये इतपत संबंध ठेवण्याचा असतो.

शिवाय, दोन्ही देशांना एकमेकांपासून तुटणं शक्यच नाही, इतका प्रचंड उभयपक्षी व्यापारही गुंतलेला आहे; म्हणूनच 'बोलत राहू' असं मान्य करणं, हेही यश मानलं जातं. अखेर, आंतरराष्ट्रीय संबंधात 'दिल मिले या न मिले, हाथ मिलाते रहिए', हा मुत्सद्देगिरीचा मंत्र असतोच.

(सप्तरंग, २६ नोव्हेंबर २०२३)

∎

विभाग २
युद्ध झालं

युक्रेनचा पेच; जगाला घोर

युक्रेनलगत रशियाने केलेल्या सैन्य जमवाजमवीने अमेरिकेसमोर नवाच पेच उभा राहिला आहे. अमेरिका आणि चीन यांच्यामधील स्पर्धा हाच काय तो जागतिक राजकारणाचा पट समजणाऱ्यांना, असा पट कधीही उधळू शकणारे अनेक खेळाडू तयार झाले आहेत आणि म्हणून शीतयुद्धकालीन परिभाषा आणि दृष्टिकोन नव्या जगाकडे पाहताना तोकडा ठरतो; हेही दाखवणाऱ्या या घडामोडी...

अमेरिकेच्या अध्यक्षपदी जो बायडन आल्यानंतर त्यांनी प्रसंगी अमेरिकेवर विश्वास ठेवणाऱ्या घटकांचं काहीही होवो, 'अमेरिकेचं हित पहिलं', हे धोरण ठेवत अफगाणिस्तानातून माघार घेणं पसंत केलं. ही नामुष्की असली तरी ती परवडणारी, हे त्यांचं धोरण राहिलं. त्यांना एका बाजूला अमेरिकेतील अंतर्गत अस्वस्थता निपटायची आहे, तर दुसरीकडे त्यांच्यासमोर स्पष्ट आव्हान आहे ते चीनचं. त्यांची सारी वाटचाल या दोहोंकडे लक्ष केंद्रित करत चालली असताना अचानक युक्रेनलगत रशियाने केलेल्या सैन्यजमवाजमवीने नवाच पेच समोर उभा राहिला आहे. तयारी न केलेला पेपर कदाचित समोर आला आहे. अमेरिका आणि चीन यांच्यामधील स्पर्धा हाच काय तो जागतिक राजकारणाचा पट समजणाऱ्यांना, असा पट कधीही उधळू शकणारे अनेक खेळाडू तयार झाले आहेत आणि म्हणून शीतयुद्धकालीन परिभाषा आणि दृष्टिकोन नव्या जगाकडे पाहताना तोकडा ठरतो,

हेही दाखवणाऱ्या या घडामोडी. युरोपच्या सुरक्षाविषयक आकलनातील परस्परभिन्न दृष्टिकोन युक्रेनमध्ये पणाला लागले आहेत. साहजिकच तिथं काय होणार, याचा जागतिक रचनेवरचा परिणाम अनिवार्य, म्हणूनच समजून घेण्यासारखाही.

मागचा काही काळ जगाच्या बदलत्या रचनेविषयी चर्चा सुरू आहे. ही रचना कशी असेल आणि तीवर प्रभाव टाकणारे घटक कोणते याभोवती फिरणाऱ्या या चर्चेत शीतयुद्धानंतर तयार झालेली अमेरिकाकेंद्री किंवा अमेरिकेच्या नेतृत्वाखालची जागतिक रचना विस्कळीत होते आहे, हे जवळपास सर्वमान्य आहे. अमेरिकेचा प्रभाव कमी होत असेल तरी अमेरिका हीच जगातील सर्वांत मोठी लष्करी आर्थिक ताकद आहे, हेही वास्तव आहे. तसं असूनही अमेरिकेच्या वर्चस्वाला; किंबहुना एकूणच शीतयुद्धानंतर एका बाजूला मुक्त व्यापार, दुसरीकडे उदारमतवादी लोकशाहीचा जयघोष यांच्या परिपोषाला शह देणारी स्थिती तयार होत आहे. ही स्थिती उद्याच्या जगाची रचना अमेरिकेच्या वर्चस्वाला उघड आव्हान देऊ पाहणाऱ्या चीन आणि अमेरिका यांच्यातील संघर्ष अशी असेल, अशी मांडणी अनेक जण करत आहेत. चीनचा आर्थिक आघाडीवरचा उदय अत्यंत स्पष्ट आहे.

'चीनला वगळून जगाचं अर्थकारण अशक्य', अशी स्थिती निर्माण करून चीनने स्वतःला सिद्ध केलं आहे आणि ते यश मिळवल्यानंतर जगाच्या व्यवहारात आपलं स्थान अधोरेखित करायची मोहीमही सुरू केली आहे. ती अमेरिकी वर्चस्वाला जमेल तिथं आव्हान देणारी आहे. तरीही बदलत्या जगाची रचना अमेरिका आणि चीन यांच्या संघर्षापुरती मर्यादित नाही. पुन्हा एकदा दोन जागतिक शक्तींमधल्या शीतयुद्धापुरती नाही.

शीतयुद्ध किंवा 'ग्रेट गेम'च्या चष्म्यातून

केवळ शीतयुद्ध किंवा 'ग्रेट गेम'च्या चष्म्यातून या बदलांचं संपूर्ण आकलन करणारी मांडणी होऊ शकत नाही, इतकी गुंतागुंत या टप्प्यावर जगात तयार झाली आहे. हे सिद्ध करणारा खेळ रशियाचं सैन्य युक्रेनच्या दारावर उभं असताना दिसू लागला आहे. रशिया किमान आपल्यालगत कुणाचंही वर्चस्व तयार होऊ देणार नाही हे दाखवत राहील, जे रशियाच्या पवित्र्याने स्पष्ट झालं आहे. युक्रेनवर रशिया प्रत्यक्ष हल्ला करेल का आणि क्रीमिया ताब्यात घेतला तसा उरलेला युक्रेनही

पादाक्रान्त करेल का, या प्रश्नाचं उत्तर काहीही असलं तरी किमान पूर्व युरोप, लगतचा युरेशिया आणि काळ्या समुद्राच्या लगत आपल्या वर्चस्वाची पताका फडकत ठेवणं, हे रशियाचे अध्यक्ष पुतिन यांचं धोरण आहे.

अमेरिका किंवा नाटो-देशांच्या इशाऱ्यांना ते भीक घालण्याची शक्यता नाही. यातून आकाराला येत असलेला संघर्ष जगाला घोर लावणारा, देशोदेशीच्या बाजारात उलथापालथी घडवणारा आहे. या संघर्षाची दखल केवळ 'रशियन वर्चस्ववाद' एवढ्यापुरती पाश्चात्त्य माध्यमं घेऊ पाहताहेत, ते अपुरं आकलन तरी आहे किंवा अमेरिकी हितसंबंधांच्या दृष्टिकोनातून केलेली मांडणी तरी. त्यापलीकडे अनेक कोन या संघर्षाला आहेत, जे जगाच्या बदलत्या रचनेत एक महत्त्वाचं वळण आणू शकतात.

कस पाहणारा बुद्धिबळाचा डाव

पुतिन यांचा रशिया आणि शी जिनिपंग यांचा चीन यांची अमेरिकादी पाश्चात्त्यांशी भूराजकीय प्रभुत्वाची स्पर्धा सुरू झाली आहे. चीनच्या या स्पर्धेचे पैलू निराळे आहेत. रशियासाठी युरोपीय देशांनी रशियालगतच्या आणि पूर्व युरोपीय देशांवरचा रशियन प्रभाव मान्य करावा हे उद्दिष्ट आहे, तर युक्रेनचं भूराजकीय स्थान पाहता या देशाला रशियाच्या संपूर्ण प्रभावाखाली जाऊ देणं परवडणारं नाही, ही नाटो-देशांची धारणा आहे. यातून रशिया-अमेरिका यांच्यात २०१४पासून सुरू असलेला संघर्ष दोन्ही शक्तींना थेट रणांगणात घेऊन जाणार का, हा जगासाठी लक्षवेधी मुद्दा बनला. अर्थातच, असं युद्ध केवळ रशिया-युक्रेनपुरतं राहणार नाही, त्यात अमेरिकेला उतरावं लागेल काय, हा कळीचा प्रश्न होता. या प्रकारच्या युद्धाने रशिया, युक्रेन किंवा अमेरिका यांतील कुणाचाच लाभ होत नाही, एवढं यात गुंतलेल्या साऱ्यांनाच समजतं. त्यामुळेच युक्रेनलगत सुरू आहे तो सहनशक्तीचा कस पाहणारा बुद्धिबळाचा डाव. त्यात समोर दिसणाऱ्या हालचालींमागची गृहीतकं गहन-गंभीर आहेत.

एका बाजूला आजवरच्या अनेक अमेरिकी अध्यक्षांचं पाणी जोखलेले व्लादिमीर पुतिन, तर दुसरीकडे परराष्ट्र व्यवहारात मुरांब्यासारखे मुरलेले जो बायडन यांच्यातील हा डाव आहे. हे दोघंही युद्धाची हूल देतील; पण ती आपापले हितसंबंध अधिक पक्के करण्यासाठीच असेल, असेच मानले जात होते. युद्ध हा

त्यांच्यासाठी अखेरचा पर्याय असेल, जो रशियाला परवडणार नाही आणि अमेरिकेचा तो सध्याचा प्राधान्यक्रम नाही. त्यामुळे संघर्ष टोकापर्यंत ताणला जाणार नाही, अशी जगाला आशा होती. प्रत्यक्षात मात्र युक्रेन युद्ध टळलं नाही आणि ते दीर्घकाळ चिघळतही राहिलं.

शीतयुद्धात सोव्हिएत संघाचा पाडाव झाला. आर्थिकदृष्ट्या कोलमडलेली महासत्ता आपला प्रभाव गमावून बसली. सोव्हिएतच्या विघटनातून अनेक नवे देश आकाराला आले. बर्लिनची भिंत पडल्याने जर्मनीचं एकीकरण झालं आणि पूर्व युरोपमधले पूर्वाश्रमीचे कम्युनिस्ट देश रशियाच्या जोखडातून बाहेर पडले. ही अमेरिकेची सरशी होती. मात्र, विघटनानंतर उरलेल्या रशियाला आपल्या पूर्वावताराचा कधीच विसर पडलेला नाही. त्या पूर्वावतारात केजीबीसारख्या बलिष्ठ संघटनेत काम केलेले पुतिन यांनी या भावनेवर स्वार होत रशियात जवळपास निरंकुश सत्ता मिळवली आहे. त्यांना आव्हान देणारं कुणी उरणार नाही, याची सर्व प्रकारची खबरदारी त्यांनी घेतली आहे. सोव्हिएतकालीन प्रभुत्वाच्या त्यांच्या आकांक्षा लपलेल्या नाहीत. त्या स्वाभाविकपणे शीतयुद्ध जिंकणाऱ्या पाश्चात्त्यांच्या विरोधात जाणाऱ्या आहेत.

रशियाचे तंत्रज्ञान, लष्करी सामर्थ्य मोठे

पुतिन यांना पाश्चात्त्यांचा पूर्व युरोप, युरेशियातील स्पर्धक ही भूमिका स्पष्टपणे बजावायची आहे. ती आपल्या भोवतालच्या परिसरात रशियाचंच चालेल, हे ठसवण्यापासून सीरियासारख्या भागातील आपले हितसंबंध राखणाऱ्या खेळ्यांपर्यंत आणि जाहीरपणे पाश्चात्त्य राज्यव्यवस्थेचं मॉडेल कालबाह्य झाल्याचं सांगण्यापर्यंत सर्वत्र मांडायचा प्रयत्न ते करताहेत. सोव्हिएतकालीन ताकद रशियाकडे नाही हे खरं असलं तरी, रशियाच्या भोवताली आव्हान देणं सोपं नाही. तंत्रज्ञान, लष्करी सामर्थ्य यांत रशिया जागतिक ताकद आहे. त्याखेरीज सायबरक्षेत्रात रशिया उलथापालथी घडवू शकतो, याचं दर्शन अमेरिकेला झालं आहेच. शिवाय, पुतिन यांनी युरोपीय देशांना इंधनपुरवठ्यात घेतलेला काळजीपूर्वक पुढाकार हेही रशियाला सरसकट घेरण्यात अडचणी तयार करणारं प्रकरण आहे; म्हणूनच अमेरिकेची काहीही भूमिका असली तरी फ्रान्स-जर्मनीसारखे देश युक्रेनमध्ये अधिक ताणू नये यासाठी पुढाकार घेताहेत.

या साऱ्यातून रशियाचं म्हणून एक सामर्थ्य तयार झालं आहे, म्हणूनच अमेरिकेने आणि जगाने कितीही निंदा केली तरी रशियाने क्रीमियात सैन्य घुसवून तिथं नवी स्थिती कायम केली. त्यावर निषेध करण्यापलीकडे जगाला काही करता आलं नव्हतं. अमेरिकेने निर्बंध लादले तरी त्या निर्बंधांना रशियाने भीक घातली नव्हती. आता युक्रेनसाठीचं भांडणही व्यूहात्मक वर्चस्वाचं आहे. अमेरिका आणि नाटो यांचा प्रभाव आपल्या दिशेने पूर्वेकडे वाढू नये, हे पुतिन यांच्या हालचालींचं प्रमुख सूत्र आहे; तर युक्रेनचा घास घेऊन रशिया पुन्हा युरोपच्या दारात आव्हान बनून उभा राहू नये, हे अमेरिकेच्या पुढाकाराने होणाऱ्या हालचालींचं सूत्र आहे. रशियाने हळूहळू करत युक्रेनलगत एक लाख ३० हजारांची खडी फौज उभी केली, जी कधीही युक्रेनमध्ये घुसू शकते. अर्थात, प्रत्यक्ष युद्धापेक्षा तयारी दाखवून जमेल तितकं पदरात पाडून घेण्यावर रशियाचा भर होता. युक्रेन रशियाच्या अंदाजाहून अधिक चिवट निघाला.

रशियाचे मनसुबे कळणे अवघड

युक्रेनच्या संघर्षाला दीर्घकालीन पार्श्वभूमी आहे. सोव्हिएतच्या पतनानंतर रशियाला त्याचं जगातील न्याय्य स्थान मिळत नाही, ही पुतिन यांची तक्रार आहे. मधल्या तीस वर्षांच्या काळात रशिया बराचसा सावरला आहे. अमेरिका आणि युरोपीय देश नव्वदच्या दशकात होते त्या स्थितीत आता नाहीत. याचा लाभ घेत पुतिन आपलं म्हणणं युरोपीय देशांच्या आणि अमेरिकेच्या गळी उतरवायचा प्रयत्न करत आहेत. शीतयुद्धानंतर सोव्हिएतचं विघटन झालं, तसंच सोव्हिएतच्या प्रभावाखालील पूर्व युरोपातील देश कम्युनिस्ट राजवटीपासून बाजूला झाले. यातील अनेक जण नाटोच्या माध्यमातून अमेरिकेचे साथीदार बनले. त्या वेळी हे रोखणं कोसळत्या सोव्हिएत संघाला किंवा त्यानंतर आकारलेल्या रशियाला शक्य नव्हतं. यांतून लिथुआनिया, लाटव्हिया, इस्टोनियासारखे बाल्टिक देश किंवा पोलंड, रुमानियासारखे पूर्व युरोपातील देश नाटोत सहभागी झाले.

'नाटो' ही अमेरिकेच्या नेतृत्वाखालील सुरक्षा-आघाडी आहे, जीमध्ये कोणत्याही एका देशावरचा हल्ला हा या आघाडीवरचा हल्ला मानून प्रतिकार करण्याची हमी दिली गेली आहे. नाटोचा हा रशियाकडे सरकणारा विस्तार पुतिन यांना खुपत होता. खरं तर रोनाल्ड रेगन अमेरिकेचे अध्यक्ष असताना नाटोचा

विस्तार जर्मनीपासून पूर्वेकडे होणार नाही, याची हमी सोव्हिएतचे तत्कालीन अध्यक्ष मिखाईल गोर्बाचेव्ह यांना दिली गेली होती. याविषयींचा गोपनीय संवाद आता खुला झाला आहे.

या आधारावरच युक्रेन, जॉर्जिया हे थेट रशियाशी सीमा भिडलेले देश नाटोचे सदस्य होता कामा नयेत, हे पुतिन यांच्या रणनीतीचं सूत्र बनलं. २००८मध्ये जॉर्ज बुश यांनी युक्रेनला नाटो-सदस्यत्व देण्याचं सूतोवाच केलं, तेव्हापासून रशिया हा युक्रेनविषयी अधिकच संवेदनशील आहे. युक्रेन हा पूर्वीच्या सोव्हिएत संघातून बाहेर पडला. जगातील सर्वाधिक तिसऱ्या क्रमांकांची अण्वस्त्रं असलेला देश होता. त्याला अण्वस्त्रमुक्त करण्यात तेव्हा यश आलं, ही सारी अण्वस्त्रं रशियाकडे गेली. त्या बदल्यात युक्रेनच्या संरक्षणाची हमी दिली गेली. या स्थितीला मोठा झटका बसला तो २०१४मध्ये रशियाने केलेल्या कारवाईने.

युक्रेनमध्ये छुपं युद्धतंत्र

रशिया आणि पुतिन यांच्याशी जुळतं घेणाऱ्या युक्रेनच्या अध्यक्षांची हकालपट्टी झाली आणि पाश्चात्त्यांच्या मागं लागलेल्या युक्रेनच्या क्रीमिया या भागात रशियाने सैन्य धाडलं. हा भाग रशियाला जोडूनही टाकला. तिथं घेतलेल्या जनमताचा कौल रशियात विलीन होण्याच्या बाजूने होता. अर्थातच, हा बोगस जनादेश असल्याचा पाश्चात्त्यांचा आरोप राहिला. मात्र, भूराजकीयदृष्ट्या एक महत्त्वाचा प्रदेश रशियाचा भाग झाला. याच वेळी पूर्व युक्रेनमध्ये रशियाने छुपं युद्धतंत्र अवलंबलं. तिथल्या बंडखोरांना साथ देत या भागावरचं युक्रेनचं नियंत्रण जवळपास संपवलं.

२०१५च्या युद्धबंदी-करराने रशिया समर्थक गटांना अधिक आवाज मिळाला. अगदी परराष्ट्र धोरणातही त्यांचं मत महत्त्वाचं बनलं. मात्र, रशियाच्या या खेळीमुळे युक्रेनच्या मुख्य भूमीत रशियाच्या विरोधात तीव्र भावना तयार झाली. या भागातील लढाईत आतापर्यंत १४ हजार जणांचा बळी गेला आहे. लाखोंचं स्थलांतर झालं आहे. पुतिन यांच्या मनसुब्यांचा नेमका अंदाज लावणं कठीण आहे. किमान युक्रेन, बेलारुसवर पाश्चात्त्यांचं पूर्ण नियंत्रण राहू नये इतकी व्यूहात्मक तरतूद करणं, हे पुतिन यांचं या संघर्षातील प्राथमिक उद्दिष्ट असेल.

जागतिक मुत्सद्देगिरीसमोरचे आव्हान

रशियाने या भागातील वर्चस्वासाठी यापूर्वी निरनिराळ्या खेळ्यांचा अवलंब केला होता. त्यांत मोठ्या प्रमाणात चुकीच्या, दिशाभूल करणाऱ्या माहितीचा मारा करणं, सायबर हल्ले करून यंत्रणा खिळखिळ्या करणं आणि बंडखोरांना मदत करून युक्रेनमधील व्यवस्था पोखरणं अशा साऱ्या प्रकारांचा समावेश होता. मात्र, या साऱ्यांतून एका मर्यादेपलीकडे यश येत नाही, हे स्पष्ट झाल्यानंतर आणि अफगाणिस्तानातून बाहेर पडलेल्या अमेरिकेच्या मानल्या जाणाऱ्या अशक्तपणाचा लाभ घेत रशिया बेटकुळ्या दाखवतो आहे. या तणावाचा परिणाम म्हणून युद्ध झालंच तर ते त्यात सहभागी होणाऱ्या सर्वांसाठी भयानक परिणाम घडवणारं असेल. रशियाने कितीही प्रयत्न केले तरी युक्रेनमध्ये असलेल्या रशियाविरोधी भावनेवर केवळ बळाने मात करणं अशक्य आहे. त्याचबरोबर तिथल्या काही भागांत रशिया समर्थकांचा जोर आहे, तो युक्रेनला किंवा पाश्चात्त्यांना नाकारता येणं शक्य नाही.

५० हजारांवर बळी आणि...

रशिया युद्ध टाळून आपल्या मागण्या मान्य करायला लावायचा प्रयत्न करेल. संपूर्ण युक्रेन ताब्यात घ्यायचा रशियाने प्रयत्न केला तर एका अंदाजानुसार, केवळ शहरांमधून ५० हजारांवर नागरिकांचा बळी जाईल, पन्नास लाखांचं स्थलांतर होईल. त्याचे परिणाम युक्रेनबरोबरच रशियाच्या अर्थव्यवस्थेवरही होतील, जे रशियाला परवडणारं नव्हतं. मात्र, युद्धज्वर अन्य कशाहीपेक्षा सरस ठरतो.

खरा संघर्ष आहे; तो पुतिन यांच्या स्वप्नांतलं रशियाचं स्थान आणि पाश्चात्त्य देश रशियाला देत असलेलं स्थान यांतील अंतराचा. पुतिन २२ वर्षं सत्तेत आहेत. त्याचं वय आहे ६९. सोव्हिएतच्या पतनानंतर रशियाच्या वैभवाची पायाभरणी करणारा नेता त्यांना बनायचं आहे. यासाठी आग्रही भूमिका घेण्याची हीच वेळ असल्याचं त्यांना वाटत असेल तर नवल नाही. याचं कारण, रशियावर कितीही अविश्वास असला तरी रशिया आणि चीन पूर्णतः एकाच बाजूला राहू नयेत यासाठी अमेरिकेला काही हालचाली कराव्याच लागतील.

रशियाशी सशस्त्र संघर्षाने पाश्चात्त्यांच्या हाती काही लागण्याची शक्यता नाही. रशियाच्या लढण्याच्या क्षमता पाश्चात्त्यांच्या नाकीनऊ आणू शकतात.

सोव्हिएत कोलमडला तो आर्थिक दुरवस्थेने, लष्करी ताकदीत कमी पडल्याने नाही, याची जाणीव पाश्चात्त्यांनाही असेलच. तेव्हा आता ताणलं तर आपलं म्हणणं रेटता येईल, ही पुतिन यांची अटकळ आहे. हे सारं समजत असल्यानेच प्रत्यक्षात रशियाच्या हाती फार काही लागू न देता रशियाला युद्धखोर ठरवायचे प्रयत्न अमेरिका आणि नाटो-देश करताहेत. यातून संघर्ष ताणला गेला.

२०१५ची युद्धबंदीरेषा हवी

रशियाच्या मागण्यांतील काही उघडपणे मान्य करणं अमेरिकेला अशक्य आहे. 'युक्रेन, जॉर्जियाला नाटोचं सदस्यत्व देऊ नये; नाटो-फौजांची आणि हत्यारांची उपस्थिती युक्रेनमधून हटवावी; २०१५ची युद्धबंदीरेषा मान्य करावी', या त्या प्रमुख मागण्या. युक्रेनला नाटोचं सदस्यत्व देणं तातडीने शक्यतेच्या कोटीतलं नाही. नाटो-सदस्यांत याविषयी एकमतही नाही. मात्र, त्यासाठी लेखी हमी नाटो-देश देणं शक्य नाही. या मागणीच्या आडून प्रत्यक्ष वाटाघाटीत कदाचित नाटोची उपस्थित मर्यादित करणं, पूर्व युक्रेनमधील भागाला अधिक स्वायत्तता द्यायला भाग पाडणं, त्याद्वारे रशिया समर्थकांचा शिरकाव युक्रेनच्या सर्व व्यवस्थांमध्ये घडवणं, हे पुतिन यांचं उद्दिष्ट असू शकतं. युक्रेन हा रशियाचा भाग बनला नाहीतरी रशियाच्या प्रभावक्षेत्रातच त्याला नांदावं लागेल अशी व्यवस्था युक्रेनला आणि जगालाही मान्य करायला लावणं, हाही पुतिन यांच्या उद्दिष्टांचा भाग असू शकतो. युरोपच्या सुरक्षेत रशिया भागीदार असेल, हे त्यांना दाखवायचं आहे. ते सिद्ध करणं हेही त्यांचं उद्दिष्ट असेलच. हे करताना रशियाने राष्ट्रवादाला उकळी आणून देशात वाढणारा विरोध मोडून काढणं, हाही पुतिन यांचा प्रयत्न असेलच.

रशियाचा 'नॉर्ड स्ट्रीम-२' प्रकल्प

रशियाला बळाच्या जोरावर रोखण्यात जो बायडन यांनाही फार रस नव्हता. अध्यक्ष झाल्यापासून थेट लष्करी संघर्ष कमी करण्याकडेच त्यांचा कल आहे. मात्र, रशियावर अत्यंत कठोर आर्थिक निर्बंध लागू करण्याचा मार्ग त्यांच्याकडे उपलब्ध आहे, ज्यात आंतरराष्ट्रीय बँकिंगपासून रशियाला तोडणं, पुतिन यांच्यासह महत्त्वाच्या रशियन नेत्यांची-अधिकाऱ्यांची खाती गोठवणं आणि अमेरिकेत सांगितलं जातं त्यानुसार, 'नॉर्ड स्ट्रीम-२' या रशियाच्या ११ अब्ज डॉलर खर्चाच्या

महाप्रकल्पाच्या नाड्या आवळणं, हे मार्ग असू शकतात. हा प्रकल्प रशियातून युरोपात नैसर्गिक वायू घेऊन जाणारी पाइपलाइन टाकणारा आहे. आर्थिक निर्बंधांद्वारे तो कोलमडण्याची व्यवस्था अमेरिका करू शकते. मात्र, हा प्रकल्प रशियाइतकाच जर्मनी आणि अन्य युरोपीय देशांसाठीही महत्त्वाचा आहे.

आताही युरोपला पुरवल्या जाणाऱ्या नैसर्गिक वायूतील ४० टक्क्यांवर वाटा रशियाचा आहे. रशियावर आर्थिक निर्बंधांनी त्या देशाला चांगलीच झळ बसेलही. मात्र, त्याचा विपरीत परिणाम युरोपातील देशाच्या अर्थव्यवस्थेवरही होणाराच आहे, जी झळ थेटपणे अमेरिकेला नसेल. यातून युरोप किंवा नाटो-देशांतही हे पर्याय कसे, कुठपर्यंत वापरावेत यात मतभेद असतील. तेव्हा पर्याय उपलब्ध असतीलही, तरी ते अवलंबणं इतकं सोपं नाही, असा प्रचंड गुंतागुंतीचा मामला युक्रेनच्या निमित्ताने तयार झाला आहे.

शीतयुद्धानंतर कदाचित प्रथमच अशा प्रकारे रशिया-अमेरिकेला एकमेकांसमोर उभं करणारा आणि त्यातही शीतयुद्धात नव्हती इतकी गुंतागुंत करणारा पेच समोर आला आहे. तो सोडवणं हे म्हणूनच जागतिक मुत्सद्देगिरीसमोरचं आव्हान आहे.

भांडवली बाजारात तारांबळ

रशियाच्या युक्रेनविषयक हालचालींना प्रतिसाद देताना अमेरिकेला जे काही करावं लागतं आहे त्यातून जगाच्या अर्थव्यवहारांवर परिणाम अटळ आहेत. केवळ युद्धाच्या शक्यतेने जगभरातील भांडवली बाजारात तारांबळ उडाली. या संघर्षाने जगासमोरच्या महत्त्वाच्या भूराजकीय मुद्द्यांना वळण देण्यात अमेरिका आणि चीनच नव्हे तर, रशियाही भूमिका बजावू शकतो, हे दाखवून दिलं आहे. त्यापलीकडेही अनेक खेळाडू हे करू शकतात. याचं कारण, शीतयुद्धानंतरच्या जागतिकीकरणाच्या काळात तयार झालेले बहुध्रुवीय हितसंबंध – जे नव्या जागतिक रचनेवर प्रभाव टाकतील – युक्रेनच्या पेचाने त्यांची झलक दिसते आहे.

(सप्तरंग, २० फेब्रुवारी २०२२)

रशिया-युक्रेन युद्धकोंडी

'युद्ध' हे काही वर्धापनदिन साजरा करावा, अशी घटना नसते. युक्रेनवर रशियाने केलेल्या आक्रमणाला वर्ष संपताना कुण्या एकाचा पराभव होण्याची शक्यता दिसत नव्हती. या युद्धात दोन्ही बाजूंनी प्रत्यक्ष आणि अप्रत्यक्ष रसदपुरवठा होतो आहे. यातून अप्रत्यक्षपणे अमेरिका आणि 'नाटो' सदस्य देश एका बाजूला; तर दुसरीकडे रशिया-चीन-इराण यांची आघाडी असा संघर्ष साकारतो आहे.

युद्ध हे काही वर्धापनदिन साजरा करावं, असं प्रकरण नसतं. मात्र, एखादं युद्ध वर्षभर लढलं जात असेल तर त्याची जगावरच्या परिणामांच्या अंगाने दखल घेणं आवश्यक ठरतं. रशियाने युक्रेनवर आक्रमण केल्यानंतर वर्ष लोटताना युद्ध संपायची कसलीही चिन्हं नाहीत. युद्धात कुण्या एकाचा पराभव होण्याची शक्यता तूर्त दिसत नाही. तसा तो होऊ नये यासाठी उभय बाजूंनी प्रत्यक्ष आणि अप्रत्यक्ष रसदपुरवठा होतो आहे. युक्रेनने रशियाला राजधानी जिंकू दिली नाही, हे यशच. मात्र, त्याचीही किंमत महाप्रचंड आहे आणि रशियाचे अध्यक्ष व्लादिमीर पुतिन यांच्यासमोर युक्रेनच्या प्रतिकाराने तर प्रतिष्ठेचा प्रश्नच उभा केला आहे. कोणताही कणखर मुखवटा घेऊन फिरणारा एकाधिकारशहा अशा स्थितीत धोकादायक पावलं उचलू शकतो. या युद्धाने आधीच तडाखा दिलेल्या जागतिक अर्थव्यवस्थेसाठी ही चिंता कायम असेल. दुसरीकडे, युक्रेनचा वापर जागतिक

भूराजकीय वर्चस्वाच्या खेळात प्याद्यासारखा होतो आहे. यातून अप्रत्यक्षपणे अमेरिका आणि 'नाटो' सदस्य देश एका बाजूला, तर दुसरीकडे रशिया-चीन-इराण यांची आघाडी, असा संघर्ष साकारतो आहे.

अमेरिकी इरादा

युक्रेनच्या युद्धाला एक वर्ष पूर्ण होताना युद्ध संपण्याची चिन्हं तर दिसत नाहीतच; मात्र, युक्रेनच्या आडून ज्या दोन गटांत हा संघर्ष होतो आहे त्यांच्यातील दरी वाढलीच आहे. एकतर उघड आहे की, ज्या प्रकारच्या झटपट विजयाची कल्पना रशियाने केली होती आणि बहुतेकांना ती योग्य वाटत होती, तसं घडलेलं नाही. सुरुवातीच्या चाचपडण्यानंतर युक्रेनचं सैन्य सावरलं आणि रशियाला जोरदार प्रतिकार होऊ लागला. यातून रशियाची कोंडी करण्यात युक्रेनला बरंचसं यशही आलं. इतकंच नव्हे तर, रशियाने सुरुवातीला ताब्यात घेतलेले काही भागही युक्रेनने पुन्हा मिळवले. रशियन सैन्य मर्यादेपलीकडे युक्रेन पादाक्रान्त करू शकलं नाही, हे वास्तव आहे. युक्रेनमध्ये तिथले अध्यक्ष वोलोदिमीर झेलन्स्की यांनी जागवलेली राष्ट्रवादाची भावना आणि पाश्चात्त्यांची मदत यांतून युक्रेन तुलनेत अत्यंत बलाढ्य रशियासमोर तग धरून उभा आहे. युद्धाच्या वर्षाने रशियाच्या मारकक्षमतेविषयी प्रश्नचिन्ह तयार झालं आहे, तसंच व्लादिमीर पुतिन यांच्या नेतृत्वाविषयीही शंका तयार होऊ लागली आहे. या युद्धाने रशियाच्या लष्करी प्रतिष्ठेला धक्का दिला आहे.

अर्थात, युक्रेनने रशियाला रोखल्याने रशियाला फटका बसला तरी या देशाकडे असलेलं शस्त्रांचं आणि अण्वस्त्रांचं महत्त्व संपत नाही. अमेरिकेने जमेल तितकी आर्थिक कोंडी करूनही रशिया त्यातून वाट काढतोच आहे; किंबहुना आर्थिक निर्बंधांचं जे शस्त्र – अन्य कोणत्याही देशाला टेकीला आणताना अमेरिकेला अमोघ वाटत होतं – ते तितकं धारदार उरलेलं नाही, याची जाणीवही या युद्धाने झाली आहे.

रशियाला चीनची साथ?

रशियाला चीनची अप्रत्यक्ष साथही आहे. यातून एका बाजूला अमेरिकादि पाश्चात्त्य; खासकरून 'नाटो' गटातील देश, तर दुसरीकडे रशिया आणि त्याला

समर्थन देणारा चीन असं चित्र उभं राहतं आहे. ते जगाच्या बदलत्या रचनेत संघर्षाची दिशा दाखवणारं आहे. दुसरीकडे, रशियाचं आक्रमण मान्य नाही; मात्र, रशियाला पूर्णतः बाजूला टाकण्याची तयारीही नाही, असे भारतासारखे देशही आहेत. वर्षनंतर युद्धसमाप्तीची अटकळ लावणं कठीण अशा स्थितीत ते आलं आहे.

पुतिन यांना जिंकू द्यायचं नाही, हा अमेरिकी इरादा, जो बायडन यांनी युद्धग्रस्त युक्रेनला जी भेट दिली, तीतून पुढे आला आहे. रशियाचं नाक युक्रेनमध्ये परस्पर कापलं गेलं तर अमेरिकेला त्याहून अधिक आनंद नसेल. मात्र, ते तसंच घडू देण्यात, एका बाजूला रशियाचं अद्याप पूर्णतः न वापरात आलेलं सामर्थ्य आणि पुतिन यांच्यासारखा कोणत्याही थराला जाऊ शकेल असा नेता, हा अडथळा आहे. तसंच चीनची भूमिका आणि अमेरिका डोईजड होऊ नये असं वाटणाऱ्यांचा गटही आहे.

दोन्ही बाजूंची कोंडी

वर्षभर लांबलेल्या या युद्धाने अनेक लोकप्रिय समजांना धक्का दिला आहे. एक तर, आधुनिक काळात दीर्घ काळाचं शीतयुद्ध इतिहासजमा झाल्याचं मानलं जात होतं. या युद्धाने त्यातला फोलपण दाखवून दिला. युक्रेनच्या सैन्याच्या तुलनेत खूपच उजव्या असलेल्या रशियन सैन्याला युक्रेन सहज पादाक्रान्त करता येईल, असंही सुरुवातीला समजलं जात होतं. पुतिन यांच्या दादागिरीला वेसण घालायची इच्छा अमेरिकेने आणि पाश्चात्त्यांनी गमावली आहे, असाही एक समज युद्धाच्या सुरुवातीच्या वेळी दिसत होता. मात्र, एक तर युक्रेनने जोरदार लढत तर दिलीच; शिवाय, अमेरिकेनंही थेटपणे रशियन सैन्याशी मुकाबला होणार नाही याची काळजी घेत युक्रेनला जमेल तितका रसदपुरवठा सुरू ठेवला आणि सहज विजयाचं रशियाचं स्वप्न भंगलं. आता वर्षानंतर युद्धात दोन्ही बाजूंनी कोंडी झाली आहे. युक्रेनने लढत चांगलीच दिली असली तरी रशियाचा ज्या प्रकारचा पूर्ण पराभव युक्रेनला किंवा अगदी अमेरिकेलाही अपेक्षित असेल, तसा तो होणं सोपं नाही. पुतिन तो टाळण्यासाठी काहीही करू शकतात. या दरम्यान त्यांनी अण्वस्त्रांचा उल्लेख वारंवार केला आहे. त्यांचा वापर होणारच नाही, याची खात्री देणं कठीण आहे.

रशियाला युक्रेनवर पूर्ण विजय हवा होता. तसा तो मिळवल्यानंतर रशियालगतचा भाग जोडून घ्यायचा आणि युक्रेनमध्ये आपल्याला सोईचं सरकार बसवायचं ही योजना प्रत्यक्षात आणणं जमलेलं नाही, जमण्याची शक्यता अंधूक होत चालली आहे. मात्र, दोन्हींकडून कशाच्या आधारावर युद्ध थांबवायचं यावरचे मतभेद कायम आहेत.

युक्रेनमधील झेलेन्स्की यांचं राज्य हे नवनाझींचं राज्य असल्याचं पुतिन मुळातच मानतात; तर रशियाने बिनशर्त मागं जावं, असं युक्रेनला वाटतं. पुतिन कधीच विजयी होऊ शकत नाहीत, असं अमेरिकेला वाटतं; याचा अर्थ त्यांना युक्रेनला पराभूत होऊ द्यायचं नाही आणि रशियाची नामुष्की होईल इतपत चीन गप्प राहील, ही शक्यता नाही. तेव्हा, या कोंडीतून वाट काढताना समन्वय आणि चर्चा हाच उपाय असू शकतो. मात्र, यानिमित्ताने अमेरिकेला रशियाला झटका देतानाच चीनलाही इशारा द्यायचा आहे, असं त्यांच्या सध्याच्या हालचालींवरून दिसतं. यातून युक्रेनचा वापर प्याद्यासारखा होत राहील. त्यांच्या लढाईचं कौतुक कितीही केलं तरी एक देश पार उद्ध्वस्त होतो आहे, हे वास्तव कसं झाकणार?

युद्धाआधीही युक्रेनचा दावा असलेल्या प्रदेशातील सात टक्के भागावर रशियाचं नियंत्रण होतं. युद्धानंतर रशियाने सुमारे २७ टक्के भागावर नियंत्रण मिळवलं. मात्र, नंतरच्या युक्रेनच्या तिखट प्रतिकारातून रशियाला यातील नऊ टक्के भूभाग गमवावा लागला. वर्ष संपताना युक्रेनच्या २९ हजार चौरस मैल भागावर रशियाचा कब्जा आहे. युद्धातील हानीविषयींचे दावे-प्रतिदावे सोईचेच असतात. मात्र, गेल्या वर्षभरात सुमारे तीन लाख मृत्यू या युद्धाने घडवले, असा अंदाज आहे. मालमत्तेचं नुकसान तर प्रचंडच आहे.

नवे संदर्भ

हे युद्ध मागच्या वर्षी सुरू झालं असलं तरी पुतिन यांची युक्रेनविषयींची भूमिका नवी नाही. क्रीमिया त्यांनी २००४मध्ये असाच ताब्यात घेतला आणि जगाने व्यक्त केलेल्या नाराजीकडे, संतापाकडे दुर्लक्ष करत पचवूनही टाकला. तेव्हापासून, युक्रेनवर कधी तरी त्यांची नजर पडेल, हे उघड होतं. त्यासाठीचा रशियाचा युक्तिवाद हा 'युक्रेनला 'नाटो' गटात घेण्याच्या हालचाली रशियाच्या एकसंधतेला आव्हान देतात म्हणून युक्रेनला धडा शिकवला पाहिजे,' अशा प्रकारचा होता.

अमेरिकेने ज्या रीतीने शीतयुद्धाच्या पाडावानंतर रशियाशी व्यवहार आरंभला आणि 'नाटो'चा विस्तार रशियाच्या दिशेने पूर्वेकडे होत राहिला, तो पाहता रशियाच्या तक्रारीत अगदीच तथ्य नाही असं नाही; किंबहुना शीतयुद्ध संपताना अमेरिकेने रशियाला 'नाटो'च्या विस्तारासंदर्भात दिलेली आश्वासने बाजूला टाकल्यानंतर रशियाची नाराजी स्वाभाविक. मात्र, त्यासाठी युक्रेनचा घास घ्यायचा प्रयत्न हा, 'रशियाच्या अवतीभोवती आम्ही म्हणू तेच होईल. त्यात अमेरिकेची, पाश्चात्त्यांची किंवा अन्य कुणाचीही दखल रशिया घेणार नाही', हे दाखवणं हा उद्देश होता.

...आणि सत्ताप्रभावाचा खेळ

पुतिन यांना रशियाच्या सोव्हिएतकालीन प्रभावाची स्वप्ने पडतात, यातही नवं काही नाही; तर रशिया असा उभा राहू नये यासाठीच्या अमेरिकी रणनीतीतही नवं काही नाही. मुद्दा यातील एकमेकांनी अजमावलेल्या सहनशीलतेच्या मर्यादा ओलांडल्या जातात तेव्हा थेट संघर्षाच्या शक्यता तयार होतात. युक्रेन युद्ध ही अशीच शक्यता. यात थेट अमेरिकेला रणमैदानात रशियाचा मुकाबला करायचा नाही. मात्र, युक्रेनला मदत करत रशियाला जेरीस आणायचं हे अमेरिकी धोरण आहे. यातील रशियाचं आक्रमण आणि त्यासाठी वापरलेला 'हम करे सो...' रस्ता कधीच समर्थनीय असू शकत नाही. मात्र, जागतिक राजकारण आणि सत्ताप्रभावाचा खेळ इतका कृष्ण-धवल कधीच नसतो. त्याला अनेक पदर असतात आणि गुंतागुंत असते. तशी ती युक्रेनच्या युद्धातही आहे. या युद्धात युक्रेनमधील सामान्य नागरिक हकनाक मारले गेले आहेत आणि त्या देशाच्या सार्वभौमत्वाचा मुद्दाही यात पणाला लागला आहे, हे खरंच आहे. मात्र, म्हणून युद्धाच्या आडून सुरू झालेला ग्रेट पॉवरगेम दुर्लक्षिण्यासारखा नाही.

जगाच्या भविष्यातील रचनेवर या युद्धाचा परिणाम अत्यंत उघडपणे असेल. या रचनेतील स्पर्धा-संघर्ष अमेरिका आणि चीन यांच्यात असेल, या समजाला रशियाने युद्धाला सुरुवात करून तडा दिला आणि अमेरिकेसह पाश्चात्त्यांना चीनला रोखण्याइतकंच रशियाकडे लक्ष देणं आवश्यक बनवलं. याचे काही अत्यंत ठोस परिणाम झाले आहेत, जे नजीकच्या भविष्यातील जागतिक रचनेवर प्रभाव टाकतील. युद्धातील वर्षभरातल्या घडामोडी आणि येणारं वर्ष लष्करी मोहिमांच्या

अभ्यासासाठी आणि भूराजकीय वर्चस्वाच्या खेळातील नियम ठरवण्यात नवे संदर्भ पुरवणारं असेल.

भारताची अनिवार्य भूमिका

एक तर, डोनाल्ड ट्रम्प यांच्या अमेरिकेतील अध्यक्षीय काळात 'नाटो'कडे दुर्लक्ष सुरू झालं होतं. 'नाटो'चा भार अमेरिकेनेच किती वाहावा, ही तक्रार तर बराक ओबामा यांच्या काळापासूनच सुरू होती. या युद्धाने 'नाटो'ला पुन्हा मध्यवर्ती स्थानी आणलं. 'नाटो'साठी अधिक खर्च करायला सदस्य देश तयार होऊ लागले. याशिवाय युद्ध वगैरे जे काही होईल ते युरोप-अमेरिकेपासून दूर, असा जो समज या देशांत होता त्याला युक्रेनच्या युद्धाने झटका बसला. युरोपच्या दारात हे युद्ध लढलं जात आहे आणि ही स्थिती कधीही युरोपात गृहीत धरलेल्या शीतयुद्धोत्तर सुरक्षिततेला सुरुंग लावू शकते, याचं भान तिथं आलं. युरोपच्या सुरक्षारचनेत रशियाचं काही म्हणणं आहे, हे ठसवण्याचा एक मार्ग म्हणूनही पुतिन या युद्धाकडे पाहत होते. याचा परिणाम असा झाला की, दुसऱ्या महायुद्धानंतर जर्मनीसारखे आणि जपानसारखे देश पहिल्यांदाच संरक्षण सज्जतेकडे अधिक गांभीर्याने पाहू लागले. जर्मनीने तर आपली संरक्षण तरतूद दुप्पट केली. ही सज्जता 'संरक्षणावर खर्च करण्यापेक्षा विकासावर भर देऊ या', या मानसिकतेतून बाहेर काढणारी, म्हणूनच भविष्यावर प्रभाव टाकणारीही आहे. जे 'नाटो' देश विस्कळीत वाटत होते ते अधिक एकजूट दिसू लागले, हा आणखी एक परिणाम; जो जगाची विभागणी 'लोकशाहीवादी देश आणि एकाधिकारशाहीवादी नेतृत्व असलेले देश' अशी करून लोकशाहीवाद्यांचं नेतृत्व करू पाहणाऱ्या बायडन यांच्या पथ्यावर पडणारा होता.

रशियाचा कोन बळकट

अमेरिका-चीन या स्पर्धेत रशियाचा कोन अधिक ठळक बनला; सोबतच चीन-रशिया सहकार्यही. शीतयुद्धात चीनला रशियापासून दूर करणं, हा निक्सनकालीन आणि किसिंजर यांच्या पुढाकारातून साकारलेला प्रयत्न यशस्वी होण्याचा वाटा अमेरिकेने शीतयुद्ध जिंकण्यात होताच. आता ते दोन देश पुन्हा अगदी निकट आले आहेत. तुर्कस्तानसारखा देश एकाच वेळी दोन्ही बाजूंनी लाभ घ्यायचा प्रयत्न करू शकतो, हेही या युद्धात दिसलं. तुर्कस्तान असो की भारतासारखा कधीच अन्य

देशातील संघर्षात प्रत्यक्ष सहभागी न झालेला देश असो, या युद्धात त्यांच्या भूमिका महत्त्वाच्या बनताहेत. युद्ध सुरू असताना आणि अमेरिकेने निर्बंध लादले असतानाही भारताने रशियाकडून तेल खरेदी सुरूच ठेवली.

रशियाची निंदा करणाऱ्या कोणत्याही ठरावात भारताने भाग घेतला नाही; मात्र, 'युद्ध चुकीचं' ही भूमिकाही कायम ठेवली. याला कुणी 'अगतिकता', तर कुणी 'भूमिका घेता येत नाही', असं कितीही म्हटलं तरी आणि नैतिकतेचे डोस द्यायचा प्रयत्न केला तरी जागतिक संबंध हे आपापल्या देशाच्या हितांवर ठरत असतात आणि त्यात निखळ नैतिकता शोधत बसायचं कारण नसतं. साहजिकच, भारताने अनिवार्य अशीच भूमिका घेतली.

युद्धाचे काही धडे

युद्धात इतर देश मदत करतील; पण युद्ध ज्याचं त्यानेच लढायचं असतं. युक्रेनवर रशियाने हल्ला केल्यानंतरचा हा धडा तो देश शिकला. हा धडा तसा सगळ्यांसाठीच आहे. अलीकडच्या काळात तंत्रज्ञानात झालेल्या बदलांचा युद्धात मोठा किंवा निर्णायक परिणाम असेल, असं सांगितलं जात असे. तसा अफगाणिस्तानपाठोपाठ युक्रेनच्या युद्धभूमीत तंत्रज्ञानाचा वापर आवश्यक आहे आणि त्याचा प्रभावही नक्कीच आहे; मात्र युद्धभूमीत अंतिमतः निर्णायक ठरते ती पारंपरिक लढण्याची ताकद, हे दिसून आलं आहे. ज्या ड्रोनचा बराच गाजावाजा होत राहिला ते आता युद्धातून जवळपास गायब आहेत.

याचं कारण, ड्रोनने प्रतिपक्षाचं नुकसान करता येऊ शकतं; मात्र, निर्णायक सरशीसाठी त्याचा उपयोग नसतो. युक्रेनच्या बाजूने तुर्कस्तानी आणि रशियाच्या बाजूने इराणी ड्रोनचा वापर सुरुवातीला झाला. तो पुढे दोन्हीकडून थांबला. जमिनीवर इंच इंच लढणं युद्धात अनिवार्य असतं आणि तेच विजय किंवा पराभव ठरवतं, हेही या युद्धाने पुन्हा अधोरेखित केलं. अत्यंत खर्चिक आणि आधुनिक, आक्रमक अशा लष्करी सामग्रीला तुलनेत स्वस्त बचावाची यंत्रणा मोठा तडाखा देऊ शकते हे –युक्रेनने, ज्या रीतीने रशियाचं हवाई आणि युद्धनौकांचं नुकसान केलं– त्यातून दिसतं. अनेक रशियन रणगाडे युक्रेनच्या सैन्याने खांद्यावरून मारा करायच्या क्षेपणास्त्राने उडवल्याचं समोर आलं आहे. रशियाचा आणि पुतिन यांचा आपल्या बळावरचा अतिविश्वास अनाठायी असल्याचं हे या युद्धाने दाखवून दिल

आहे. नागरी वस्त्यांवरचे हल्ले घबराट पसरवण्यात रशियाच्या उपयोगी पडण्याऐवजी त्यातून रशियाच्या विरोधात लढायची युक्रेनच्या नागरिकांची मानसिकताच बळकट बनवणारे ठरले.

बलदंड रशिया न परवडणारा

रशियाला आतापर्यंत युद्ध जिंकण्यात आलेलं अपयश हा युक्रेनला अमेरिकेतून आणि युरोपातून मिळालेल्या मदतीचा परिणामही आहे. एकट्या अमेरिकेने युक्रेनला ११५ अब्ज डॉलरची मदत दिली आहे. त्यातली निम्मी मदत लष्करी सामग्रीची आहे आणि रशियाच्या लष्करी सामर्थ्यासमोर टिकाव धरू शकतील अशा शस्त्रांचा सढळ हस्ते पुरवठा युक्रेनला होत राहिला आहे. यात अर्थातच युरोपच्या दारात सुरू झालेलं युद्ध रशियाने जिंकलं तर युरोपपुढच्या अडचणींत भर पडेल, ही चिंता हेच प्रमुख कारण आहे.

भूराजकीयदृष्ट्या युरोपमधील कुणालाही बलदंड रशिया परवडणारा नाही. युद्धाला तोंड फुटल्यानंतर रशियाला कमकुवत करण्याची आणि तसं जगाचं आकलन बनवण्याची संधी म्हणून अमेरिकी धोरणकर्ते या मदतीकडे पाहत आहेत. युक्रेनच्या सरकारी नोकरांचे पगारही अमेरिकी मदतीमुळेच शक्य झाले, याचा अर्थ, युद्धात उतरलेल्या दोन देशांची लष्करी ताकद काय, याबरोबरच किती आणि कशा स्वरूपाची मदत बाहेरून मिळते आणि उपलब्ध साधनांचा किती चांगल्या रीतीने वापर करता येतो यालाही युद्धाच्या मैदानात महत्त्व आहे. जागतिकीकरणाचा परिणाम म्हणून तयार झालेले सखोल आर्थिक हितसंबंध लष्करी संघर्ष टाळू शकतीलच याची खात्री नाही, हे रशियाचं आक्रमण आणि त्याला रशियावरचं ऊर्जेसाठीचं अवलंबन असूनही युरोपातून मिळालेला प्रतिसाद यातून दिसतं. वर्षानंतर युद्धाने जगाच्या अर्थव्यवस्थेवर कोरोनापाठोपाठ एक मोठा आघात केला. जगभर महागाईचा आगडोंब उसळण्यात या युद्धाचा वाटाही आहेच. मात्र, म्हणून दोन्ही बाजूंनी युद्ध संपावं यासाठी कसलीही तयारी दिसत नाही; किंबहुना, वर्ष पूर्ण होताना पुतिन यांनी दिलेले संकेत आणि बायडन यांनी थेट युक्रेनला गोपनीयरीत्या दिलेली भेट यांतून युक्रेनच्या आडून या दोन देशांतला संघर्ष भडकतच राहील, याचं दर्शन घडलं आहे.

(सप्तरंग, ५ मार्च २०२३)

मध्यपूर्वेतील भडका

'हमास' या पॉलेस्टिनी अरबांच्या दहशतवादी संघटनेने इस्रायलवर केलेल्या हल्ल्याने मध्य पूर्व किंवा पश्चिम आशियातला तणाव कमी होत असल्याच्या समजाला झटका दिला आहे. इस्रायल आणि अरब देशांत समझोता घडवून इराणला शह देत 'इंडो–पॅसिफिक'कडे लक्ष द्यायला अधिक सवड मिळेल, या अमेरिकी रणनीतीला छेद देणारं वास्तव 'हमास'च्या हल्ल्याने समोर आलं आहे.

'हमास' या पॉलेस्टिनी अरबांच्या दहशतवादी संघटनेने इस्रायलवर केलेल्या हल्ल्याने मध्य पूर्व किंवा पश्चिम आशियातला तणाव कमी होत असल्याच्या समजाला झटका दिला आहे. अमेरिकेच्या परराष्ट्रमंत्र्यांनी हा भाग अधिक शांत बनल्याचं निदान केलं होतं, अमेरिकेच्या पुढाकाराने इस्राईल आणि अरब देशांत समझोता घडवायची एक प्रक्रिया सुरू आहे. त्यातून इराणला शह देणारी व्यवस्था आकाराला येईल. त्यात अरब देश आणि इस्रायलचे हितसंबंध सामावले असतीलच; पण अमेरिकेलाही मध्य पूर्वेतून इंडो-पॅसिफिककडे लक्ष द्यायला अधिक सवड मिळेल. या रणनीतीला छेद देणारं वास्तव 'हमास'च्या हल्ल्याने, त्याला इस्रायलने दिलेल्या जोरदार प्रत्युत्तराने समोर आलं आहे.

अभेद्य संरक्षण व्यवस्थेचा भ्रम

इस्रायलमधील हमासचा हल्ला अमेरिकेवर अल कायदाने केलेल्या हल्ल्याइतकाच

धक्कादायक आहे. अमेरिका 'हार्ड पॉवर' म्हणून इतकी सक्षम आहे की तिथं हल्ल्याचं कोणी स्वप्नही पाहणार नाही, हादेखील भ्रम ठरला. त्याची पुनरावृत्ती इस्रायलमध्ये होत आहे. एकतर इस्रायलची 'मोसाद' नावाची गुप्तचर यंत्रणा या हल्ल्याचा अंदाज कसा घेऊ शकली नाही, हा प्रश्न आहे. या संघटनेविषयी कमालीचं कुतूहल असतं. शत्रूंना संपवण्याच्या अनेक शौर्यकथा, दंतकथा या संघटनेभोवती गुंफल्या आहेत. तिला 'हमास'ने चकवा दिला. सतत सतर्क असलेल्या आणि जगातील ताकदवान लष्करापैकी असलेल्या इस्रायलच्या लष्करालाही 'हमास'ने चकवलं.

आयर्न डोमसारख्या अत्यंत आधुनिक आणि खर्चिक यंत्रणेलाही 'हमास'चा हल्ला रोखता आला नाही. यातून एका मुद्द्यावर पुन्हा चर्चा झडते आहे. पारंपरिक युद्धात एखाद्या देशाविरोधातील संघर्षासाठीची तयारी आणि न दिसणाऱ्या दहशतवाद्यांशी लढण्यासाठीची तयारी आणि क्षमता यांत लक्षणीय फरक पडतो काय? अरब देशांना सहज हरवणाऱ्या इस्रायलला मागच्या सुमारे दोन दशकांत 'हमास', 'हिजबुल्लाह'सारख्या संघटनांवर मात्र निर्णायक विजय मिळवता आलेला नाही.

'स्टेट' आणि 'नॉन स्टेट'मधील फरक

'स्टेट' आणि 'नॉन स्टेट' घटकांमधील फरक इथं महत्त्वाचा ठरतो आणि स्वाभाविकच त्याचा मुकाबला करण्याची रणनीतीही बदलावी लागते. इस्रायलच्या भूमीत इतक्या मोठ्या प्रमाणात ज्यू नागरिकांचा बळी जाण्याची ही १९४७नंतरची पहिलीच घटना. साहजिकच, इस्रायलमध्ये बदला घेण्याची भावना तीव्र असणार आणि तिथलं कडवेपणाकडे झुकलेलं सरकार त्यावर स्वारही होणार. अनेक तास गाझावर आग ओकणारा प्रतिहल्ला आणि त्या भागाची संपूर्ण कोंडी इस्रायलने केलीही. 'हमास'ने केलेला हल्ला नृशंस होता, त्यासाठी हमासला शिक्षा देण्यात गैर काही नाही. मात्र, इस्रायल-पॅलेस्टाइनमध्ये आणि पर्यायाने संपूर्ण मध्य पूर्वेत शांतता नांदायची, तर ज्यू आणि अरबांची स्वतंत्र राष्ट्रं बनवण्याच्या दोन राष्ट्र प्रस्तावाकडे जावं लागेल, असं यातील गुंत्याचा दीर्घकाळ अभ्यास करणारे सांगतात. तूर्त या शहाणपणाला तिथं वाव दिसत नाही.

साहजिकच, दहशतवादी हल्ल्यांच्या सावटाखाली तणावात जगणं हे इस्रायली ज्यूंसाठी; आणि इस्रायलचं सैन्य वा लोक कधीही आपल्याला चिरडतील या तणावात जगणं हे पॅलेस्टिनी अरबांसाठी भागधेय बनून राहिलं आहे.

'हमास' ही इस्रायलसाठी दीर्घकालीन डोकेदुखी आहे. 'हमास'मुळे पॅलेस्टिनींचं काही भलं होतं आहे, असंही नाही. गाझातील पॅलेस्टिनी सतत ताणाखाली राहण्याचं 'हमास' हे एक कारण आहे. मात्र, ज्या रीतीने इस्रायल ज्यू वस्त्या गाझा पट्टीच्या दिशेने वाढवत निघाला आहे, त्यावरची प्रतिक्रिया अरबांमध्ये स्वाभाविक आहे. अरबांना टाचेखाली ठेवण्याचा इस्रायलमधील यंत्रणांचा पवित्रा त्यांना 'हमास'कडे ढकलणारा ठरतो आहे.

'हमास'ने कितीही प्रयत्न केले तरी इस्रायलचं नुकसान होऊ शकतं, पण इस्रायलला संपवता येतं नाही. इतकं या संघटनेच्या म्होरक्यांनाही समजत असेलच, तरीही ते हल्ले का करतात आणि आताच हल्ला कशासाठी केला, हाच मुद्दा यात गुंतलेले पेच समजून घेण्यासाठी महत्त्वाचं आहे. 'हमास' दहशतवादी संघटन आहे म्हणून त्यांच्या हल्ल्याचा निषेध करावा आणि इस्रायलचं समर्थन करणं किंवा इस्रायलने हमासला धडा शिकवण्याच्या केलेल्या घोषणेलाही पाठिंबा द्यावा, ही पाश्चात्त्य जगातील स्वाभाविक प्रतिक्रिया आहे. जवळपास अशी भूमिका या वेळी भारताचीही आहे.

इस्रायल संपत नाही हे खरंच; पण पॅलेस्टिनही कुठं जात नाही, हेही त्या भागातील वास्तव आहे. 'हमास'ने आता केलेला हल्ला हा 'पॅलेस्टिनी या भागातले स्टेकहोल्डर आहेत, त्यांचं प्रतिनिधित्व 'हमास' करते. तेव्हा पॅलेस्टिनींना वगळून, 'हमास'ची दखलच न घेता मध्य पूर्वेतील व्यवस्था बसवायचा प्रयत्न करत असाल, तर हिंसक मार्गाने त्यात खोडा घालू,' असं सांगण्याचा प्रयत्न केल्याचं मानलं जातं.

अरबांची किंवा संपूर्ण मुस्लीम जगताची 'अल अक्सा' मशिदीविषयीची संवेदनशीलता जगजाहीर आहे. इस्रायलकडून तिथं अधिकार दाखवायचा प्रयत्न होतो, तेव्हा त्यावरची प्रतिक्रिया म्हणून 'हमास' केवळ इस्रायलच्या सैन्याला नव्हे तर सामान्य ज्यूंना लक्ष्य करतो, ते जगाचं लक्ष वेधून घेण्यासाठी. त्यात तथ्य असलं तरी आताचा हल्ला मध्य पूर्वेत होत असलेल्या व्यापक व्यूहात्मक बदलांशी निगडितही आहे. अरबस्तानातील बदलत्या नातेसंबंधातही आहे.

अरबस्तानातील बदलातला खोडा

दुसऱ्या महायुद्धानंतर जगभरातील ज्यूंनी एकत्र येऊन पाश्चात्त्यांच्या पाठिंब्यावर अरबांच्या प्रदेशाला खेटून नवं राज्य उभारलं, ते मुळातच मुस्लीम जगाला खुपणारं होतं. यातून अरब आणि इस्रायलमध्ये दोन युद्धं झाली, ती इस्रायलने जिंकली. मात्र, अरब देश आणि इस्रायल यांच्यातील वाकुडेपणा कमी झाला नव्हता. अमेरिका नावाची शक्ती या दोहोंना शांतपणे खेळवत होती. अमेरिकेचा इस्रायलला अत्यंत स्पष्ट पाठिंबा आहे, त्याच वेळी अमेरिकेचे मध्य पूर्वेतील अरब देशांमध्ये हितसंबंध गुंतलेले आहेत. तिथल्या तेलातील अमेरिकी रस आता कमी झाला असला, तरी जगाच्या रचनेत या भूभागात वर्चस्व कुणाचं यावरून संघर्ष आहेच. आता तो अमेरिका आणि चीनमध्ये साकारतो आहे.

'अब्राहम करार' म्हणून ओळख

या वाटचालीत अलीकडे अमेरिकेच्या पुढाकाराने अरब देश आणि इस्रायलमध्ये तडजोडी घडवायचे प्रयत्न सुरू आहेत. संयुक्त अरब अमिरात, बहारिन आणि इस्रायलमध्ये झालेले समझोते याच प्रयत्नांचा भाग. 'अब्राहम करार' म्हणून या प्रयत्नांना ओळखलं जातं. अमेरिकेचे तत्कालीन अध्यक्ष डोनाल्ड ट्रम्प यांच्या काळात मध्य पूर्वेतील राजकारणात नवं वळण आणणाऱ्या घडामोडी सुरू झाल्या. बायडन प्रशासनाने हीच दिशा कायम ठेवली. या तडजोडीत पॅलेस्टिनींचा मुद्दा सुटल्याखेरीज इस्रायलशी संबंध नाही, हा पवित्रा मागं पडत होता.

न सुटणाऱ्या या मृगजळासम उद्दिष्टामागं धावण्यापेक्षा अरबांचा पैसा आणि इस्रायलचं तंत्रज्ञान यातून नव्या संधींकडे पाहायचं, असा प्रश्न आधुनिक काळाचा म्हणून चर्चेत आहे. अगदी अलीकडे सौदी अरबशीही इस्रायलचं जुळवून घेणं सुरू आहे. अलीकडेच सौदीच्या राजपुत्रानं, दर दिवशी इस्रायलशी संबंध सुधारण्याच्या वाटेने आपण निघालो असल्याचं, एका मुलाखतीत सांगितलं होतं.

अरबस्तानातील हे बदल कालसुसंगत म्हणून उरलेलं जग पाहत असलं, तरी ते अरब आणि मुस्लीम जगात अस्वस्थतेचं कारणही आहे. मुद्दा केवळ पॅलेस्टिनींचा नाही तर मुस्लिमांसाठी अत्यंत पवित्र असलेल्या ठिकाणावरच्या कब्जाचाही आहे. 'हमास'ने मध्य पूर्वेतील हे बदलतं नेपथ्य अमान्य असल्याचं सांगणारी कृती ताज्या हल्ल्याने केल्याचं मानलं जातं. थोडक्यात, 'हमास' आणि पॅलेस्टिनला

वगळून मध्य पूर्वेत नवी घडी बसवू पाहत असाल, तर कितीही नुकसान सोसून हिंसक कारवाया करू हे 'हमास'ला दाखवून द्यायचं असावं, असं मानलं जातं.

सौदीने इस्त्रायलशी संबंध प्रस्थापित करणं, ही मध्य पूर्वेतील राजकारणाला कलाटणी देणारी घटना ठरू शकते. सौदीचं मुस्लीम जगामध्ये वेगळं स्थान आहे. याच देशात मुस्लिमांची सर्वांत पवित्र ठिकाणं मक्का, मदिना आहेत. साहजिकच, पॅलेस्टाइनच्या प्रश्नावरची संवेदनशीलताही या देशात अधिक आहे आणि सौदीने या मुद्द्यावर तडजोड करू नये, या मुस्लीम जगातील भावनेचा दबावही भूतकाळापासून फारकत घेत सौदीची नवी वाट शोधू पाहणाऱ्या राजपुत्रापुढे आहे. म्हणूनच इस्त्रायलशी राजनैतिक संबंध प्रस्थापित करणं सौदीसाठी इतकं सोपं नाही, याची जाणीव सौदीलाही आहे.

पॅलेस्टिन प्रश्नात तोडगा हवा

सौदीला या वाटाघाटींचा तरीही मोह होतो, याचं कारण पुन्हा मध्य पूर्वेतील वर्चस्वाच्या खेळात सापडतं. सौदीसाठी आता सर्वांत मोठा स्पर्धक किंवा शत्रू इराण आहे आणि इराण हेच इस्त्रायलसाठी सर्वांत मोठं आव्हानही आहे. याचं कारण 'हमास'सारख्या संघटनांना हाताशी धरून इस्त्रायलला सतत संघर्षात गुंतवून ठेवण्याची क्षमता आणि इच्छाशक्ती इराणमध्येच आहे.

एका अर्थाने, इराण हा सौदी आणि इस्त्रायल या दोहोंचा शत्रू ठरतो. याच धाग्याने दोन देशांतील समझोता पुढे चालला होता; मात्र, त्यात सौदीने अमेरिकेला काही अटी घातल्या आहेत. सौदीला अमेरिकेने संरक्षणाची स्पष्ट हमी द्यावी; नागरी ऊर्जा प्रकल्पांसाठी युरेनियम समृद्ध करायचं तंत्रज्ञान द्यावं आणि पॅलेस्टिन प्रश्नात तोडगा काढावा. इस्त्रायलचे सध्याचे पंतप्रधान पॅलेस्टिनच्या मुद्द्यावर कसलीही तडजोड करण्याच्या मनःस्थितीत नाहीत. टोकाच्या लोकानुनयी राष्ट्रवादावर त्याचं नेतृत्व आधारलं आहे. पॅलेस्टाइनला कसलीही सवलत देण्याची तयारी नाही. दोन राष्ट्रांचा पर्याय त्यांनी सोडून दिल्यासारखा आहे.

गाझा पट्टीची कोंडी ?

'हमास'च्या दहशतवादी कारवायांचं निमित्त करून ते गाझा पट्टीची कोंडी करू पाहत आहेत. हे इस्त्रायलला सहज शक्य आहे, तसंही २००७पासून या जगातील

सर्वाधिक लोकसंख्येची घनता असलेल्या भागातील एक असलेल्या या पट्ट्यात जमेल तितकी कोंडी इस्रायलने केलीच आहे. गाझा पट्टीतील पॅलेस्टिनी नागरिकांना बाहेरच्या जगाशी व्यापारासह कसलाही संपर्क ठेवता येणार नाही, अशी नाकेबंदी केली आहे. जगातील सर्वांत मोठा खुला तुरुंग असं वर्णन अनेक वेळा या भागाचं केलं जातं. आता या भागात अन्न, इंधन, औषधं, वीजपुरवठाही होणार नाही, अशी कारवाई इस्रायल करतो आहे.

'हमास'ने अचानक केलेल्या हल्ल्याने इस्रायलला आणि जगालाही चकित जरूर केलं असेल; मात्र, इस्रायलची लष्करी ताकद कैकपट अधिक आहे आणि ती गाझा पट्टीतील पॅलेस्टिनींना चिरडून टाकण्यासाठी वापरण्यात नेत्यान्याहू कसलीही कसर सोडणार नाहीत. 'हमास'ला हे कळत नसेल, असं अजिबात नाही. यातून होणारं नुकसान गाझा पट्टीतील पॅलेस्टिनींचं अधिक असेल; म्हणजेच 'हमास'च्या नियंत्रणाखालील भागातच असेल. तरीही 'हमास'ने हल्ला केला याचं एक कारण नेत्यान्याहू सरकारकडून याच प्रकारची टोकाची प्रतिक्रिया 'हमास'ला हवी असेल.

खरा अथवा कल्पित शत्रू

'हमास'ने पॅलेस्टिनींचा कितीही कळवळा दाखवला, तरी ते एक दहशतवादी संघटन आहे. ज्यांचा केवळ हिंसेवरच विश्वास आहे. इस्रायल जितकी कठोर कारवाई करेल तितका गाझा पट्टीतील पॅलेस्टिनींचा रोष वाढत जाईल आणि तेच 'हमास'ला हवं आहे. कोणत्याही धार्मिक कट्टरतेवर आधारित संघटनेला समोर स्पष्ट शत्रू दाखवावा लागतो. हा खरा अथवा कल्पित शत्रू आपला धर्म, संस्कृती यांच्या मुळावर उठतो, असं भय दाखवूनच प्रश्नही न विचारता मरायला तयार होणाऱ्यांच्या फौजा उभ्या करता येतात. जगभरातील दहशतवाद्यांची हीच रीत असते; म्हणूनच दहशतवादी संपवताना त्याचा त्रास जितका सामान्यांना होईल, तितकं दहशतवाद्यांचं फावतं. नवी भरती होत राहते.

त्यामुळेच इस्रायलच्या हल्ल्यात काही हजार निष्पाप लोकांचा, लहान मुलांचा बळी गेल्याने या दहशतवाद्यांच्या संघटनेला काही फरक पडणार नाही. यासाठी पॅलेस्टाइन प्रश्नाचे अभ्यासक सांगतात, 'हमास'चा निषेधच केला पाहिजे आणि कारवाईही केली पाहिजे. मात्र, हमास म्हणजे सर्व पॅलेस्टिनी नव्हेत, सामान्य

पॉलेस्टिनींची जितकी कोंडी होईल, तितकी प्रत्युत्तराची कारवाई प्रश्नाचा गुंता वाढवणारी ठरू शकते.

शांततेचे मार्ग खुंटतात

इस्रायलचं विद्यमान नेतृत्व टोकाच्या उजव्या विचारांकडे झुकलेलं आहे आणि हमास तर कडव्यांचंच संघटन आहे. इस्रायलने दहशतवादी संपवण्याची भूमिका घेणं समजण्यासारखं आहे; पण त्यातून सर्व पॉलेस्टिनींवर वरवंटा फिरवण्याचा मार्ग अवलंबला, तर शांततेसाठीचे मार्गच खुंटतात. इस्रायलने युद्ध जिंकलं तरी कायमस्वरूपी तोडग्याचं स्वप्न मात्र दूर जातं, ते यामुळेच. 'हमास' नियंत्रण करीत असलेली गाझा पट्टी, पॉलेस्टाइनचं प्रशासन असलेला पश्चिम किनारपट्टीचा भाग आणि खुद्द इस्रायलमधील अरब यांची संख्या जवळपास इस्रायलमधील ज्यूंइतकीच आहे. इस्रायलने सारा भाग जिंकून एकच राज्य असल्याचं जाहीर केलं तरी इतक्या मोठ्या अरब लोकसंख्येचं काय करणार, हा प्रश्नच आहे. याचं कारण ज्यू आणि अरब यांच्यात संपूर्ण फूट पाडण्यात दोन्हीकडचे कडवे यशस्वी झाले आहेत. प्रत्येक संघर्षा वेळी त्यांच्यातील सहअस्तित्वाची शक्यता अक्रसते आहे.

मध्य पूर्वेतील रणनीतीवर परिणाम

इस्रायलच्या आक्रमक पवित्र्याचं आणि विरोधाला चिरडून टाकण्याच्या भूमिकेचं अनेकांना आकर्षण वाटतं. मात्र, यातून कायमची अस्वस्थता पोसणं एवढाच परिणाम साधेल आणि अशी अशांतता राहील, यासाठी इराणसारखे घटक सारे प्रयत्न करतील. त्याला रशिया, चीनचा अप्रत्यक्ष पाठिंबा राहील, तो त्यांच्या अमेरिकाविरोधी व्यूहात्मक दृष्टिकोनासाठी. या युद्धात इस्रायलची सरशी होईल, हे जवळपास निश्चित आहे. मात्र, जो भाग हळहळू का होईना स्थिर होतो आहे असं वाटत होतं, तिथं पुन्हा कायम संघर्षाचं, तणावाचं वातावरण साकारेल. ज्याचा सर्वांत मोठा परिणाम अमेरिकेच्या मध्य पूर्वेतील रणनीतीवर होईल.

अमेरिकेला या प्रदेशातून जमेल तितकं बाहेर पडायचं आहे. अब्राहम करारांसारखे प्रयोग तीच दिशा दाखवणारे होते. अमेरिकेचं लक्ष गेली अनेक वर्षे इंडो-पॅसिफिक आणि आशियाकडे वळत आहे. याच परिसरात जागतिक रचनेतील वर्चस्वाचा नवा महाखेळ साकारतो आहे. रशिया आणि चीन यांना रोखण्यात

अमेरिकेला या भागात लक्ष केंद्रित करावं लागेल. त्यासाठी मध्य पूर्वेच्या गुंत्यातून सुटका करून घ्यावी लागेल, हे अमेरिकेच्या हालचालींचं ओबामा प्रशासनापासूनचं सूत्र राहिलं आहे. 'हमास'चा हल्ला, त्याला इस्त्रायल देत असलेलं तिखट उत्तर आणि चीन, रशिया, इराणचा या संदर्भातील सूर अमेरिकला मध्य पूर्वेत गुंतण्याखेरीज पर्याय नाही, हे दाखवणारं आहे.

'हमास'च्या हल्ल्याचे असे जागतिक रचनेवरचे परिणामही आहेत. जितक्या उत्साहाने सौदी अरब इस्त्रायलला मान्यता देणाऱ्या हालचाली करू लागला होता, त्यांची गती या युद्धानंतर आपोआपच कमी होईल. अलीकडेच चीनच्या मध्यस्थीने सौदी आणि इराण यांच्यात किमान बोलणी सुरू झाली होती. या घडामोडींनाही खीळ बसेल. लेबनॉनच्या सीमेवरून हिजबुल्लाहने इस्त्रायलवर रॉकेटचा मारा सुरू केला. यातून इस्त्राईलने युद्धाची व्याप्ती गाझापलीकडे वाढू शकते. हे सारं पुन्हा एकदा पॅलेस्टाइनला जगासमोरचा मुद्दा म्हणून पुढे आणणारं आहे. इस्त्रायल 'हमास'ची कंबर तोडणारी कारवाई करेल. गाझातील पॅलेस्टिनींची आणखी कोंडी करेल, हे शक्य असलं तरी पॅलेस्टाइनचा प्रश्न संपलेला नाही आणि इस्त्रायल निर्माण करण्यात पुढाकार घेणाऱ्या पाश्चात्त्य देशांची त्यापासून सुटका नाही, हे अधोरेखित होणं इस्त्रायलला आवडणारं नसेल.

(सप्तरंग, १५ ऑक्टोबर २०१३)

■

सिरियातील धक्का

सिरियातील बशर अल-असद यांची हुकूमशाही आणि विरोधकांना चिरडून टाकणारी सत्ता गेली तरी तिथली अस्वस्थता संपत नाही, हे मध्यपूर्वेतील अस्थिरतेत भर टाकणारं असेल. येथील घडामोडींचा सर्वाधिक धक्का इराणला बसेल. इराणने सिरियामार्गे हिजबुल्लाहस बळ दिलं होतं. हिजबुल्लाह, हमास, हौथिस या बंडोखारांमार्फत इराणने पश्चिम आशियात आपलं प्रभावक्षेत्र तयार केलं होतं. यातील हिजबुल्लाहचा लेबनॉनमध्ये पराभव झाला आहे; हमासचं इस्रायलने कंबरडे मोडलं आहे; इराणवरही हल्ले केले आहेत, यात इराणचा शक्तिपात झाला आहे; या घडामोडीत तूर्त तुर्कीचा लाभ सर्वाधिक असेल.

मध्य पूर्वेत इस्रायलच्या गाझा पट्टी आणि लेबनॉनमधील लष्करी कारवाईनंतर हा भाग अस्थिरतेच्या गर्तेत असताना सिरियात तिथल्या इस्लामी बंडखोरांनी बशर अल-असद यांच्या राजवटीला उखडून टाकण्यात यश मिळवलं. ५० वर्षे सिरियात सत्तेत असलेल्या अल-असद कुटुंबाला पलायन करावं लागलं. बशर अल-असद यांच्या सत्तेचा घास घेण्यासाठी अमेरिका, इस्रायलसह पाश्चात्त्य देश तसंच अरब देशांनी प्रयत्न करूनही त्यात यश येत नव्हतं; ते बंडखोरांनी १५ दिवसांत साध्य केलं, हा जगाला धक्का आहे. मध्यपूर्वेच्या इतिहासातलं एक वळण या घटनेने आणलं आहे. एचटीएस (हयात तहरीर अल-शाम) या संघटनेच्या पुढाकाराने

एकत्र आलेले सशस्त्र गट सिरियातील नवे सत्ताधीश असतील. त्यांच्या राजवटीचं स्वरूप, देशातील अन्य धार्मिक, वांशिक गटांशी त्यांचा व्यवहार, पाश्चात्त्यांशी त्यांची वागणूक काय राहील, हे सारे प्रश्न कायम आहेत. बशर अल-असद यांची हुकूमशाही आणि विरोधकांना चिरडून टाकणारी सत्ता गेली तरी तिथली अस्वस्थता संपत नाही, हे मध्यपूर्वेतील अस्थिरतेत भर टाकणारं असेल.

२०१६मध्ये सिरियात विरोधी फौजांना दमास्कसपासून दूर ठेवण्यात यशस्वी ठरलेल्या असद यांची राजवट या वेळच्या हल्ल्यांनी मात्र पत्त्याच्या बंगल्यासारखी कोसळली. बशर अल-असद यांना देशातून पळ काढावा लागला. त्यांचं पतन टाळू न शकलेल्या रशियाने त्यांना आश्रय दिला. असद यांच्या बाजूने उभ्या राहिलेल्या रशिया, इराण या शक्ती हिजबुल्लाहसारखं अतिरेकी संघटन या वेळी कुचकामी ठरले. याचं कारण असद यांना पाठिंबा देणारे सगळे कोणत्या ना कोणत्या संघर्षात अडकले आहेत. पाश्चात्त्य देशांना असद राजवट गेली, याचा आनंदच असेल. ट्रम्प यांच्या अमेरिकेला तर कोणत्याच संघर्षात अडकायची इच्छा नसेल. यातून सिरियातील गुंता वाढण्याचीच शक्यता अधिक.

इसिसला यातूनच बळ

बशर अल-असद यांच्याविरोधात २०११मध्ये लोकप्रिय म्हणता येईल, असा उठाव झाला होता. अरब स्प्रिंगचा भाग असलेला तो उठाव असद यांनी चिरडून टाकला. यानंतरच्या गृहयुद्धात १३ वर्षांत तीन लाख लोकांचा बळी गेला. दीड कोटी लोक विस्थापित झाले. असद यांच्या फौजांनी देशात लाखो नागरिकांचा बळी घेतला. किमान लाखभर लोक त्यांनी तुरुंगात सडत ठेवले. आपल्याच देशात लोकांवर बॉम्बफेक करण्यापासून विषारी वायूचा वापर करण्यापर्यंत या राजवटीने काहीही केलं होतं. त्याचा परिणाम म्हणून सिरियात सर्व प्रकारच्या दहशतवादी गटांनी उचल खाल्ली.

इस्लामी दहशतवाद्यांचं अत्यंत क्रूर संघटन इसिसला यातूनच बळ मिळालं आणि एका दहशतवादी संघटनेने आपलं राज्य स्थापन केलं होतं. इसिसच्या हाती सिरिया पडू नये यासाठी जगभरातील अनेक देशांनी या संघर्षात उडी घेतली; मात्र त्यांच्यात असद यांचं काय करावं, यावर मतभेद होते. यातून सिरिया हा जागतिक स्पर्धेतील एक प्यादं बनला. या घटनाक्रमात काहीही करून आपली

सत्ता टिकवायची, हेच असद यांचे ध्येय होतं. इसिसच्या पराभवानंतर त्यांची राजवट सुरक्षित झाल्याचा समज तकलादू होता, हेच ताज्या उठावाने दाखवलं आहे.

बंडखोरांचा नेता अबू मोहम्मद अल-जोलानी याने दमास्कस काबीज करताना आपल्या सत्तेला धोका होणार नाही, इतपत उदार धोरणाचे संकेत दिले आहेत. एकतर सारे बंडखोर इस्लामी जिहादी गटांशी जोडलेले आहेत. अल-जोलानीचा चा गट अल कायदाचा भाग होता. तोही अल कायदाचा जिहादी कार्यकर्ता होता. बशर अल-असद हे शियांमधील अल्वाईट पंथाचे आहेत. हा समुदाय सिरियात अल्पसंख्य आहे. तिथं सुन्नी मुस्लिमांची बहुसंख्य आहे. असद यांना इराणने पाठिंबा देण्यामागं हेही एक कारण होतं. सिरिया बंडखोराच्या हाती पडल्यानंतर इराणच्या आपल्या हस्तक सेना उभ्या करून मध्यपूर्वेत वरचष्मा ठेवण्याच्या रणनीतीपुढे प्रश्नचिन्ह लागलं आहे. असद यांची राजवट अमेरिकेला मान्य नव्हती. इस्रायलचा त्या राजवटीला विरोध होता; मात्र, बंडखोरांच्या या गटालाही काही अमेरिका मान्यता देत नाही. जुलानी यांच्यावर अमेरिकेने ८५ कोटींचं बक्षीस लावलं आहे. इराण, रशिया विरोधात असतील त्यात अमेरिका, इस्रायल आणि पाश्चात्त्य देशांची भर पडू नये, यासाठी अल-जोलानी याने आपल्या पहिल्याच जाहीर भाषणात इराणच्या विरोधात स्पष्ट भूमिका मांडताना अमेरिकेला चुचकारण्याचा प्रयत्न केला आहे.

१३०० वर्षे जुन्या मशिदीचा आधार

२० वर्षे जिहादी कारवायांत सहभागी असलेल्या अल-जोलानी आपली प्रतिमा इस्लामी दहशतवाद्यांहून वेगळी बनवायचा प्रयत्न सुरू केला आहे. त्याचसोबत तो धार्मिक बाबतीत तडजोड नाही, हेही दाखवतो आहे. दमास्कस जिंकल्यानंतर पहिल्याच भाषणासाठी त्याने अध्यक्षीय प्रासाद किंवा टीव्ही चॅनेलची निवड न करता दमास्कसमधील १३०० वर्षे जुन्या उमय्याद मशिदीचा आधार घेतला. जोलानीचा जन्म सौदीतला. त्याचे आई-वडील मूळचे इस्रायलने ताबा घेतलेल्या पॅलेस्टाईनच्या गोलन टेकड्यांच्या भागातील. तो इराकमध्ये इस्लामी कट्टरपंथियांसोबत काम करताना इसिसच्या अल बगदादीने त्याला सिरियात आणलं. यात त्याने मूळचं अहमद अल-शरा हे नाव टाकून दिलं.

सिरियाची अत्यंत तपशीलवार माहिती असलेला जुलोनी भूराजकीय समीकरणही जोखायला लागला. त्याचं ध्येय सिरियात सत्तेचं होतं. त्याने २०१६मध्ये अधिकृतपणे अल कायदापासून फारकत घेतली आणि सिरियाची मुक्तता हाच अजेंडा बनवला. या वाटेवर त्याने आधी जाबत फतेह अल शाम या संघटनेची स्थापना केली. नंतर त्याचं हयात तहरीर अल-शाममध्ये रूपांतर झालं. या वाटचालीत आपण इस्लामी दहशतवादापासून बाजूला गेल्याचं दाखवत तो इराणच्या प्रभावाविरोधात उपयुक्त बंडखोर, असा अवतार धारण करू पाहत होता. त्याने इस्लामी जिहादी वापरतात तसा पोषाख टाकून ब्लेझर वापरायला सुरुवात केली.

२०२१मध्येच त्याने पाश्चात्त्यांशी लढण्याची आपली इच्छा नसल्याचंही जाहीर केलं. त्याची सारी पावलं सिरियात असदची राजवट संपवण्याकडे होती. त्यात अडथळा इराण आणि रशियाच आणू शकतात, याची त्याला पूर्ण जाणीव होती. यातूनच त्याने शांतपणे वाट पाहण्याचं ठरवलं. युक्रेन युद्धात अडकलेला रशिया असद राजवटीला लष्करी मदत करू शकत नाही. त्यासाठीचं वॅग्नर सैन्य विखुरलं आहे. रशियाने आपलं नौदल तळावरील सैन्यही परत नेलं आहे आणि गाझा पट्टीतील युद्धानंतर इस्रायलने इराणविरोधात मोर्चा उघडल्याने इराणलाही असद राजवटीला पूर्वीइतकी मदत शक्य नाही. हिजबुल्लाहला इस्रायलने जोरदार तडाखा दिल्याने त्यांच्या फौजा मदत करण्याची शक्यताही मावळली, ही संधी साधून जुलानीने दमास्कसकडे कूच केलं आणि काही दिवसांतच असद राजवट कापरासारखी उडून गेली. असद याचं सैन्य संख्याबळात खूपच अधिक असलं तरी भ्रष्टाचाराने पोखरलेलं आणि लढण्याची उर्मी हरवलेलं होतं. तुलनेत कमी संख्याबळावर तालिबानने अफगाण, इसिसने इराक ताब्यात घेतला तसाच अबू मोहम्मद अल-जोलानीने सिरिया ताब्यात घेतला.

वांशिक वैविध्याची भूमिका

बंडखोरांनी सिरिया जिंकला तरी तिथं शांतता किती नांदेल, यावर शंका आहेतच. एक तर, जिंकणारे सारे गट एकसंघ नाहीत. सिरियातील वांशिक वैविध्यही यात महत्त्वाची भूमिका पार पाडू शकतं. तिथं अरब, तुर्क, कुर्द, आर्मेनियन, सीरियन, याझदी, इस्माइली यांसारखे अनेक मुस्लिमांतील गट आहेत. असद यांचा अल्वी ईंट समुदाय १०-१२ टक्क्यांच्या आसपास आहे ख्रिश्चन १० टक्के आहेत, तर ७५

टक्के अरब, कुर्द आणि अन्य सुन्नी पंथीय आहेत. जुलोनी याने सिरिया सर्व पंथाचा असल्याचं सांगितलं असलं, तरी हे वांशिक ताण आणि त्याच्याशी संबंधित सशस्त्र गटांतील स्पर्धा तेथील समीकरणं कधीही बिघडवू शकते.

सिरियातील घडामोडींचा सर्वाधिक धक्का इराणला बसेल. इराणने सिरियामार्गे हिजबुल्लाहस बळ दिलं होतं. हिजबुल्लाह, हमास, हौथिस बंडोखारांमार्फत इराणने पश्चिम आशियात आपलं प्रभावक्षेत्र तयार केलं होतं. यातील हिजबुल्लाहचा लेबनॉनमध्ये पराभव झाला आहे; हमासचं इस्रायलने कंबरडे मोडलं आहे; इराणवरही हल्ले केले आहेत, यात इराणचा शक्तिपात झाला आहे; सिरियात लक्ष ठेवून असलेल्या रशियाच्या नाविक आणि हवाई तळाच्या भवितव्याचा मुद्दा तयार होणार आहे, त्यातून रशियाच्या भूमध्यसमुद्रातील प्रभावाचाही प्रश्न उपस्थित होईल. या घडामोडीत तूर्त तुर्कीचा लाभ सर्वाधिक असेल. विजयी झालेल्यांतील अनेक गटांसोबत तुर्कीचे चांगले संबंध आहेत. अमेरिका आणि इस्रायलसाठी असद राजवट हा या प्रदेशातील मोठाच अडथळा होता, तो आपोआपच दूर झाला आहे. इस्रायलने सिरियाच्या सीमेवर काही भाग ताब्यात घेत आपलं सैन्य सज्ज केलं आहे, तर अमेरिका या स्थितीचा फायदा सिरियातील अगदी किरकोळ भागात स्थान असलेल्या इसिसच्या दहशतवाद्यांना मिळू नये, यासाठी हवाई हल्ले करीत आहे. या देशांच्या दृष्टीने असद राजवट गेली हे बरंच घडलं, तरी येणारी राजवट धर्माधारितच असेल आणि ती अमेरिकेच्या पश्चिम आशियातील हितसंबंधांना किती महत्त्व देते, यावर अमेरिकेची चाल अवलंबून असेल. तूर्त ट्रम्प यांनी हे काही आमचं युद्ध नाही, म्हणून हात झटकले आहेत.

या घडामोडीत भारताने अपेक्षेप्रमाणं शांततामय आणि सर्वसमावेशक राजकीय प्रक्रिया नांदावी, अशी प्रतिक्रिया दिली आहे. तिथल्या या घडामोडींवर प्रभाव टाकावा अशा स्थितीत भारत नाही, तसा प्रयत्नही कधी झालेला नाही. असद यांची राजवट सिरियात अन्यायी होती, हे खरं आहे; तसंच त्यांनी भारताच्या काश्मीर प्रश्नावरील भूमिकेला नेहमी पाठिंबा होता, हेही खरं आहे. इस्लामी देश म्हणून त्यांनी कधीही पाकिस्तानची बाजू घेतली नव्हती. या पार्श्वभूमीवर नवी राजवट ही इस्लामी कट्टरपंथियांची असेल, ती काय भूमिका घेईल इतकंच भारतासाठी महत्त्वाचं आहे.

(सप्तरंग, १५ डिसेंबर २०२४)∎

■ **लेखक परिचय** ■

श्रीराम पवार

पत्रकार व राजकीय विश्लेषक

प्रोफेसर ऑफ प्रॅक्टिस, शिवाजी विद्यापीठ, कोल्हापूर

श्रीराम पवार हे प्रसिद्ध पत्रकार व राजकीय विश्लेषक असून, त्यांनी पत्रकारिता क्षेत्रात विविध पदांवर २८ वर्षे काम केले आहे. सकाळ माध्यम समूहाचे संपादक संचालक म्हणूनही ते कार्यरत होते. त्यांनी राज्य आणि राष्ट्रीय स्तरावरील महत्त्वाच्या घटना-घडामोडींचे, तसेच देशभरातील निवडणुकांचे दीर्घकाळ अभ्यासपूर्ण वार्तांकन केले आहे. राजकीय, सामाजिक, सहकार, आर्थिक क्षेत्रांसह नागरीकरण, पर्यावरण, दहशतवाद आदी विषयांवर ते सातत्याने लेखन करत असून, शोधपत्रकारिता आणि विश्लेषणात्मक लेखनासाठी ते परिचित आहेत. भारताचे परराष्ट्र धोरण आणि आंतरराष्ट्रीय राजकारणाचे अभ्यासक म्हणून त्यांची विशेष ओळख असून, तंत्रज्ञानावर आधारित नव माध्यमांतील आशयनिर्मिती हा त्यांचा अभ्यास विषय आहे.

अनेक विषयांवरील शास्त्रीय मतचाचण्यांचे संयोजन, निवडणूकपूर्व आणि मतदानोत्तर मतचाचण्यांत सहभाग आणि विश्लेषण यांचा दीर्घअनुभव त्यांच्या पाठीशी असून, पर्यावरण संवर्धनासाठीच्या अनेक उपक्रमांचे आयोजन आणि नेतृत्व श्रीराम पवार यांनी केले आहे.

श्रीराम पवार यांनी 'मंथन', 'जागर', 'पॉवर पॉइंट', 'करंट-अंडरकरंट' इत्यादी वृत्तपत्रीय स्तंभांसाठी केलेले अभ्यासपूर्ण स्तंभलेखन वाचकप्रिय ठरले आहे.

पुस्तके : 'धुमाळी', 'राजपाठ', 'जगाच्या अंगणात', 'ड्रॅगन उभा दारी' 'मोदीपर्व', 'अस्वस्थपर्व', मोदी २.० (भाग १-३), 'संवादक्रांती' पुस्तकाचे संपादन